அரூ அறிவியல் சிறுகதைகள்

2019

அரூ அறிவியல் சிறுகதைகள்

2019

எழுத்து
பிரசுரம்

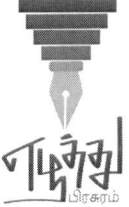

அரு அறிவியல் சிறுகதைகள் *2019* © 2021
Aroo Short Stories 2019 © January 2021

Ezutthu Prachuram first edition: February 2021
(An imprint of Zero Degree Publishing)

ISBN : 978-93-90053-10-0
TITLE NO EP : 157
All rights reserved. No part of this publication may be reproduced, stored in a retrieval system, or transmitted, in any form or by any means, electronic, mechanical, photocopying, recording, psychic, or otherwise, without the prior permission of the publishers.

Ezutthu Prachuram
(An imprint of Zero Degree Publishing)
No.55(7), RBlock,
6th Avenue, Anna Nagar
Chennai - 600040

Website: www.zerodegreepublishing.com
E Mail id: zerodegreepublishing@gmail.com
Phone : 98400 65000

Cover Art : Humshini
Layout : Vidhya Velayudham
Printed at clictoprint Chennai - 600018

உள்ளே

அரூ அறிவியல் சிறுகதைப் போட்டி அறிமுகம்.........7

ஒரு பெருந்திறப்பு..9
ஜெயமோகன்

கண்டடைதலின் பேருவகை.. 14
சுனில் கிருஷ்ணன்

மூக்குத் துறவு 31
கே.பாலமுருகன்

அவன் 43
தன்ராஜ் மணி

கடவுளும் கேண்டியும்..60
நகுல்வசன்

ம்.. 81
கிரிதரன் கவிராஜா

கோதார்டின் குறிப்பேடு...90
கமலக்கண்ணன்

தியானி கிபி – 2500.. 102
அஜீக்

நிறமாலைமானி 114
பெரு. விஷ்ணுகுமார்

பல்கலனும் யாம் அணிவோம் 130
ரா. கிரிதரன்

மின்னெச்சம் 152
ரூபியா ரிஷி

யாமத்தும் யானே உளேன் 168
சுசித்ரா

அரூ அறிவியல் சிறுகதைப் போட்டி

அறிமுகம்

'அரூ' கனவுருப்புனைவு (science fiction & fantasy) சார்ந்த படைப்புகள் வெளியிடும் தமிழ் மின்னிதழ். சிறுகதைகள், குறுங்கதைகள், ஓவியங்கள், புகைப்படங்கள், காமிக்ஸ், நடனம், இசை என அத்தனை கலை வடிவங்களுக்குமான களம். எவ்வகைமையிலும் வடிவிலும் அடங்காத பரீட்சார்த்தக் கலைப் படைப்புகளையும் (experimental works) அரூ வெளியிடும். அக்டோபர் 2018 முதல் காலாண்டிதழாக வெளிவருகிறது.

அரூ என்பது 'அரூபத்தின்' சுருங்கிய வடிவம். முடிவிலா காலமும் வெளியுமற்ற பரப்பில் பறந்து திரிகிற அரூபமான மனித மனம்தான் அத்தனை மொழிகளையும் கலைகளையும் தத்துவங்களையும் உருவங்களையும் நமக்குத் தருவித்துத் தந்திருக்கிறது. தெரிந்த வடிவங்களின் எல்லைகளுக்குள் பயணிப்பதன் ஊடாக அரூபத்தின் தரிசனத்திற்கான தேடல்தான் இந்த அரூ. நனவுலகின் விளிம்பில் நின்றபடி கனவுலகிற்குள் கைவிட்டுப் பார்ப்பதைப் போன்றதொரு முயற்சி. முக்கியமாக, டிராகன்களுக்குப் பயப்படாத, டிராகன்களைப் பாதியில் விட்டுவிடாத, டிராகன்களுடன் தன் வாழ்நாள் முழுதும் பயணிக்கிற மனங்களை உருவாக்க வேண்டியிருக்கிறது.

அருவின் இரண்டாவது இதழில் (ஜனவரி 2019) அறிவியல் புனைவை மையப்படுத்தி எழுத்தாளர் ஜெயமோகனுடன் சரவணன் விவேகானந்தன் செய்த நேர்காணல் வெளிவந்தது. இதன் தொடர்ச்சியாக, ஜெயமோகன் அறிவியல் சிறுகதைப் போட்டி நடத்துவதற்கான யோசனையை முன்வைத்தார். அதன்படி அருவின் முதல் அறிவியல் சிறுகதைப் போட்டி 30 ஜனவரி 2019 அன்று அறிவிக்கப்பட்டது.

மொத்தம் போட்டிக்கு வந்த கதைகள் 66. சிலர் ஒன்றுக்கும் மேற்பட்ட கதைகளை அனுப்பியிருந்தனர். அதைக் கணக்கில் கொண்டாலும், தமிழ்ப் பரப்பில், சுமார் ஐம்பது பேர் அறிவியல் புனைவு எழுதுவதில் ஆர்வம் கொண்டுள்ளனர் என்பதே மகிழ்ச்சி. விதவிதமான நடைகளில் அடுத்தடுத்து அறிவியல் புனைவுக் கதைகளைத் தமிழில் வாசிப்பதே பெரும் உற்சாகத்தை அளித்தது.

வந்திருந்த சிறுகதைகளில் குறிப்பிடத் தகுந்தவையாக அரூ குழு தேர்வு செய்த பத்து சிறுகதைகளின் தொகுப்பே இந்நூல். இவற்றுள் பரிசுக்குரிய சிறுகதைகளாக ஜெயமோகனும் சரவணனும் தேர்ந்தெடுத்த சிறுகதைகள் ரா.கிரிதரனின் ‘பல்கலனும் யாம் அணிவோம்’ மற்றும் நகுல்வசனின் ‘கடவுளும் கேண்டியும்’. பரிசுக்குரிய சிறுகதையாக அரூ குழு தேர்ந்தெடுத்த சிறுகதை சுசித்ராவின் ‘யாமத்தும் யானே உளேன்’.

இந்தப் பத்து கதைகளையும் எழுத்தாளர்கள் ஜெயமோகன் மற்றும் சுனில் கிருஷ்ணனின் அறிமுகக் கட்டுரைகளோடு வெளியிடுவதில் மிக்க மகிழ்ச்சி. இக்கதைகள் வித்தியாசமானதொரு வாசிப்பனுபவம் கொடுக்கும் என நம்புகிறோம். அடுத்தடுத்த ஆண்டுகளில் அரூ அறிவியல் சிறுகதைப் போட்டியைத் தொடர்ந்து நடத்தவுள்ளோம். சேர்ந்தே பயணிப்போம் டிராகன்களின் உலகிற்குள்.

அரூ நண்பர்கள்
01.01.2020
www.aroo.space <http://www.aroo.space>
aroomagazine@gmail.com

ஒரு பெருந்திறப்பு

ஜெயமோகன்

அறிவியல் சிறுகதைகளுக்கான போட்டிக்கு 66 கதைகள் வரும் என எதிர்பார்க்கவே இல்லை. ஏனென்றால் 'எதை வேண்டுமென்றாலும் எழுதியனுப்பு' வகை போட்டி அல்ல. இவ்வகையான போட்டிகளுக்குப் பெரும்பாலும் முதிரா முதல் முயற்சிகளே வந்து குவியும். முதல்கட்ட கதைகளை மிக எளிதாகப் பிரித்துவிடலாம். நான் வாசிக்க நேர்ந்த இறுதிப் பத்து கதைகளுமே தமிழில் இன்று எழுதப்படும் பொதுவான கதைகளிலிருந்து மிக உயரத்தில் நிற்பவை, தமிழின் அறிவியல்புனைகதை உலகுக்கு முற்றிலும் புதிய அருநிகழ்வுகள் என உறுதியாகச் சொல்வேன். சென்ற இருபதாண்டுகளில் இலக்கியம் சார்ந்து எனக்குப் பெருமிதமும் பரவசமும் உருவான தருணம் இது. தமிழ்ப் புனைகதை உலகில் முற்றிலும் புதிய ஒரு தாவல் நிகழ்ந்துள்ளது என்னும் பரவசம், அதை அடையாளம் காட்டும் வாய்ப்பு எனக்கும் நண்பர்களுக்கும் வாய்த்தது என்னும் பெருமிதம்.

இன்றைய தமிழ் இலக்கியச் சூழலில் மீளமீளக் காமத்தையே பேசுபொருளாகக் கொண்டிருக்கிறார்கள் எழுத்தாளர்கள். ஏனென்றால் எழுதுபவர்களில் மிகப்பெரும்பாலானவர்களுக்கு நகர்ப்புற வாழ்க்கைப்புலம் உள்ளது. ஆகவே புறவுலக அனுபவம் குறைவு. வீடு, கல்வி நிலையம் என வாழ்ந்தவர்கள் குறுங்குடும்பங்கள் உருவானபின் விரிவான உறவுச்சிக்கல்களை

அவர்கள் காண வழியில்லை. ஆகவே விதவிதமான வாழ்க்கைச் சிக்கல்கள் மற்றும் கதைமாந்தர்களை அவர்கள் இளமையில் சந்திக்கவில்லை. விளைவாக ஆழமான வினாக்களை எழுப்பிக் கொள்ளவில்லை. அத்துடன் இன்று எழுதுபவர்களில் அனேகமாக அனைவருமே நடுத்தரவர்க்கத்தில் பிறந்தவர்கள். பொருளியல் இடர்பாடுகள் இல்லாத, போராட்டமில்லாத இளமைப்பருவம் கொண்டவர்கள். இறப்பு, துயர், அலைக்கழிதல் எதையும் அறிந்தவர்களல்ல. அவர்கள் அறியும் முதல் அலைக்கழிவும் கொந்தளிப்பும் காமமே. ஆகவே காமம் மையப் பேசுபொருளாகிறது. அது வாசகர்களால் விரும்பப்படுகிறது என்பதனால் ஒரே பேசுபொருளாகிறது. அத்துடன் இன்று காமக்களியாட்ட இணையதளங்களைப் பார்க்காதவர்களும் அரிது. அதுவும் ஆழுள்ளத்தைக் கட்டமைக்கிறது. இளம் எழுத்தாளர்களில் வரலாறு, தத்துவம் ஆகியவற்றில் ஆர்வமும் பயிற்சியும் அரிதாகவே உள்ளது. மரபுக்கலைகள் மதக்குறியீடுகளிலும் தொடர்ச்சி இல்லை. ஆகவே அன்றாட வாழ்க்கையின் தளத்தில் வைத்து அடிப்படை வினாக்களை எழுப்பிக்கொள்ள அவர்களால் இயலவில்லை. அடிப்படை வினாக்களே படைப்புகளை மெய்யான ஆழம் கொண்டவை ஆக்குகின்றன.

இத்தகைய சூழலில் இந்த அறிவியல் கதைகள் அனைத்திலும் உள்ள அழுத்தமான அடிப்படை உசாவல்கள் இனிய திகைப்பை ஊட்டுகின்றன. இந்த அறிவியல் கதைகள் அனைத்துமே அடிப்படையான மானுட இருப்பு, வாழ்வின் பொருள் சார்ந்த தத்துவார்த்தமான வினாக்களை எழுப்பிக்கொள்பவை. இந்த வட்டத்திற்கு வெளியே எழுதப்படும் அன்றாட வாழ்வுத்தளம் சார்ந்த காமப்பிரச்சினைக் கதைகளை மிக எளிமையானவையாக ஆக்கிக் கீழே கொண்டுசெல்கின்றன. இனிமேல் இந்தத் தளத்தில் மட்டும் ஆழமான கதைகளை எதிர் பார்க்கலாமா என்ற எண்ணம் ஏற்பட்டது. அவ்வாறு நிகழாது, என்றும் நேரடி அனுபவ வாழ்க்கை அதற்கான வீச்சுடன் வெளிப்படவே செய்யும் என்ற எண்ணம் பின்னர் எழுந்தது. இயல்பான அனுபவத்தளத்தில் எழுதிக்கொண்டிருக்கும் பிற

படைப்பாளிகளுக்கு அவர்கள் எழுதிக்கொண்டிருப்பதன் எல்லை, அவர்கள் எதிர்கொள்ளவேண்டிய அறைகூவல் என்ன என்று இவை காட்டுமென நினைக்கிறேன். அதற்கு இந்த அறிவியல்புனைவுப் படைப்பாளிகள் தொடர்ச்சியாக வீச்சுடன் எழுதவேண்டுமென விரும்புகிறேன்.

இவ்வாறு சிறந்த கதைகளின் ஒரு வரிசை பரிசீலனைக்கு வரும்போது அளவுகோல்களும் குறுகலாகின்றன. ஒரு கதை சில சிறப்புத் தகுதிகளுக்காக சற்றே மேலே என எடுக்கப்படுகிறது. அந்த அளவுகோல்களை முன்வைப்பது இதை எழுதியவர்களுக்கும் வாசிப்பவர்களுக்கும் உதவக்கூடும் என்பதோடு இக்கதைகளைப் பற்றிய விவாதத்திற்கான தொடக்கமாகவும் அமையக்கூடும்.

இக்கதைகள் அனைத்துக்கும் பொதுவானதாக இருந்தது இவற்றிலுள்ள எதிர்காலக் கற்பனை. அது அறிவியல்கற்பனையில் தவிர்க்க முடியாதது. அந்த எதிர்காலக் கற்பனையில் எதிர்பாராததாக, நம் வாழ்க்கையின் தத்துவார்த்தமான அடிப்படைகளை உலுக்கக் கூடியதாக எவை உள்ளன என்பதை ஓர் அளவுகோலாகக் கொண்டோம். விந்தையான, வெவ்வேறு கற்பனைகளைத் தூண்டக்கூடிய எதிர்காலக் கற்பனைகள்தான் இவை அனைத்துமே. மிகச்சிறிய வேறுபாடுதான் அவற்றின் தத்துவமதிப்பு என்ன என்பது. அவ்வகையில் கதைகளுக்கு மதிப்பெண் இடப்பட்டது. மின்எச்சம், கோதார்தின் குறிப்பேடு, பல்கலனும் நாம் அணிவோம் ஆகியவை அவ்வகையில் முதன்மையானவை

இரண்டாவதாக, கதை பேசும் கருவின் தத்துவ/தரிசன மதிப்பு கருத்தில் கொள்ளப்பட்டது. அதாவது அந்தத் தத்துவக் கேள்வி நாம் இன்று எதை நம்பி வாழ்கிறோமோ அதை எவ்வகையிலாவது புதியதாக விளக்குகிறதா என. பல்கலனும் நாம் அணிவோம், மின்எச்சம், யாமத்தும் நானே, ம் ஆகிய கதைகள் அவ்வகையில் முக்கியமானவை. அவை இறப்பு, இருப்பு ஆகியவற்றின் மெய்யான பொருள் என்ன என்னும் வினாவை எழுப்பி அறிவியல்வழியாக விடைதேடிச்செல்கின்றன. ம்

என்னும் கதை, கதைத்தன்மை குறைவானதென்றாலும் இந்திய மெய்மரபின் நாதபிந்துகலை என்னும் புடவி உருவாக்கக் கொள்கையிலிருந்து எழுந்து மேலே செல்லும் ஓர் அரிய படைப்பு.

மூன்றாவதாக, கதையின் கதைத்தன்மை கருத்தில் கொள்ளப்பட்டது. இதுவே உண்மையில் இக்கதைகளுக்கு நடுவே ஓரளவேனும் தெளிவான வேறுபாட்டை உருவாக்கிக் காட்டியது. அடிப்படை வினாக்களை அறிவியல்சார்ந்து முன்வைக்கையிலேயே அவை எந்த அளவுக்குக் கதையோட்டம் கொண்டவையாக இருக்கின்றன, எந்த அளவுக்கு மெய்யான உணர்ச்சிகரம் கொண்டிருக்கின்றன என்பது முக்கியமானது. எத்தனை மேலெழுந்து சென்றாலும் இலக்கியம் மனிதகதை. மனித உணர்வுகளின் வெளிப்பாடு. அந்தக்கூறு தவிர்க்கப்பட முடியாதது. கதையின் 'அந்தரங்கத்தன்மை' ஒரு கதையை வாசகனுக்கு அருகே கொண்டுவருகிறது, *பல்கலனும் நாம் அணிவோம், யாமத்தும் நானே* ஆகிய கதைகள் முன்னெழுந்து வந்தன. அறிவியல் கதைகளுக்குரிய வழக்கமான கதை வடிவமான வெவ்வேறு கோணங்களில் ஒரு நிகழ்வைச் சொல்லுதல், குறிப்பேடுகள், ஆய்வேடுகள் ஆகியவை சற்றே குறைவான உத்திகளாகக் கருதப்பட்டன.

நான்காவதாக, கதையின் சமூக விமர்சனத்தன்மை, கண்டறிதல்தன்மை ஓர் அளவுகோலாகக் கொள்ளப்பட்டபோது *கடவுளும் கேண்டியும், மூக்குத்துறவு, அவன், நிறமாலைமானி* ஆகிய கதைகள் முன்னெழுந்து வந்தன. கதைகள் தீவிரமான உளநிலையில் நிகழும்போதுகூட ஒரு வகையான கதை சொல்லித்தனம் அவற்றை வாசகனுக்கு அணுக்கமாக ஆக்க வேண்டும். அவை இன்றைய வாழ்க்கை மீதான விமர்சனமாக அமையவேண்டும். உறவின் நிறமாலையைச் சுட்டும் *நிறமாலைமானி* ஓர் அழகிய படிமம். *மூக்குத்துறவு* அறிவியலின் கூரறிவுத்தன்மை எப்போதுமே அதிகாரத்துடன் இணைவதைச் சுட்டும் ஒரு படைப்பு.

ஐந்தாவதாக அவற்றின் தமிழ்த்தன்மை. இக்கதைகளில்

பெரும்பாலானவற்றுக்கு இருக்கும் தமிழ்ச்செவ்விலக்கிய ஊடாட்டம் வியப்புக்குரியது. இவற்றில் கடவுளும் கேண்டியும் ஆர்வமூட்டும் ஓர் ஊடுபிரதித்தன்மை கொண்டுள்ளது. எளிதாக ஒரு பகடியாக நின்றுவிடக்கூடியது இக்கதை. ஆனால் இறுதியில் முதன்மைக் கதையிலுள்ள படைப்புக்கொள்கையை அறிவியலால் கடந்துசென்று பிறிதொன்றில் முட்டிநின்றுவிடும் அதன் தீவிரத்தால் அடுத்தகட்டக் கதையாக ஆகிவிடுகிறது.

மிக அரிதாகவே இது நிகழ்கிறது. இக்கதைகளில் சில வற்றுக்கு அறுதியாகப் பரிசு முடிவுசெய்துவிட்டு எஞ்சிய கதைகளை எண்ணி ஏக்கம் கொள்வது. அவை அனைத்துக்குமே எவராவது பரிசளித்தால் மகிழ்வேன். இக்கதைகள் உருவாக்கும் புத்தம்புதிய திறப்பு தொடரவேண்டும். இப்படைப்பாளிகள் தங்கள் வெளியைத் தமிழில் நிறுவவேண்டும். வாழ்த்துகள்.

ஜெயமோகன்
05-04-2019

கண்டடைதலின் பேருவகை

சுனில் கிருஷ்ணன்

ஒருவன் ஒருத்தியை விரும்பினான். அவளை இழந்தான். பிறகு அவளை உருவாக்கினான். உலகின் மிகச்சிறிய அறிவியல் புனைவு.

என் மூன்றரை வயது மகனுக்கு அண்மையில் நியூசிலாந்து எரிமலை நிகழ்வைச் செய்தியில் காட்டி எரிமலையையும் நெருப்புப் பிழம்பையும் விளக்கிக் கொண்டிருந்தேன். கேட்டுக் கொண்டான். இப்போது விடுமுறைக்கு எங்கு செல்ல வேண்டும் எனக் கேட்கையில் "வல்கனோவிற்கு" என்றான். அங்கே நெருப்பு சுடுமே என்ன செய்வாய் என்றேன். சில நொடிகள் யோசித்தான். பிறகு, "ஏ.சி ஷூ போட்டு இறங்குவேன். அப்ப கால் சுடாது" என்றான். அறிவியல்புனைவு பற்றிய கட்டுரையை எழுதத் தொடங்கும்போது அவனுடனான இந்த உரையாடல்தான் எனக்கு நினைவுக்கு வந்தது. இது ஓர் அறிவியல்புனைவா என்றால் இல்லைதான் ஆனால் அவனளவில் அறிய முடியாததைத் தன்னறிவைக் கொண்டு அறிய முற்படும் குழந்தைத்தனமான கற்பனை. அறிவியல் புனைவின் அடிநாதமான உணர்வு இதுதான் எனத் தோன்றியது.

அறிவியல்புனைவு எனும் சொற்சேர்க்கையே சற்று விநோதமானதுதான். ஏனெனில் அறிவியலை நாம் எப்போதும் தர்க்கபூர்வமானது, புறவயமானது, நிரூபணத்திற்கு உட்பட்டது, கறாரானது என்றே வரையறை செய்து வருகிறோம். நேரெதிராகப்

புனைவை உணர்வுபூர்வமானது, அகவயமானது, நெகிழ்வானது, கற்பனைக்கு முக்கிய இடம் அளிப்பது, உள்ளுணர்வு சார்ந்தது என்றே வரையறை செய்வது வழக்கம். அறிவியலில் புனைவிற்கு இடமில்லை, புனைவில் அறிவியலுக்கான இடம் இரண்டாம்பட்சம் என்பதே பொதுக்கருத்து. ஆனால் மகத்தான கண்டுபிடிப்புகள் அனைத்துமே உள்ளுணர்வின் எழுச்சியில் நிகழ்ந்தவை. புனைவுத் தருணத்தில் நிகழ்பவை. நமக்கு நன்கு தெரிந்த, ஆர்கிமிடிஸ் குளியல் தொட்டியிலிருந்து யுரேகா எனக் கூவியபடி எழுவதாகட்டும், தலைமீது ஆப்பிள் விழுந்து புவியீர்ப்பு விசையை நியூட்டன் கண்டடைவதாகட்டும், விஞ்ஞானி கேக்யுள் கனவில் வால் பற்றும் பாம்பைக் கண்டு பென்சீனின் வடிவத்தைக் கண்டடைவதாகட்டும், டாவின்சியின் குறிப்பேடுகளில் உள்ள படங்கள் ஆகட்டும், இவையாவும் மகத்தான புனைவுத் தருணங்கள்தான். புனைவும்கூடச் சில தர்க்க ஒழுங்குகள் சட்டகங்கள் சார்ந்தே இயங்க முடியும். மாய யதார்த்தம், மிகு புனைவு என்றாலும் அவற்றுக்கெனச் சில தர்க்கச் சட்டகங்கள் உள்ளன. புறவயத்தன்மை மற்றும் அகவயத்தன்மை ஆகிய இரண்டும் முயங்கும் வெளியே அறிவியல் புனைவின் களம் எனக் கொள்ளலாம்.

அறிவியல் புனைவின் தோற்றமும் வளர்ச்சியும் அறிவியலுடன் இணை வைக்கத்தக்கது. ஐரோப்பிய மத்திய காலகட்ட வரலாறு முடிவுக்கு வந்து மறுமலர்ச்சி காலகட்டத்தில் அறிவியல் கண்டுபிடிப்புகள் நிகழத் தொடங்கின. நம் புலனறிவைப் பெருக்கும் கண்டுபிடிப்புகள் நிகழ நிகழ மானுட அறிவு பெரும் பாய்ச்சலை நிகழ்த்தியது. நுண்நோக்கியும் தூரநோக்கியும் விழியின் எல்லையைக் கடக்கச் செய்தது. நுண்ணுயிர்களும் தொலைதூரக் கோள்களும் நம் அறிதல் வட்டத்திற்கு வந்து சேர்ந்து நம்மைத் திகைக்கச் செய்தன. இவை மானுட வரலாற்றையே மாற்றின. பின்னர் புத்தொளிக் காலகட்டத்தில் அறிவியல் மனிதர்களின் பல சிக்கல்களுக்கு நம்பிக்கையான விடைகளை அளிக்கத் தொடங்கியது. பெரும் மக்கள் தொகையை அழித்தொழித்த அம்மை நோய்க்குத் தடுப்பூசி கண்டுபிடிக்கப்படுகிறது.

கிருமிகொல்லி மிக முக்கியமான கண்டுபிடிப்பு. அறிவியலால் எல்லாவற்றையும் வெற்றிகொள்ள முடியும் எனும் நன்னம்பிக்கை எங்கும் நிலவியது. அறிவியல் வளர்ச்சி மதத்தின் இருப்பை வெகுவாகக் கேள்விக்குள்ளாக்கியது. மதம் எனும் கட்டுமானம் கதைகளாலும் நெறிகளாலும் கட்டப்பட்டது. பைபிள் கதைகளோ, ஜாதகக் கதைகளோ, புராணக் கதைகளோ பல அடுக்குகள் கொண்டவை. பெரும்பாலும் அவை சாகசத்தன்மை கொண்ட அற்புதக் கதைகள். சிங்கமும், புலியும், கரடியும், நரியும் மானுட வடிவங்களை ஏற்று, அவர்களின் குரலிலேயே அவர்களின் வாழ்வைப்பற்றிய நீதியை கதைகளாக எடுத்துரைத்தன. இன்னல்களில் வாடுவோருக்குத் தேவதைகள் உதவின. விசுவாசம் உள்ளவர்கள் எப்படியும் இறுதியில் மீட்கப்பட்டார்கள். மனிதனின் தலையாயச் சிக்கல்கள் அனைத்திற்கும் அறிவியலிடம் தீர்வு இருக்கும் என நம்பினார்கள். அறிவியல் மதத்தின் இடத்தைக் கேள்விக்குள்ளாக்கி, கடவுளின் பரப்பை மானுட உள்ளங்களில் இருந்து வெகுவாகச் சுருக்கியது. அறிவியல் மதத்திற்கு மாற்றாக மானுட உள்ளத்தில் நிலைகொள்ளத் தொடங்கியது. அறிவியல் நம்பிக்கை மீட்புக்கான சாதனமாகக் கருதப்பட்டது. மனிதகுலத்தின் அத்தனை நூற்றாண்டு கேள்வியான மரணமின்மையை அல்லது மரணத்திற்குப் பின்பான வாழ்வை மதம் உறுதி செய்தது போலவே அறிவியலும் பூடகமாக ஆசை காட்டியது. யோசித்துப்பார்த்தால் மனிதகுலத்தின் அத்தனை அறிவியல் முன்னெடுப்புகளும் மரணமின்மையை அடைவதற்கான முயற்சிகள்தான் எனத் தோன்றுகிறது. அறிவியல் மதத்தின் இடத்தை எடுத்துக்கொண்டபோது கடவுளர்களும் தேவதைகளும் கதைகளில் இருந்து மறையத் தொடங்கினர். அந்த பீடத்தில் அறிவியலும், தொழில்நுட்பமும் அமர்ந்து ஆசி வழங்கின. அறிவியல் புனைவுகள் அப்படித்தான் உருவாயின. அறிவியல், கடவுளின் சர்வ வல்லமையைப் பிரகடனம் செய்வதை நோக்கமாக கொண்டன. அறிவியலை எளிதாகப் புரிய வைப்பதையே தொடக்ககால அறிவியல் கதைகள் இலக்காகக் கொண்டிருந்தன. அறிவியல் கதைகள் பலவகையிலும் முந்தையகால தேவதை கதைகளின் நீட்சியே.

அறிவியல் வளர்ச்சி அறிவியல் மதத்தையும் அதற்குகந்த அறிவியல் கதைகளையும் உருவாக்கியது போலவே அறிவியல் மறுப்பையும் உருவாக்கியது. இயற்கை மனித அறிவு எனும் எதிரீடை உருவாக்கியது. மனிதன் இயற்கையின் ஒரு பகுதி என்பது மறைந்து மனிதனுக்கும் இயற்கைக்கும் இடையிலான போராட்டமாக மானுட வரலாறு உருவகப்படுத்தப்பட்டது. இந்த இயற்கை – மனிதன் போட்டியில் இயற்கையே இறுதியில் வெல்லும். பகுத்தறிவு என்பது சாத்தானின் கனி என்று நம்பப்பட்டது. இந்நம்பிக்கை எதிர் அறிவியல்புனைவை உருவாக்கியது. உலகின் முதல் அறிவயல் புனைவு எனப் பரவலாக அறியப்படும் மேரி ஷெல்லியின் *ஃபிராங்கைன்ஸ்டீன்* ஓர் எதிர் அறிவியல்புனைவு என்பது சுவாரசியமான முரண். ஒரு செயற்கை மனிதனை உருவாக்கி அவனுக்கு உயிரளித்து அவன் பேரழிவை உருவாக்குவதையே *ஃப்ராங்கின்ஸ்டீன்* சொல்கிறது. அன்று தொடங்கி இன்று வந்திருக்கும் *எந்திரன்* வரை பல அறிவியல்புனைவு திரைப்படங்களின், கதைகளின் பொதுச்சரடு இதுதான். மனிதன் உருவாக்கும் தொழில்நுட்பம் அவனுக்கு எதிராகவே திரும்புவது இறுதியில் இயற்கை வென்று சமநிலையை நிலைநிறுத்துவது. நெறி பிறழும் அசுரனை வதம் செய்ய அவதாரம் செய்யும் பரம்பொருள் மீண்டும் அறத்தை நிலைநாட்டுவது எனும் புராணக் கதையின் அதே வடிவம்தான். அறிவியல் புனைவுக்கும் எதிர் அறிவியல்புனைவுக்கும் இடையிலான வேறுபாடு என்பது அறிவியல்புனைவு அறிவியலின் மீது நன்னம்பிக்கை கொண்டது, அறிவியலால் தீர்க்க முடியாத சிக்கல் ஏதுமில்லை எனக் கருதுவது, எதிர் அறிவியல்புனைவு இதற்கு நேர்மாறான திசையைத் தேர்கிறது. பதினேழாம் பதினெட்டாம் நூற்றாண்டு மிகுபுனைவு இலக்கியங்களில் விந்தையான இடங்களுக்குப் பயணிப்பது ஒரு பொதுவான கருப்பொருள். ஜூல்ஸ் வேர்ன்ஸ் பூமியின் மையத்திற்குப் பயணிப்பதை எழுதி இருப்பார். காலனியாதிக்க காலகட்டத்தில் ஐரோப்பா முழுவதும் பயணப் பித்து பீடித்தது. அறியா நிலங்களை, மனிதர்களை, புதிய கதைகளைத் தேடி அவர்கள் பயணித்தபடி இருந்தார்கள்.

அறிவியல்புனைவுகளுக்கு என சில இயல்புகளை அளிக்க முடியும். பொதுவாக புனைவிற்கு என விதிமுறை வகுக்கப்படுவதுண்டு. புனைவு ஒரு கருதுகோள் அல்லது கோட்பாடு அல்லது யோசனை சார்ந்து எழுதப்படக்கூடாது. ஆனால் அறிவியல்புனைவு எப்போதுமே ஓர் அற்புதமான யோசனையை முதலில் உருவாக்கிக்கொண்டு அதற்கேற்ப கதைகளை உருவாக்கிக்கொள்கிறது. முதன்மையாக அது 'இப்படி நடந்தால் என்ன ஆகும்?' எனும் கேள்வியை எழுப்புகிறது. எல்லா காலத்து, எல்லா வகையான அறிவியல் புனைவுகளுக்குமான பொதுத்தன்மை என ஒன்றைக் குறிப்பிடலாம் என்றால் அது நம்மை வியப்புக்குள்ளாக்குவதை நோக்கமாகக் கொண்டிருக்கிறது. எனினும் ஒரு மேம்பட்ட அறிவியல்புனைவுக்குப் பிளந்த வாயைக் கடந்து உள்ளத்தில் ஊடுருவும் ஆற்றல் இருக்க வேண்டும். வெறும் வியப்புடன் நிற்காமல் மானுட வாழ்வின் ஆதாரக் கேள்விகளை நோக்கி அறிவியல்புனைவு பயணிக்கும்போது மகத்தான ஆக்கங்களை உருவாக்க முடியும். அறிவியல்புனைவு அறிவியல் ஆய்வுக்கட்டுரை அல்ல. நம்பகமான உலகத்தை உருவாக்கப் போதுமான அறிவியல் தகவல்களை எளிய மொழியில் கடத்தினால் போதும். அறிவியல்புனைவு வெற்றிபெற அதன் கதை மாந்தர்களோடு உணர்வுரீதியாக வாசகருக்குப் பிணைப்பு ஏற்பட வேண்டும். விமர்சகர்கள் அறிவியல்புனைவுக்கு இரண்டு இயல்புகளை வகுக்கிறார்கள். Cognitive estrangement பரிச்சயமற்ற வினோத அந்நியத்தன்மையை அளிப்பது மற்றும் novum என்று சொல்லக்கூடிய பிறிதொன்றில்லாத புதுமை.

அறிவியல்புனைவில் கட்டற்ற புனைவுச் சுதந்திரம் உண்டுதான். ஆனால் வெறும் மிகு புனைவிலிருந்து அறிவியல் புனைவைப் பிரித்துகாட்டுவது 'என்ன நிகழ்ந்தது என்பதையும் சொல்லி அது எப்படி நிகழ்ந்தது என்பதையும் அறிவியல்பூர்வமாகக் கோடிட்டுக் காண்பிக்க வேண்டும். அறிவியல் சாத்தியத்தை எடுத்துக்கொண்டு கற்பனையைப் பறக்கவிடலாம். மனிதனின் மரபணு தொடர்ந்து பரிணாமம் அடைந்தபடி இருக்கிறது. நாம் பிழைகள் என வகுக்கும்

மியுடேஷன் வழியாக அவை நிகழ்கிறது. இந்த ஒற்றைவரி அறிவியல் செய்தியைக்கொண்டு பல்வேறு சாத்தியங்களை எக்ஸ்.மென் படக்கதைகள் உருவாக்கிக் காட்டுவதை ஓர் உதாரணமாகக் கொள்ளலாம்.

அறிவியல் புனைவு மைய இலக்கியத்துடன் தொடர்பற்ற தனித்த வகை மாதிரியாகத் தனித்த வாசகப் பரப்பைக் கொண்டதாகவே திகழ்ந்து வந்தது. தொடக்ககாலத்தில் அறிவியல்புனைவுக்கெனத் தனித்த இதழ்கள் வெளிவந்தன. ஹெச்.ஜி. வெல்ஸ் *கால இயந்திரத்தை 1895* –ம் ஆண்டு எழுதுகிறார். இன்று அறிவியல் நூல்களில் அதுவொரு செவ்வியல் முன்மாதிரியாகக் கருதப்படுகிறது. அதாவது ஐன்ஸ்டீனின் சார்பியல் கோட்பாடு உலகிற்குத் தெரிவதற்கு முன்பே, ஒரு முன்மாதிரி கால இயந்திரத்தை உருவாக்கிக் காட்டுகிறார். அறிவியல்புனைவு வரலாற்றில் இது ஒரு பெரும் திறப்பு. அதுவரையில் புனைவில் காலத்தைக் கடக்க வேண்டும் என்றால் கனவின் வழி அதை நிகழ்த்திக் காட்டுவதையே வாடிக்கையாகக் கொண்டிருந்தார்கள். கனவு அகவயமானது. இதற்கு மாற்றாக புறவயமாக வரலாறை நோக்கும், வேறு காலத்தில் பயணிக்கும் இயந்திரத்தை வெல்ஸ் உருவாக்கிக் காட்டியுள்ளார். சார்பியல் கோட்பாடும் குவாண்டம் இயற்பியலும் அறிவியல்புனைவின் பொற்காலத்தைத் தோற்றுவித்தன. இரண்டாம் உலகப்போர், குறிப்பாக அணுகுண்டு நிகழ்த்திய சேதம் அறிவியல் மீதிருந்த கண்மூடித்தனமான பற்றைக் கேள்விக்குள்ளாக்கியது. ஹிட்லர், முசோலினி, ஸ்டாலினின் எழுச்சிகள் முற்றாதிகாரம் குறித்த அச்சங்களைப் படைப்பாளிகளில் விதைத்தது. ஆல்டஸ் ஹக்ஸ்லி, ஜியார்ஜ் ஆர்வேல் போன்ற தீவிர இலக்கியவாதிகள் கட்டமைப்பு உடைதல் (dystopian) படைப்புகளை உருவாக்கத் தொடங்கினார்கள். மிகைல் புல்ககோவ் எழுதிய *Heart of a Dog* ஒரு சுவாரசியமான கற்பனை. மனிதனின் பிட்யூடரி சுரபியை நாய்க்குப் பொருத்தும்போது ஏற்படும் அக மாற்றங்களைப் பேசுகிறது. எந்தத் தூய அறிவியல்புனைவைக் காட்டிலும் ஆர்வெல்லின் *1984* அபாரமான முன்னறிவிப்புகளைச் செய்திருக்கிறது என இன்று வாசிக்கும் ஒருவர் சிறிய

துணுக்குறலுடன் அறிய முடியும். இரண்டாம் உலகப்போருக்குப் பின்பான அறிவியல்புனைவுகள் நவீனத்துவக் காலகட்டத்தை அடைகிறது எனச் சொல்லலாம். அறிவியலின் அழிக்கும் ஆற்றல் பல்வேறு வகைமாதிரி கதைகளை உருவாக்கியது. பிலிப் கே. டிக், ரே பிராட்பரி போன்றவர்கள் இலக்கியவாதிகளின் வரிசையிலேயே இன்று நினைவுகூரப்படுகிறார்கள். அதிமானுட சாகசக் கதைகள் பின்னுக்குச் சென்று சாமானியர்கள் எதிர்கொள்ளும் வாழ்வியல் சிக்கல்கள் அறிவியல் புனைவுகளில் பேசுபொருளாகின.

அறிவியல்புனைவுகளில் சில பொதுவான பேசு பொருட்களைக் காண முடியும். விந்தையான, அறிய முடியாதவற்றை நோக்கியே அறிவியல்புனைவு செயல்படும். காலம் அறிவியல்புனைவின் சாசுவதமான பேசுபொருட்களில் ஒன்று. காலத்தை வளைப்பது, அதை வெல்வது, அதில் பயணிப்பது என அறிவியல்புனைவு காலத்துடன் ஊடாடியபடி இருக்கிறது. பூமிக்கு மேலே, பூமிக்கு வெளியே என்பது ஒரு முக்கியக் கற்பனை. சொர்க்க நரகங்களை மதம் கற்பனை செய்தது என்றால் அறிவியல்புனைவு வேற்றுக் கிரகங்களை நாகரீகத்தில் மனிதர்களை விடவும் கீழான வேற்றுகிரகவாசிகளை உருவாக்கி அவர்களை நாகரீகமற்ற முரடர்களாகச் சித்தரித்துக் காலனியாதிக்கக் கதையாடலின் நீட்சியைத் தொடக்க காலங்களில் உருவாக்கினார்கள். விநோதமானவை எல்லாம் ஆபத்தானவை ஆகவே அழித்தொழிக்கப்பட வேண்டியவை எனும் சிந்தனையோட்டம் புவியில் பேரழிவை ஏற்படுத்தியுள்ளது. சூழல் சமநிலையை வெகுவாகக் குலைத்தது. பிற்கால வேற்றுகிரகவாசிகளின் கதைகள் மனிதர்களை பலவீனர்களாக பாவிகளாகச் சித்தரித்தது. வாளெடுத்து நீதிகோர வரும் கிறிஸ்துவின் பிம்பம் கதைகளில் ஊடுருவியது. மீட்பரிடம் மன்னிப்பைக் கோரி உலகை நாயகர்கள் மீட்டார்கள். எம்.ஐ.பி, ஈ.டி போன்ற திரைப்படங்களில் வேற்றுகிரகவாசிகளின் சித்தரிப்பு சிக்கலான தளங்களை நோக்கிப் பயணித்தது. அறிவியல்புனைவின் இந்தக் கிரகங்களுக்கு இடையேயான மோதல் என்பது காலனியக்

காலங்களில் நிகழ்ந்த நாகரீகங்களுக்கு இடையேயான, பண்பாடுகளுக்கு இடையேயான மோதல்களின் நீட்சியாய் உருக்கொள்கிறது.

அறிவியல்புனைவு காலத்தில் மிகவும் செல்வாக்கு செலுத்தக்கூடிய அடுத்த பேசுபொருள் இயந்திரங்கள் மற்றும் செயற்கை நுண்ணறிவு. டெட் சியாங்கின் *The Lifecycle of Software Objects* அவ்வகையில் அபாரமான பாய்ச்சல். கணினி விளையாட்டிற்குள் உருவாகிவரும் பாத்திரங்களைக் கொண்டு உயிர் என்றால் என்ன எனும் கேள்வியை நோக்கிச் சென்றிருப்பார். மேற்கத்திய அறிவியல் புனைவு ஆசிரியர்கள் ஒருவகை என்றால் கீழத்திய புனைவாசிரியர்கள் இந்திய மனதிற்கு நெருக்கமானவர்கள். டெட் சியாங், கென் லியு, சிக்சின் லியு, சார்லஸ் யு போன்றவர்கள் அவ்வகையில் நாம் வாசிக்க வேண்டியவர்கள். அறிவியலையும் கீழத்திய ஆன்மீகத்தையும் ஒருங்கிணைக்கும் புள்ளிகளைக் கதைகளாக்கியவர்கள். செயற்கை நுண்ணறிவு சார்ந்த கதைகளில் மானுட மேலாதிக்கம் மற்றும் விடுதலை பேசுபொருள் ஆகிறது. Cli-fi என்று சொல்லக்கூடிய சூழலியல் மாற்றங்கள், குறிப்பாக பருவநிலை மாற்றங்கள் கொண்டுவரும் சிக்கல்களைப் பேசும் புனைவுகள் இன்று வளர்ந்து வருகின்றன. வெறும் அச்சுறுத்தலைக் கடந்து வேறு தளங்களுக்கு இக்கதைகள் பயணிக்க வேண்டும். ராபின்சனின் *நியுயார்க் 2140* நீரில் பாதி மூழ்கிய வாழ்வில் மனிதர்கள் வாழப் பழகுவதைக் கற்பனை செய்வதாக விமர்சகக் கட்டுரை குறிப்பிடுகிறது. அழிவிற்குப் பின்னர் எஞ் சியிருப்பவர்களின் வாழ்க்கை பற்றிய கற்பனை 'பேரழிவுக்குப் பின்' வகை அறிவியல் புனைவுகளை உருவாக்குகிறது. இதன் தொல்படிமம் நோவாவின் கப்பல்தான். மிகச் சிறிய குழுவிலிருந்து உலகை உருவாக்க முனைகிறார்கள். அங்கு நிலவும் அதிகாரப் போட்டிகள், வளங்களைப் பங்கிடுதலில் உள்ள அநீதியான முறைமைகள் என இவை பேசப்படுகின்றன. இது அணு ஆயுத அழிவு போன்ற மனிதன் உண்டாக்கிய அழிவிற்குப் பின்னரும் இருக்கலாம் அல்லது இயற்கையின் ஆற்றல் பெருகி அழித்ததாகவும் இருக்கலாம். மரபணு மாற்றம்,

உயிரிதொழில்நுட்பம், கிருமிகள் மற்றொரு பேசுபொருள். பரிணாமவியல் சார்ந்த அடிப்படைகளைக்கொண்டு படைப்புகளை உருவாக்க முடியும். வருங்கால மனிதன் பற்றிய கற்பனைகளைத் தொடர்ந்து எழுதி வருகிறார்கள். அவனுடைய மூளை செயல்திறன், கூட்டு நனவிலி, டெலிபதி, பிரக்ஞையின் வெளி சார்ந்து கதைகள் எழுதப்படுகின்றன. சமூகவியல் நோக்கில் பால் அடையாளங்கள் அறிவியல்புனைவு அளவிற்கு வேறு எதிலும் கேள்விக்குள்ளாக்கப்படவில்லை. பல்வேறு சாத்தியங்கள் முயன்று பார்க்கப்பட்டுள்ளன.

தமிழில் என்னவிதமான அறிவியல்புனைவுகள் உருவாகியுள்ளன? கால சுப்பிரமணியம் மொழியாக்கம் செய்து தொகுத்திருக்கும் *காலமே வெளி ரே பிராட்பரி*, ஆல்பர்ட் பெஸ்ட் போன்ற எழுத்தாளர்களைத் தமிழுக்கு அறிமுகம் செய்யும் மிக முக்கியத் தொகுப்பு. ந. பிச்சமூர்த்தி கூட ஒரு இயந்திர மனிதன் பற்றிய கதையை எழுதி இருக்கிறார். சுஜாதா ஒரு தொடக்கத்தை அளித்தார். அறிவியல்புனைவு அளிக்கும் வியப்பு அம்சத்தை அவருடைய *என் இனிய இயந்திரா, மீண்டும் ஜீனோ* போன்றவை நிச்சயமாக அளித்தன. ஆர்னிகா நாசர் போன்றோர் அறிவியல்புனைவுகளை எழுதி வருகிறார்கள். ஜெயமோகனின் *விசும்பு* தொகுதி தமிழில் குறிப்பிடத்தக்க அறிவியல்புனைவு தொகைநூல். விசும்பை சூழலியல் அறி புனைவாக வகைப்படுத்தலாம். *உற்றுநோக்கும் பறவை* உளவியல் மற்றும் பிரக்ஞை தளத்தில் எழுதப்பட்ட மிகச்சிறந்த கதைகளில் ஒன்று. டெட் சியாங் கீழை ஆன்மீக மரபை அறிவியலுடன் இணைத்து உருவாக்க முயன்ற வெளியின் முதல் வடிவம் ஜெயமோகனின் *விசும்பு* தொகுதியின் வழியாகவே தமிழில் சாத்தியமாகியது. *நாக்கு, ஐந்தாம் மருந்து* போன்ற கதைகள் பரிணாமவியலை அடிப்படையாகக் கொண்டவை.

சுதாகர் கஸ்தூரி அறிவியல்புனைவு நாவல்களை எழுதியுள்ளார். சந்தோஷ் நாராயண் *அஞ்ஞானச் சிறுகதைகள்* எனும் தொகுப்பைக் கொண்டு வந்துள்ளார். இவை தவிர்த்து சுனில் கிருஷ்ணனின் *திமிங்கிலம்* ஜீவ கரிகாலனின் *கிளவுட் வார்* பற்றிய கதை, சித்திரனின் *விசும்பின் மொழி* சித்துராஜ்

பொன்ராஜின் மீன்முள் கட்டுமானம் அனோஜனின் சிவப்பு மழை போன்ற கதைகளைக் குறிப்பிடத்தக்க முயற்சிகள் என அடையாளப்படுத்தலாம். இந்தப் பின்புலத்தில்தான் அரூவின் அறிவியல்புனைவுப் போட்டியையும் அதில் தேர்வான கதைகளின் முக்கியத்துவத்தையும் கவனிக்க வேண்டும்.

2

பரிசுக்குரிய கதைகள் மூன்றுமே மிகச்சிறப்பான கதைகள். ஆழமும் செறிவும் பலதள வாசிப்பும் அளிப்பவை. அவைத் தவிர்த்து *நிறமாலைமானி, அவன், மூக்குத்துறவு, மின்னெச்சம்* ஆகிய கதைகளும் மிக நல்ல கதைகள்தான். எல்லா கதைகளும் முழுமையானவையா என்றால், இல்லை என்றே சொல்வேன். முன்னரே கூறியதுபோல் ஆச்சரியத்திற்கு அப்பால் அறிவியல் புனைவு ஆழமான கேள்விகளையும் எழுப்ப வேண்டும் என்பது ஓர் எதிர்பார்ப்பு. மற்றொன்று ஒரு கதை தனக்கான விளக்கத்தை அதனுள்ளேயே கொண்டிருக்க வேண்டும். கதையை விளங்கிக்கொள்ள வெளித்தரவுகளை நாடக்கூடாது. மூன்றாவதாக, வாசகரின் மீதான அவநம்பிக்கையால் கோட்பாடைத் தேவைக்கு அதிகமாக விளக்க வேண்டியதில்லை. கோட்பாடு எந்த அளவிற்குத் தேவையோ அந்த அளவிற்குப் பேசப்பட்டால் போதும். அதன் விளைவுகளையும், அது சார்ந்த கேள்விகளையும்தான் அறிவியல் புனைவு எழுப்புகிறது.

பல்கலனும் யாம் அணிவோம், யாமத்தும் யாமே உளேன், ம், மின்னெச்சம் ஆகிய கதைகளில் ஒரு பொதுச்சரடை கண்டுகொள்ள முடிகிறது. இவை யாவும் மானுட இருப்பை உடலைக் கடந்த ஒன்றாக ஆக்க முடியும் எனும் கருத்தை முன் வைக்கின்றன. உடலை கடப்பதும், மரணமற்ற பெருவாழ்வும் மனிதர்களுக்கு எப்போதுமிருக்கும் ஆர்வம்தான். எனினும் இக்காலகட்டத்தில் இந்தக் கேள்வியின் பெருக்கம் ஆய்வுக்கு உட்படுத்தவேண்டிய ஒன்று. நவீன வாழ்வின் அர்த்தமின்மையின் உபவிளைவுதான் இந்த உடலைத்

துறக்கும் விழைவா என்றொரு கேள்வி எழுகிறது. மற்றுமொரு பொதுச்சரடு இந்தக் கதைகள் யாவும் மானுட பிரக்ஞை, நனவிலி குறித்த தேடலைக் கொண்டுள்ளன. நரம்பியல், மூளை சார்ந்த சிந்தனைகளை முன்வைக்கின்றன. ஒருவகையில் யுங், ஆலிவர் சாக்ஸ் மற்றும் வி.எஸ்.ராமச்சந்திரனின் தாக்கத்தைத் தமிழ் அறிவியல் புனைவுலகில் திண்ணமாக உணர முடிகிறது என்றே தோன்றுகிறது.

இப்போட்டியில் முதல் பரிசு பெற்ற ரா.கிரிதரனின் *பல்கலனும் யாம் அணிவோம்* தமிழில் எழுதப்பட்டுள்ள மிகச்சிறந்த அறிவியல்புனைவுகளில் ஒன்று எனத் தயங்காமல் சொல்வேன். அசலான இந்தியச் சிந்தனைகளை அறிவியலுடன் இணைத்து இக்கதையை உருவாக்கியிருக்கிறார். மனிதனின் ஒரு பகுதி இயந்திரமாக மாறுவது அறிவியல்புனைவில் தொடர்ந்து பேசப்படும் ஒன்றுதான். இத்தகைய உயிரிகளை 'சைபார்க்' என்றழைப்பார்கள். சைபார்க் ஓர் அதிமானுடன். மனிதனின் புலன் மற்றும் செயல் எல்லையை அவனுடன் இயைந்து பொருந்தும் இயந்திரத்தின் துணை கொண்டு கடப்பவன். சைபார்க் பற்றிய கதைக்குத் திருப்பாவையிலிருந்து *பலகலனும் யாம் அணிவோம்* எனத் தலைப்பிட்டிருக்கிறார். பிரக்ஞை மற்றும் நனவிலி சார்ந்த விவாதத்தின்போது நம்மாழ்வாரின் கதை சொல்லப்படுகிறது. கதைக்களமே கடற்கோளில் இந்தியாவை விட்டுத் தனித்துண்டாக உருவாகி இருக்கும் புதிய மதுரையில்தான் நிகழ்கிறது. கதைசொல்லியான சைபோர்கின் பெயர் ஜனனி. அவள் அன்னையாகிறாள். தான் நேசிக்கும் தம்பி விநாசை தனது பிரக்ஞையின் ஒரு பகுதியாகவே ஆக்கிக் கொள்கிறாள். புதிய மதுரையில் இயந்திரம் மனிதன் கூட்டுச் செயல்பாடு ஆய்வு நிறுவனத்திற்குத் தளையசிங்கத்தின் பெயரிடப்பட்டுள்ளது. ஒரு பக்கம் மனித மனதை, பிரக்ஞையை அதன் நனவிலியை ஆல்பாக்கள் நகலெடுக்க முடியாமல் திணறுகிறது. மனிதனாக இருப்பது என்றால் என்ன எனும் ஆதாரக் கேள்வியை, மனிதனின் தனித்துவத்தை வரையறை செய்ய முயல்கிறது. மற்றொரு தளத்தில் இது எப்படித் தொழில்நுட்ப மேலாதிக்கத்தைக் கொணரும் பணிவான

சர்வாதிகாரத்திற்கு இட்டுச்செல்லும் என விரிகிறது. இது வெறும் கருத்துகளாக, கோட்பாடுகளாகச் சுருங்காமல் காப்பது ஜனனிக்கும் வளர்ச்சி குன்றிய அவளுடைய தம்பி விநாசுக்கும் இடையிலான உணர்வுரீதியான பிணைப்புதான். இந்தக் கதையே டெட் சியாங்கின் கதையுலகிற்கு மிக நெருக்கமாக இந்திய மெய்யியலையும் அறிவியலையும் இணைக்கும் வகையில் உருவாகியுள்ளது. பல தளங்களையும் அடுக்குகளையும் கொண்டிருக்கிறது.

சுசித்ராவின் *யாமத்தும் யானே உளேன்* ஒரு திருக்குறள் வரி. கதைக்குக் கச்சிதமாகப் பொருந்திவருகிறது. ஒருவகையில் இதைப் பேரழிவுக்குப் பின்பான அறிபுனைவு என வகைப்படுத்தலாம். அழிந்து கொண்டிருக்கும் பூமியை விண்கலத்திலிருந்து பார்க்கிறார்கள். இக்கதையும் பல தளங்களைக் கொண்ட செறிவான கதைதான். இயந்திர மனிதன், செயற்கை நுண்ணறிவு கொண்டு மனிதனாக இருப்பதன் சாத்தியத்தை, எல்லைகளை, இயல்புகளைப் பற்றி விசாரணை செய்கிறது. கௌதமனுக்கும் அன்னைக்கும் இடையிலான உணர்வுரீதியான பிணைப்பு கதையை வலுப்படுத்துகிறது. பதின்மத்தின் பெற்றோர் பிள்ளை உறவுச்சிக்கலையும் ஒரு சரடாகக் கொண்டிருக்கிறது. கதைக்குள் கர்ணனின் கதை சொல்லப்படுகிறது. கதைகளால் ஆன பிரபஞ்சம் உருவகிக்கப்படுகிறது. மேற்கத்தியத் தொன்மத்தில் *ஜீனியஸ்* என்பது ஒரு சுவாரசியமான தொன்மம். படைப்பூக்கத்தை அளிப்பது *ஜீனியஸ்* எனும் இறக்கைகொண்ட புலனுக்கு அகப்படாத உயிர் என்றே நம்பப்படுகிறது. மனிதன் *ஜீனியஸின்* கருவியாகக் கலையை வெளிப்படுத்துகிறான். உருவமற்ற கௌதமன் கதைகளை நமக்குக் கொண்டு சேர்க்கிறான்.

நகுல்வசனின் *கடவுளும் கேண்டியும்* நரம்பியல் பிரக்ஞை சார்ந்து செயற்கை நுண்ணறிவுத் தளத்தில் நிகழும் கதை. இந்தக் கதையின் படைப்பூக்கம் என்பது புதுமைப்பித்தனின் *கடவுளும் கந்தசாமியும்* கதையை அடித்தளமாகக் கொண்டு தற்காலத்தில் அதை மீள் நிகழ்த்தி ஒருவித காலாதீதத் தன்மையை அளிப்பது. அறிவியல் புனைவுகளில் இந்தக் கதையில் உள்ள ஸ்மார்ட்

மங்கியைப் போல அதிசெயல்திறன் கணினிகள் உலவுவது வழக்கம். எல்லாவற்றையும் கணினியால் வகுத்துவிட முடியாது, அப்படி முடிந்தால் மனிதனின் தனித்தன்மைக்கும் இருப்பிற்கும் என்ன பொருள் எனும் தரப்பிற்கும் வகுத்துவிட முடியும் என நம்பும் தரப்பிற்குமான உரையாடலும்கூட. கடவுள் படைத்தான் என்பதற்கும் கடவுளைப் படைத்தான் என்பதற்கும் இடையிலான முரணும்கூட கதையின் பேசுபொருள் ஆகிறது.

ரூபியா ரிஷியின் *மின்னெச்சம்* சுவாரசியமான கற்பனை. உடலைத் துறந்து மரணத்திற்குப் பின் தேவையான நினைவுகளை மட்டும் கொண்ட அழிவற்ற வாழ்வு வாழ்வதைக் கற்பனை செய்கிறது. செயற்கைநுண்ணறிவு இதற்கு உதவுகிறது. சாகாவான் எனும் செயல்திட்டத்திற்காகத் தன்னையே பலிகொடுக்கிறான் பார்த்திபன். அவன் எதை விழைந்தானோ அது தலைகீழாகிறது. சாகாவரத்தை மறுக்கிறான். பலகுரல் தன்மை கொண்ட இக்கதையின் மொழி மிகவும் கவித்துவமானது. செறிவான வாசிப்பனுபவத்தை அளித்தது.

கிரிதரன் கவிராஜாவின் *ம்* அறிவியல் புலத்தில் நிகழும், நெடிய தன்னுரையாடல் கொண்ட ஆன்மீகக் கதை என சொல்லலாம். இந்திய மரபில் உள்ள லய யோகம் பிரபஞ் சத்தின் மூல ஒலியாக ஓம்காரத்தை முன்வைக்கிறது. அதிலிருந்தே பிரபஞ்சம் உருவாகிறது எனும் நம்பிக்கை. இக்கதையில் அறிவியல் அம்சம் குறைவாகவும் ஆன்மீக அம்சம் கூடுதலாகவும் உள்ளது. பேருரு கொள்ளல் அணுவளவு குறைதல் போன்ற சித்தர் மரபில் உள்ள அட்டமா சித்திகளை ஒத்த அனுபவங்களைக் கதைசொல்லி அடைகிறான். உடலற்ற இருப்பு நிலையை அடைகிறான்.

தன்ராஜ் மணியின் *அவன்* ஒரு நரம்பியல் பிரக்ஞை தளம் சார்ந்த கதை. மிர்ரர் நியுரான் சார்ந்த கருத்தை அவரால் எளிதாகப் புரியும்படி விளக்க முடிகிறது. நம் தகவல்கள் சேகரிக்கப்படுகின்றன. சமூக ஊடகங்களில் நமக்குரிய தேடல்கள் சார்ந்த விளம்பரங்களைக் காண

முடிகிறது. மனிதனை முழுமையாகக் கண்காணிக்கும்போது அவனுடைய நடத்தையை வரையறை செய்துவிட முடியும் எனும் நம்பிக்கையை இக்கதை பேசுகிறது. அண்மையில் பொருளாதாரத்தில் நோபல் கிடைத்தது 'நடத்தையியல் பொருளியலுக்குத்'தான். மனித நடத்தையைக் குறிப்பிட்ட வகையில் தூண்டி அவனை விரும்பும் வகையில் வழிநடத்த முடியும் என்கிறது. இந்த சிந்தனைகளைத்தான் தன்ராஜ் மணி 2080–ம் ஆண்டு குற்றப் புலனாய்வுக்கு பயன்படும் ஆய்வு பின்புலக் கதைக்குப் பயன்படுத்திக்கொண்டிருக்கிறார். கதை இறுதியில் இலெனின் இலன் உளெனின் உளன் எனும் இடத்திற்குச் செல்வது சுவாரசியமான வாசிப்பை அளிக்கிறது.

விஷ்ணுகுமாரின் *நிறமாலைமானி* முற்றிலும் வேறு வகையான அறிவியல் புனைவு எனச் சொல்லலாம். புதிய கருவிகளோ, புதிய கோட்பாடுகளோ அற்ற, வருங்காலம் சார்ந்ததாக இல்லாமல் அறிவியல் புனைவு எழுதுவது சாத்தியமா எனும் கேள்விக்கு விஷ்ணுகுமாரின் கதை விடையளித்திருக்கிறது. *நிறமாலைமானி* என நாமறிந்த கருவியைக்கொண்டு நிகழ்காலத்தில் கதையை எழுதி இருக்கிறார். *மாலீக்யுளர் ஸ்பெக்ட்ரோஸ்கோபி* பற்றிய அடிப்படை அறிந்தவர்களுக்கு கதை மேலதிகமாகத் திறக்கக்கூடும். (இது குறித்து அவரிடம் நேரடியாக விளக்கம் கேட்டு அறிந்துகொண்டேன்.) பிரியத்தின் பித்துதான் *நிறமாலைமானி*. விஷ்ணுகுமாரின் கதை ஒரு வகையில் அபத்தத்தை முன்வைக்கும் காஃப்காத்தனமான கதை எனச் சொல்லலாம்.

கமலக்கண்ணனின் *கோதார்டின் குறிப்பேடு* உளவியல் கதை. கோதார்த் பத்தொன்பதாம் நூற்றாண்டில் வாழ்ந்த உளவியல் ஆய்வாளர். உயிருடன் இருக்கும்போதே தான் உயிர்வாழ்கிறேன் என்பதை மறுக்கும் உளவியல் சிக்கலுக்கு கோதார்த் மனமயக்கு என்று பெயர். ராம்சேயின் கதையை நம்மால் இந்த விளக்கத்தை மனதில் கொண்டால் புரிந்துகொள்ள முடியும். ஓர் அசல் ஆளுமை அவருடைய கண்டடைதலை அறிந்த கணத்தைப் புனைவாக்க முயன்றுள்ளார் கமலக்கண்ணன். கோதார்த் யார்

எனக் கதைக்கு வெளியே தேடி அறிந்துகொண்டால் இக்கதை சரியாக வாசகருடன் தொடர்புறும்.

பாலமுருகனின் *மூக்குத் துறப்பு* இந்தத் தொகுதியில் வந்துள்ள மிகச்சிறந்த டிஸ்டோபியக் கதை. பருவநிலை/சூழலியல் புனைவு என்றும் சொல்லலாம். காற்று மாசுபடுகிறது. சுவாசிக்கும் பிராணவாயு குறைகிறது எனும் ஒற்றை வரியைக்கொண்டு கதையைப் பின்னிச் செல்கிறார். இந்திய யோக மரபில் மூச்சிற்கும் ஆயுளுக்கும் நேரடித் தொடர்பு உள்ளதாக அறிவுறுத்தப்படுகிறது. அந்தக் கூற்றையே நவீன முறையில் பாலமுருகன் இக்கதையில் கையாள்கிறார். சாகாக்கலை எனப் பல தளங்களைத் தொட்டுச் செல்கிறார். டிஸ்டோபியக் கதைகள் அரசியல் உள்ளடக்கத்தைக் கொண்டிருப்பவை. அரசின்மைவாதத்தைப் பேசுபவை. இந்த இயல்புகள் பாலமுருகனின் கதைகளுக்கும் பொருந்தி வருகிறது.

அஜீக்கின் *தியானி கிபி 2500* வருங்காலத்தில் உலகம் முழுக்க டிஜிட்டல் மயமானதும் கையால் எழுதுவதே இல்லாத, தாள்களோ மையோ அல்லாத சூழலைக் கற்பனை செய்கிறது. இந்தச் சூழல் வெகு தொலைவில் இல்லை என்றே தோன்றுகிறது. டிஜிட்டல் யுகத்தில் எழுதும் பயிற்சி என்பது தியானத்தில் சேர்ந்ததாகக் கருதப்படுவது சுவாரசியமான கற்பனை.

பல கதைகளிலும் மரபு ஒரு தளத்தில் கதையை ஊடறுப்பது சுவாரசியமான பொதுத்தன்மை. மேற்கத்திய கிழக்கத்திய அறிவியல்புனைவுகள் வேறுமாதிரியானவை. இந்திய/தமிழ் அறிவியல்புனைவு கிழக்கத்திய அறிவியல்புனைவின் திசையையே சரியாகத் தேர்கிறது என்பதற்கு இத்தொகுதி ஒரு சான்று. இத்தொகுதியின் முக்கியத்துவத்தை இப்போது நாம் உணராமல் இருக்கக்கூடும். என்னைப் பொறுத்தவரை தமிழ் நவீன இலக்கிய வரலாறில் ஒரு மைல்கல் தொகுப்பாகவே இத்தொகுதி நினைவுக்கூரப்படும் என நம்புகிறேன். பரிசுபெற்ற, தேர்வான, எழுதிய அனைத்து சக எழுத்தாள நண்பர்களுக்கும் நன்றிகளும் வாழ்த்துகளும். அரூ தொடர்ந்து முனைப்புடன்

செயல்பட்டுத் தமிழில் இவ்வகை எழுத்துகளுக்குத் தளம் அமைத்துக் கொடுக்க வேண்டும்.

சுனில் கிருஷ்ணன்
26–12–2019

மூக்குத் துறவு

கே.பாலமுருகன்

அறுவைசிகிச்சைக்குப் பிறகு கொஞ்சம் அசௌகரிகமாக இருந்தாலும் வீட்டிற்கு வந்து பயிற்சியளிக்கும் தாதியின் பொறுமையும் அக்கறையும் ஓரளவிற்குத் தேற்றியிருந்தது. வீட்டில் இன்னும் ஓர் 'ஆக்சிஜன்' களன் மட்டுமே இருந்தது. நாளை நகரத்தில் இருக்கும் 'உயிர்வளி விண்ணப்ப அலுவலகம்' சென்று இன்னும் ஒரு மாதத்திற்குத் தேவையானவற்றைப் பெற்று வர வேண்டும். காற்றாடி இருந்து பிறகு பிடுங்கி எறியப்பட்ட சுவரில் ஏதோ ஒன்றின் நிழல் அசைந்து பெருத்து மீண்டும் சுருங்கியபடியே இருந்தது. அது காற்றாடி சுழன்று நிற்கும் அசைவைப் போன்றும் தெரிந்தது. கண்களை மூடி மீண்டும் திறக்கையில் சுவர் மட்டுமே வெறுமையோடு விரிந்திருந்தது. மனம் எதிலும் ஊன்றி நிற்க முடியாமல் ஒரு வௌவாலைப் போலத் தலைகீழாய்த் தொங்கியிருந்துவிட்டுச் சோர்வு தாளாமல் பிடிமானத்தை விட்டு எங்கோ விழுந்து கொண்டிருந்தது.

சன்னலை மூடி வைக்கக்கூடாது என்கிற விதிமுறை மட்டும் கொஞ்சம் உறுத்தலாக இருந்தது என்று என்னோடு அறையில் தங்கியிருந்த முரளி சொன்னதுதான் எனக்கு மேலும் எரிச்சலை

ஊட்டியது. அவனுக்கும் கடந்த மாதம்தான் மூக்கு அறுவை சிகிச்சை முடிந்திருந்தது. என்னைவிட ஒரு மாதம் முன் அனுபவம் இருந்ததால் அவனால் இயல்பாக இருப்பதற்குரிய பயிற்சியையும் நிதானத்தையும் அடைய முடிந்தது. சென்ற வாரம் அவன் குடும்பத்தைச் சேர்ந்தவர்கள் வீட்டிற்கு வந்து 'மூக்கடைப்பு விழாவைச்' சத்தமில்லாமல் செய்துவிட்டுப் போனார்கள். இந்த அறுவைசிகிச்சை கட்டாயமாக்கப்பட்ட நாளிலிருந்து ஒரு சில குடும்பங்கள் அதைக் குலதெய்வ வழிபாட்டோடு பொருத்தி இயற்கையை வழிபட்டனர். அதில் 'மூக்கடைப்பு விழா' கட்டாயமாகப் பின்பற்றப்பட்டது. அடைக்கப்பட்ட மூக்குத் துவாரத்தின் சதையின் மீது மஞ்சள், குங்குமம், திருநீர் பூசி வாயு தேவனை மனத்தில் வேண்டிக்கொண்டு அரைமணி நேரம் அமைதி காத்து அமர்ந்திருக்க வேண்டும். அதுதான் அவ்விழாவின் முதன்மையான சடங்கு. பத்து வாயுக்களில் சிலவற்றுக்கு மதரீதியிலும் தடைகள் உருவாக்கப்பட்டிருந்தன. மீறினால் அரசிடம் புகார் ஒப்படைக்கப்படும்.

வாயு	விளக்கம்	விதிமுறை	தண்டனை
பிராணன்	உயிருக்கு ஆதாரமான காற்று	ஒரு துவாரத்தை அடைப்பது	நாட்டின் துரோகி பட்டமும் மரண தண்டனையும்
அபானன்	மலத்தில் தங்கும் மலக்காற்று	ஒரு நாளில் இரண்டு முறைக்கு மேல் மலக்காற்றை வெளியேற்றக் கூடாது.	ஆயுளில் ஆறு மாதங்கள் குறைக்கப்படும்
உதானன்	குரல், பேச்சின் வழியாக வெளியேறுவது	குறிப்பிட்ட வார்த்தைகளுக்கு மேல் பேசக்கூடாது	ஆயுளில் ஆறு மாதங்கள் குறைக்கப்படும்.
நாகன்	தும்மல் காற்று	துவாரத்தை அடைக்காதவர்கள் ஒரு நாளில் பத்து முறைக்கு மேல் தும்மக்கூடாது.	உடனடி அவசர ஆலோசனைக்கு உள்ளாக்கப்படுவர்.

கிருகரன்	கொட்டாவியினால் உருவாகும் காற்று	ஒருவன் காலையும் இரவும் ஒருமுறை மட்டுமே கொட்டாவி விட வேண்டும்.	மூக்கடைப்பிற்கு ஆலோசனைகள் இன்றி கொண்டு செல்லப்படுவர்.

'கூடுதல் உயிர்வளிக் களனைப் பயன்படுத்தாமல் ஐந்தாண்டுகள் ஒரே துவாரத்தில் சுவாசித்து வெற்றி பெற்ற திரு.ப.மாணிக்கவாசகம் அவர்களுக்கு உலக மூக்கு விருது அறிவிக்கப்பட்டுள்ளது' என்கிற செய்தியுடன் மேசையில் கிடந்த நாளிதழைக் கவனித்தேன். எதையும் வாய்விட்டு உரக்க வாசிக்க உரிமையில்லை. மௌன வாசிப்பு மட்டுமே அனுமதிக்கப்பட்டிருந்தது. ஜெஞ்சாருங் அடுக்குமாடியில் இருந்த பெரும்பாலானோருக்கு மூக்கு அறுவைசிகிச்சை முடிந்து சகஜமான வாழ்க்கைக்குள் வந்துவிட்டார்கள். என்னால் என்னவோ சட்டென உடன்பட முடியாமல் தடுமாறி நான்கு முறை ஆலோசனைக்குச் சென்றும் வந்தேன். ஐந்தாவது முறைக்கு மேல் போனால் அரசால் வழக்கும் தொடுக்கப்படலாம் என்பதால் இறுதியில் கடைசியாக மூக்கைப் பல மணி நேரம் கண்ணாடியின் முன் நின்று தடவி; மூச்சை நிதானமாக இழுத்துவிட்டு ஒப்புக்கொண்டேன்.

"மூக்கில் இருக்கும் கூடுதலான ஒரு துவாரம்தான் நமக்கு எதிரி அன்பர்களே! மூக்கைப் பற்றி அதிகம் அலட்டிக் கொள்ளாதீர்கள்.'மூக்குத் துறவு' நம் நாட்டையும் குடிமக்களையும் இன்னும் நீண்ட காலம் வாழ வைக்கும்... ஒரு துவாரமே நாம் வாழ்க்கை முழுவதுமே... இரண்டு துவாரங்களோடு இன்னும் இருக்கிறீர்களா? உடனே எங்களைத் தொடர்பு கொண்டு உங்கள் ஒரு துவாரத்தை நாட்டிற்கு அர்ப்பணித்துவிடுங்கள்... காற்றைச் சேமிக்க முன் வாருங்கள்..."

வானொலியில் சதாகாலமும் ஓடிக் கொண்டிருக்கும் அந்த விளம்பரக் குரல் மனத்தின் ஆழத்தில் கசியும் இரகசியக் கண்ணீருக்குள் கல்லெறிந்து கொண்டிருந்தது. சட்டென காற்று இல்லை என்கிற ஒரு பிரமை ஏற்பட்டுக்கொள்கிறது.

அப்பொழுதெல்லாம் மூச்சு திணறும். மூக்கு அறுவை சிகிச்சைக்குப் பிறகு குறைந்தது நான்கு நாட்கள் சுவாசக் களனை மூக்கிலேயே பொறுத்தியிருக்க வேண்டும். இல்லையென்றால் மரணிக்கவும் வாய்ப்புண்டு. அருகில் இருந்த தாதி என்னை நிதானமாக இருக்கும்படி செய்கையில் காட்டினாள். ஒரு துவாரத்துடன் இருந்த மூக்கை மெல்ல நீவிவிட்டுக் கை விரல்களை அசைத்துக் காற்று உண்டு என்பதைப் போல என்னைச் சமாதானம் செய்தாள். மெதுவாகக் காற்றை உள்ளிழுத்தேன். மனத்தில் இருந்த அதிர்வு மெல்ல குறைவதாக நானே நினைத்துக்கொண்டேன். யதார்த்தத்தைவிட கற்பனை சக்தி வாய்ந்ததாகத் தெரிந்தது. காற்று உண்டு என்று வலிந்து கற்பனை செய்தேன். உடலெல்லாம் காற்று நிரம்பி பெருகுவதாக நினைத்துக்கொண்டேன்.

கொண்டு வந்திருந்த பைக்குள்ளிருந்து தாதி சிறிய கண்ணாடி பெட்டியில் அடைக்கப்பட்டிருந்த ஒரு புகைப்படத்தை வெளியில் எடுத்தாள். பச்சை நிறத்தை வெகு நாட்களுக்குப் பிறகு பார்க்கும்போது கண்கள் குளிர்ந்தது. முன்பு இந்நிலத்தில் சர்வகாலமும் பூத்திருந்த செடியின் படம் என்றாள். இப்படம் மனத்திற்குள் சாந்தத்தை உண்டாக்கும் என்றும் கூறினாள். மூக்கை அறுவைசிகிச்சை செய்து கொண்ட அனைவருக்கும் தரப்படும் சலுகைகளில் இதுவும் ஒன்றாகும் என்று புன்னகைத்துக்கொண்டே என்னிடம் நீட்டினாள். அவள் புன்னகை நிதானமான ஒரு குமிழி. அளவெடுத்து அசைந்து ஓயும்.

"இப்படத்திலிருந்து இது வெளியேறி வளருமா?" என்றேன். கையில் அதனைப் பிடிக்கும்போது பால்ய வயதில் அப்பா சேமித்து வைத்திருந்த செடிகள் சிறுகச் சிறுக வாடி வதங்கிக் கொட்டியதுதான் நினைவிற்குள் மீந்திருந்தன. ஏதோ வளர்ப்புப் பிராணி என்பதைப் போலத்தான் நானும் நினைத்திருந்தேன். அவையனைத்தும் ஒவ்வொன்றாகச் சாகும்போது அப்பா சிறு பிள்ளையைப் போலத் தேம்பி அழுதது குறுக்கு வெட்டாக நினைவை முட்டின.

அவள் சிரிப்பை அடக்க முயன்றவாறே, "இல்ல... இது படம் மட்டும்தான்... நீங்க பயப்படாம இருங்க. இதோட மில்லியன் கணக்குல ஆளுங்க மூக்கை அடைச்சிட்டாங்க... நீங்க இப்பலேந்து நாட்டோட தியாகி... இன்னும் பல லட்சம் உயிரைக் காப்பாத்திருக்கீங்க..." என்று தாதி சொல்லும்போது என் மீது உருவான பெருமிதத்தை அடக்க முயன்றேன். பெருமிதம் கொண்டு மகிழ்ச்சி பொங்கினால் மூச்சு அதிகமாக இரைக்கும். இதுபோன்ற உணர்வுகளைக் கட்டுப்படுத்தியாக வேண்டும்.

"ஏன்டா மூச்சு வாங்குதா? கவனத்த அறிவுல வை. நீ உயிரோட இருக்கறேனு நம்பு. ஒன்னும் ஆகாது..." என்று முரளி வலது கையை மார்பிலிருந்து தலைக்குக் கொண்டு சென்று காட்டிவிட்டு அவன் உதிர்த்த சொற்களை எண்ணிக் கொண்டான். அவன் முகம் கறுத்திருந்தது. கண்கள் இருளுக்குள் அடங்கியிருந்தன. அடுத்த வாரம் தொடங்கி மூச்சடக்குப் பயிற்சிக்குச் செல்ல வேண்டும். அறுவை சிகிச்சை செய்தவர்கள் கட்டாயம் அப்பயிற்சிக்குச் சென்றாக வேண்டும். அதன் பிறகு ஒரு துவாரத்தின் வழியாக மூச்சை விட்டுப் பழகும் பயிற்சி மூன்று வாரங்களுக்குத் தொடரும் எப்படியும் ஒரு மாதம் கடந்துதான் நான் இயல்பான நிலைக்குத் திரும்புவேன் என்று தோன்றியது.

மனம் மீண்டும் படபடப்பிற்குள்ளானதைக் காட்டிக் கொள்ளவில்லை. அழக்கூடாது என்கிற உறுதி முகமெல்லாம் ஓர் இறுக்கத்தை உருவாக்கியிருந்தது. எங்கே அழ நேர்ந்தால் அப்பாவைப் போல உடைந்துவிடுவேன் என்கிற பயமும் தொற்றிக்கொண்டது. அப்பாவின் மூச்சுத் திணறல் அவருக்கு மட்டுமல்லாமல் வீட்டிலிருந்த அனைவருக்குமே மரண பயத்தை உருவாக்கியது. வீட்டில் அவர் வைத்திருந்த மரம் செடி அனைத்தும் மெல்ல சாக ஒரு நாள் அவரும் எங்களைவிட்டுப் போனார். அப்பா இறந்த மறுவருடமே நாட்டில் மரண எண்ணிக்கை இலட்சங்களை எட்டத் துவங்கின. உலகமே பரபரத்துப் போனது.

"சன்னல்கிட்ட போய் நில்லு. கொஞ்சம் ஓகேவா இருக்கும்" என்று முரளி சொன்னதும் சோம்பல் நெளிந்து கொண்டிருந்த உடலை நிதானப்படுத்தி மெதுவாக எழுந்தேன். கறுமை பூத்த நகரத்தின் ஒரு பகுதியும் வெறிச்சோடியிருந்த வானம் சென்று முடியும் ஒரு புள்ளியும் மங்கலாய்த் தெரிந்தன. நூறு மீட்டருக்கு ஓர் இடத்தில் 'பொது சுவாசக் களன்' எல்லா இடங்களிலும் கட்டாயமாக்கப்பட்டிருந்தது. பெரும்பாலும் வயதானவர்கள் வரிசையில் நின்று 'பொது சுவாசக் களன்' வழியாக 'ஆக்சிஜனைச்' சுவாசித்துவிட்டுப் போய்க் கொண்டிருந்தனர். ஒருவர் ஐந்துமுறை இச்சேவையைப் பயன்படுத்தினால் அவருடைய ஆயுள் கணக்கில் இரண்டு மாதம் கழிக்கப்படும். நம் மூக்கினுள் இணைத்துத் தைக்கப்பட்ட 'நுண்சில்லின்' மூலம் ஒவ்வொருவரின் நகர்வும் கண்காணிக்கப்பட்டு வந்தன.

இன்று காலை ஆயுள் முடிந்த பதினாறாயிரம் பேரை அரசு சுட்டுக் கொன்றது. இப்பிரச்சினைக்குப் பிறகு மனிதனின் ஆயுள் ஐம்பது வயது மட்டுமே. அதற்குமேல் ஒருவன் உயிர் வாழ்ந்து காற்றை வீணடிக்க அனுமதி இல்லை. அறைக்குள்ளிருந்து ஜேம்ஸ் வெளியில் வந்தான். எனது இன்னொரு அறை நண்பன். நேற்றுடன் ஜேம்ஸ் முப்பத்தைந்துமுறை 'பொது சுவாசக் களனைப்' பயன்படுத்திவிட்டான். அவனுடைய ஆயுளில் ஒரு வருடம் இரண்டு மாதங்கள் கழிக்கப்பட்டதைப் பற்றி ஞாபகப்படுத்திக் கொண்டான். தைக்கப்பட்டிருந்த மூக்கின் ஒரு துவாரத்தைத் தடவினேன். சதையோடு சேர்த்து அடைத்துத் தைத்திருந்தார்கள். மூக்கைத் தைத்துக் கொண்டால் மாதம் ஐநூறு ரிங்கிட், வருடம் மூன்று முறை இலவச மருத்துவப் பரிசோதனை, ஒரு மாதத்திற்கு இலவசத் தாதி சேவை, விண்ணப்பித்தால் கிடைக்கும் உயிர்வளி களன், எல்லாச் சலுகைகளும் உட்பட மின்சாரம், நீர் போன்றவற்றுக்குக் கட்டணமும் தேவையில்லை.

"இந்தச் சின்னோண்டு ஓட்டைய அடைச்சா இவ்ள சலுகையா?" என்கிற கேள்விதான் அதுவரை பிடிவாதமாக இருந்த என்னைத் தியாகியாக்கியது. மூக்கை அறுவை

சிகிச்சை செய்துகொள்ளும் அனைவருக்கும் புதிய அடையாள அட்டையும் வழங்கப்பட்டன. அவ்வட்டையை வைத்திருப்பவர்கள் பேருந்தில், இரயிலில் இலவசமாகப் பயணம் செய்யலாம்.

"இனிமேல் என்னடா... நீதான் சிறந்த குடிமகன்..." என்று முரளி விளையாட்டாக முதுகில் தட்டினான். "இந்த ஒரு மூக்கும் அடைச்சிக்காதா?" என்கிற கேள்வி அறுவைசிகிச்சைக்குச் சம்மதித்த நாளிலிருந்தே உறுத்திக் கொண்டிருந்ததைக் கேட்டு வைத்தேன். அவன் கிண்டலாகச் சிரித்தான். பிறகு, சிரிப்பை அடக்கிக்கொண்டான். சத்தமாகச் சிரிப்பதைத் தவிர்க்கச் சொல்லிவிட்டார்கள்.

"நமக்கு ஆபரேஷன் செய்யும்போதே அதுக்கான ஊசில்லாம் போட்டுட்டாங்க. மூக்கு அடைப்பு வராது. மருந்தும் இருக்கு. கவலைப்படாதடா" என்று மீண்டும் முதுகை ஆறுதலாகத் தட்டினான். ஜேம்ஸ் ஏதோ இறுக்கத்துடனே நாங்கள் பேசுவதைக் கவனித்துக் கொண்டிருந்தான். தாதி கிளம்பும் நேரம் வந்ததும் எங்களிடம் சொல்லிவிட்டுப் படியில் இறங்கிச் செல்லும்போது அவளுடைய ஒற்றை மூக்குத் துவாரம் அழகாகத் தெரிந்ததைக் கவனித்தேன். மனம் கொஞ்சம் கூடுதலான ஆசுவாசம் பெற்றது. ஒரு துவாரத்தை அடைப்பது ஊனமல்ல என்று சொல்லப்பட்ட அத்தனை ஆலோசனைகளையும் தாண்டி தாதியின் அந்த அழகான மூக்கு எனக்குள் விழிப்பை உண்டாக்கியது. மீதி இருக்கும் இன்னொரு துவாரத்தை விரல் நுனியைவிட்டு விரிவாக்குவதுபோலச் செய்தேன். காற்று தாராளமாக உள்நுழையும் என்கிற நம்பிக்கை.

சுவரில் இருந்த தவத்திரு குன்றக்குடி அடிகளாரின் படம் மனத்தை உறுத்தியது. 'மூச்சை அடக்கி வாழ்ந்தால் ஆயுள் நீளும்' எனும் அவரின் கூற்றின்மீது வெறுப்பு தோன்றியது. சன்னல் வழியாக மீண்டும் நகரத்தைக் கவனித்தேன். பழுதாகி சாலையிலேயே நின்றுவிட்ட தன் மகிழுந்தை ஒரு நடுத்தர வயதை ஒத்திருந்தவன் உதைத்துக் கொண்டிருந்தான். பிறகு, அங்கிருந்த இரும்பை எடுத்துக் கண்ணாடிகளை நொறுக்கத்

துவங்கினான். அவனுடைய செயலை யாருமே தடுக்கவுமில்லை; கவனிக்கவுமில்லை. சிலர் தள்ளி நடக்கத் துவங்கினார்கள். அவன் மூச்சிரைக்கக் கத்தினான். சிறிது நேரத்திலேயே கருப்பு மகிழுந்தில் அங்கு வந்தவர்கள் அவனைக் கைது செய்து அழைத்துச் சென்றனர்.

“இப்படிக் காத்தை வீணாக்கினா உடனே பிடிச்சிட்டுப் போய் கட்டாய ஆப்பரேஷன் செஞ்சி மூக்கு ஓட்டைய அடைச்சிருவாங்களாம்... எந்தச் சலுகையும் இல்லயாம்... சூழ்நிலைய புரிஞ்சிக்கிட்டு ஒத்துப்போறதுதானே சாமர்த்தியம்... நியாயம்...?” என்று முரளி சொன்னதும் நாமே விரும்பி அறுவை சிகிச்சை செய்து கொண்டது பரவாயில்லை என்று தோன்றியது.

“மாணிக்கம் செத்துட்டாராம்... செய்தி வந்துச்சி...” என்று எனக்கு மட்டும் கேட்கும்படியான குரலில் முரளி முணுமுணுத்தான். மேல்மாடியில் இருந்த மாணிக்கத்தின் குடும்பத்திலுள்ளவர்கள் அனைவரும் ஒவ்வொருவராக இறந்து அவர் மட்டும் மேலும் சில மாதங்கள் தாக்குப் பிடித்தார். முன்பு மல்யுத்த வீரரான அவர் எப்பொழுதும் திடமான உடலும் முரட்டுப் பாவனையும் கொண்டிருப்பார். நகரத்தில் ‘ஆக்சிஜென்’ சிக்கல் வந்த அடுத்த மாதமே மனைவியைப் பறிகொடுத்த பின் மெல்ல உடைந்து உடல் மெலிந்து ஆளே அடையாளம் தெரியாமல் மாறினார்.

எப்பொழுதும் அச்சத்தில் வாழ்ந்து வீட்டை விட்டு வெளிவராமல் அனைவரையும் அறைக்குள்ளே பூட்டி வைத்ததுதான் அவர் செய்த பெரிய தவறு. காற்று குறைவால் மூளை மெதுவாகப் பலவீனமாகி, நுரையீரல் செயலிழந்து ஒவ்வொருவராக இறந்தனர். கடைசியாக, அவரை ‘காற்று பாதுகாப்பு மையத்திற்குக்’ கொண்டு சென்று முடிந்தவரை உயிர்வளியைச் செலுத்தினர். உடலுக்கும் மூளைக்கும் தேவையான காற்று புகுந்தும் அவர் மனத்திற்குள் ஏற்பட்ட இடைவெளியில் தங்கியிருந்த உயிர் பயத்தை வெளியேற்றவே முடியவில்லை. மூச்சுத் திணறலுக்குள் தன்னை முற்றிலுமாகப்

பூட்டிக்கொண்டார். கடைசிவரை யார் சொல்லியும் அவரால் அதிலிருந்து வெளிவர முடியவில்லை. காற்று இருப்பதாக எவ்வளவோ அவரை நம்ப வைக்க முயன்றனர். காற்றில்லை என்கிற உயிர் பயம் பூதாகரமாய் அவரின் மூளைக்குள் ஓர் உயிரியாகப் புகுந்திருந்தது.

"நமக்கும் அப்படி ஒரு நிலை வருமாடா? இப்ப காத்து இருக்குத்தானே?" என்றவாறு கைகளை இரு பக்கமும் வீசினேன். ஒன்றுமற்ற ஒரு வெளிக்குள் கைகள் அசைந்து கொண்டிருப்பதைப் போன்று தோன்றியது. வீட்டில் இருந்த பொருள்களில் எந்த அசைவும் இல்லை. அப்படியே கீழே குதிக்கும்போதாவது காற்று நம்மை உரசும் அல்லவா? சட்டென மனத்தைச் சாந்தப்படுத்தினேன். எண்ணங்களின் உறுமல் எப்பொழுது வேண்டுமென்றாலும் விகாரமாகிப் பாயலாம் என்பதைப் போல இருந்தது. இப்பொழுது மனத்தைக் கட்டுப்படுத்தி நம் வசத்திற்குள் கொண்டு வந்தால் மட்டுமே உயிர் வாழ முடியும்.

"இதுக்குலாம் என்ன காரணம்? நம்ம ஏன் இதை அனுபவிக்கறோம்?" என்று வெளியை நோக்கிக் கத்த முயன்று வார்த்தைகள் வாயைவிட்டு வெகுதூரம்கூடப் போக முடியாமல் தடுமாறி சிதறின. எதிரே இருந்த கட்டிடத்தின் உடைந்த கண்ணாடிகள் வழியாக இரத்தக் கறையுடன் ஒரு குரங்கு வெளியேறிச் சட்டென எங்கோ தாவிச் சென்றது.

முரளி அருகில் வந்து என் மூக்கை நீவிவிட்டான். மூக்கை அன்பாக நீவுவது ஒரு மிகப் பெரிய நன்னெறிப் பண்பாகக் கற்றுக்கொடுக்கப்பட்டிருந்தது. அடுத்தவனுக்குச் செய்யும் மிகப் பெரிய தொண்டில் முதலிடம் காற்று இருப்பதாக நம்ப வைப்பது. அடுத்து, மூக்கை நீவி அடுத்தவரைச் சமாதானப்படுத்துவது. "அப்படில்லாம் நடக்காது நண்பா... அமைதி...அமைதி... நீயும் நானும் உயிரோட இருக்கோம்... நம்பு..." என்றான். மூக்கு அறுவை சிகிச்சைக்குப் பின் இப்படித்தான் தோன்றும் என்றும் விளக்கினான். மீண்டும் நகரத்தின் முடுக்குகளைக் கவனித்தேன். நீரோடையில் செத்து மிதந்து கொண்டிருந்த பூனை, நாய்,

எலிகளை ஒரு தொழிலாளி அகற்றிக் கொண்டிருந்தார். இலேசாக மூச்சிரைப்பதைப் போலத் தோன்றியதும் கவனத்தை மீண்டும் வீட்டிற்குள் கொண்டு வந்தேன்.

தொலைக்காட்சியில் வழக்கம்போல மரணச் செய்திகள். நடுக்கம் ஒரு சிலந்தியைப் போன்று. தனது எட்டுக் கால்களையும் அகலப் பரப்பிச் சட்டென அகத்திற்குள் பாய்ந்தோடுகிறது. இரு தொடைகளைக் குறுக்கி உட்கார்ந்து கொண்டேன். மூச்சிரைப்பில் ஏற்படும் இலேசான ஏற்றம்கூட ஆபத்தானது என்று மருத்துவர்கள் பலமுறை எச்சரித்தார்கள். "சுரேஷ்... உங்க மூக்குல ஒரு துவாரம்தான்... செத்துருவேனோனு பயப்படாதீங்க. ஒரு துவாரத்தோட இன்னும் பல வருசம் நீங்க வாழ முடியும். மூக்கை அந்த மாதிரிதான் வடிவமைச்சிருக்கோம். தும்மல் வராது... சளி பிடிக்காது... தூசி உள்ள போவாது... நீங்க கவலையே படக்கூடாது. மூச்சிரைப்பு வர்ற மாதிரி நீங்க எதையும் செய்யக்கூடாது... அது போதும்" என்று கூறிவிட்டு ஒரு பட்டியலும் தரப்பட்டது. அதைப் படித்துவிட்டு நான் கையொப்பமும் இட வேண்டும். அதற்கு அப்பாற்பட்டு நான் அந்த நிபந்தனைகளை மீறினால் என் உயிருக்கு உத்தரவாதம் இல்லை என்றும் உடனடியாக ஒரு தனியார் அமைப்பின் வழியாகக் கைது செய்யப்படலாம் என்றும் கூறப்பட்டது.

பட்டியலில் முதலில் இருந்தது ஒரு நாளில் என்னைப் போலப் பொது ஆட்கள் பேச வேண்டிய மொத்த சொற்கள் இருநூறு மட்டும்தான். ஆசிரியர்களுக்கும் வழக்கறிஞர்களுக்கும் இன்னும் சில பொதுச்சேவை துறையினருக்கும் ஐந்நூறு சொற்கள் வரை கூடுதல் சலுகை இருந்தது. அதற்கு மீறிப் பேசினால் தற்கொலைக்குச் சமம் என்றும் எச்சரித்துவிட்டார்கள். காற்றை ஒருபோதும் வீணடிக்கக்கூடாது என்பதே பிரதான விதிமுறை. மூச்சிரைக்கக்கூடிய நடவடிக்கைகள் முற்றிலுமாக தவிர்க்கப்பட்டன. மெதுவோட்டம், படி ஏறுதல், போட்டி விளையாட்டுகள் அனைத்தும் நிராகரிக்கப்பட்டன. பொது இடங்களில் 'ஓடாதீர், மூச்சு வாங்காதீர், மூச்சை இழுத்து விரையமாக்காதீர்' என்கிற அறிவிப்புப் பலகைகள் ஆங்காங்கே

ஒட்டப்பட்டு நிறைந்திருந்தன. எதையுமே அடக்கியாள வேண்டும் என்பதே எல்லோருக்கும் போதிக்கப்பட்டது. கவலை, மகிழ்ச்சி, அதிர்ச்சி, சிரிப்பு, அன்பு என அனைத்துமே முடிந்தவரை நிராகரிக்கப் பழக வேண்டும் என்பதும் வலியுறுத்தப்பட்டன.

பாடத்திட்டத்திலிருந்து அன்புடைமை, பரிவுடைமை, உயிரை நேசித்தல், மகிழ்ச்சி, உடற்பயிற்சி போன்ற அனைத்துமே நீக்கப்பட்டு, அமைதி, சாந்தம், தியானம், பொறுமை, நாட்டை நேசித்தல், தியாக மனப்பான்மை போன்றவையே பாடங்களாக நிலைநிறுத்தப்பட்டன. வீங்கியிருந்த கால் முட்டிகளை ஒருமுறை தடவினேன். அப்பாவுடன் உடும்பு வேட்டைக்காகக் கம்பத்தில் ஓடித்திரிந்த நாட்கள் நெஞ்சை அடைத்தன. அடியெடுத்துக் கவனமாக நடத்தல் என்பதே சில வருடங்கள் நான் செய்து கொண்டிருக்கும் ஆக வேகமான நடவடிக்கை.

"முரளி..." என்றதும் அவன் உடனே பேசக்கூடாது என்று ஆட்காட்டி விரலை உதட்டின் மையத்தில் குவித்து செய்கை காட்டினான். இன்றைய இருநூறு சொற்கள் பேசித் தீர்ந்துவிட்டன. இனி வாயைத் திறந்தால் காற்று வீணடிக்கப்படும். வாயைத் திறந்து மூச்சு விட்டாலோ அல்லது கத்தினாலோ உடனே தகவல் காற்றுப் பாதுகாப்பு மையத்திற்குச் சென்றுவிடும். உடனே கைது ஆணையும் பிறப்பிக்கப்படலாம். மூச்சிரைப்பு அதிகமாகலாம் என்று பயம் உருவானதும் அமைதியானேன். சொற்களை மனத்திற்குள் வைத்துப் பூட்டுவதற்குரிய திறன் எனக்கில்லை. யாரிடமாவது சொல்லிவிட வேண்டும் என்று துடிக்கும் இயல்புள்ள எனக்கு முதன்முதலாகச் சொல்லப்படாத எத்தனையோ சொற்களைக் கொல்லத் தெரிந்தது. இனி நாளையும் அதற்கு மறுநாளும்கூட மனத்தில் மீந்திருக்கும் சொற்களைப் பற்றி நினைவுகள் வந்துவிடக்கூடாது. எண்ணங்கள் இல்லாமல் இருக்கும் பயிற்சிக்குப் போனால் சரியாகிவிடும் என்கிற நம்பிக்கையும் இருந்தது. முரளி அப்படித்தான் மாறிக் கொண்டிருந்தான். என் மூக்கை நீவுவது பிறகு மீண்டும் மீண்டும் அதே வார்த்தையை ஒப்புவிப்பதாக மட்டுமே காணப்பட்டான்.

"காத்து இருக்கு நம்பு!" என்று மட்டுமே சொல்லிச் சொல்லித் தன் இருநூறு சொற்களையும் முடித்துவிட்டு அமைதியாக உட்கார்ந்துவிட்டான்.

இனி நாங்கள் பேசினாலும் செய்கை மொழிதான். ஒருவரையொருவர் பார்த்துக்கொண்டோம். தொலைக் காட்சியில் 'அவசர செய்தி' மீண்டும் ஒளிபரப்பாகின. பூமியில் காற்றளவு இன்று இன்னும் 15% குறைந்திருப்பதாக அறிவிக்கப்பட்டது. உடனடியாக மனித ஆயுள் அளவு குறைக்கப்பட்டு மேலும் ஒரு இலட்சம் பேருக்கு மரண தண்டனை வழங்கப்படலாம் என்று ஆலோசித்து வருவதாகவும் தெரிவிக்கப்பட்டது. மெல்ல மூச்சிரைக்க வெற்றுச் சுவரைக் கவனித்தேன். அங்குக் காற்றாடியின் நிழல் சுழன்று அசைந்து மீண்டும் சுழல்வதாக ஒரு நினைப்பு. "காற்று இருக்கு, நம்பு!" என்று மேலெழ முயன்ற சொற்களை உள்ளுக்குள்ளே அடக்கினேன்.

"இவற்றுக்குப் பின்பு, பூமியின் நான்கு திசைகளிலும் நான்கு தூதர்கள் நின்று பூமியின் மேலாவது, சமுத்திரத்தின் மேலாவது, ஒரு மரத்தின் மேலாவது, காற்று படியாதபடிக்கு, பூமியின் நான்கு காற்றுகளையும் பிடித்திருக்கக் கண்டேன்" என்று பைபிள் வசனத்தைக் கூறிவிட்டு ஜேம்ஸ் திடீரென முடிந்தவரை கத்தினான். அவனுடைய அப்பாவும் அம்மாவும் நாளை சுடப்படவிருக்கும் செய்தி அவனுடைய கைப்பேசியின் வாயிலாக மின்னஞ்சலில் வந்திருப்பதைப் படித்தேன். வந்த அழுகையையும் மூச்சிரைப்பையும் ஒன்றுசேர அடக்கிவிட்டு எவ்வித உணர்வும் இல்லாமல் ஜேம்ஸ் சன்னல் வழியாக எகிறிக் கீழே குதிப்பதைப் பார்த்துக் கொண்டிருந்தேன். எனதறையில் இப்பொழுது மேலும் கொஞ்சம் காற்று மிச்சப்படுத்தப்படுகிறது.

—

அவன்

தன்ராஜ் மணி

“குத்து... குத்து... குத்துடாஆஆ... ச்சை”

சீட்டிலிருந்து எழுந்து நின்று கத்திக்கொண்டிருந்த ஷ்யாம் சோர்ந்து இருக்கையில் விழுந்தார். அது நளினமாக குழைந்து அவரை உள்வாங்கிக் கொண்டது.

சிவா ஸ்கிரீனில் விரலை அழிப்பதுபோல் மெதுவாகத் தேய்த்தான், திரை அணைந்து கருத்தது.

“சிவா, ஷ்யாம் பக்கம் தன் இருக்கையைத் திருப்பி, “இன்னும் எத்தன நாள் இருக்கு நமக்கு?” என்றான்.

“சிக்ஸ் காட் டேம் டேஸ்” என்றார் ஷ்யாம். கருத்த திரையை வெறித்தபடி. நெற்றியை நீவிக்கொண்டே. “நம்ம எதையாவுது மிஸ் பண்ணிட்டோமா?” என்றார் கவலையாய்.

“எல்லா டாடா பாயிண்ட்சையும் செக் பண்ணிட்டேன், கணிப்புல ஒன் பர்செண்ட் கூட தப்பில்ல. அவன் வாங்குவான்னு சொன்ன ப்ராண்ட் டூத்பேஸ்ட்ல இருந்து, அவன் இன்னிக்கு சாப்பிடப் போற ஐட்டங்கள், அவன் போகப்போறான்னு சொன்ன சினிமா வரைக்கும் அல்காரிதம் என்ன சொன்னுச்சோ அதத்தான் பண்றான். இத மட்டும்தான் பண்ண மாட்டேங்கிறான்” என்றான் சிவா.

“அவனுக்கு தெரிஞ்சிருச்சோ?” என்றார் ஷ்யாம் பதட்டமாய்.

சிவா வாய் விட்டுச் சிரித்துவிட்டு, "ஒன்னு நான் சொல்லணும், இல்ல நீங்க சொல்லணும். இல்ல நம்ம டைரக்டரே அவன கூப்பிட்டு சொல்லி இருக்கணும்".

"ப்ச்... கண்டிப்பா வேற யாருக்கும் தெரியாதில்ல?"

"நம்ம கையையும், கண்ணையும் புடுங்கித்தான் இந்த இன்பர்மேஷனையெல்லாம் தெரிஞ்சிக்க முடியும், கண்டத கற்பனை பண்ணிக்காதிங்க. ஏன் இத பண்ண மாட்டேங்கிறானு யோசிப்போம். வாங்க பசிக்குது, சாப்ட்டு வந்தா ஏதாவுது தோணும்" என்றான் சிவா.

ஒரு பெருமூச்சோடு எழுந்து ஷ்யாம், சிவாவோடு நடக்க ஆரம்பித்தார்.

"இன்னிக்கு கண்டிப்பா நடந்திரும்னு நெனச்சேன் சிவா. அவன் கண்ண பாத்தியா அவ்ளோ குரோதம் இருந்தது அதுல" என்றார் ஷ்யாம். சிவா பதிலேதும் சொல்லவில்லை.

ஷ்யாம், "கோவமா பேசியிருந்தாகூட சந்தோஷப் பட்டிருப்பேன். இப்படி சிரிச்சி பேசிட்டு போய்ட்டான். நம்ம ப்ரோபைலிங்கே தப்புன்ற மாதிரில்ல ஆயிருச்சு" என்றார்.

சிவா, "கண்ல காமிச்சானே" என்றான்.

ஷ்யாம், "தட்ஸ் மை பாயிண்ட், கண்ல காட்ற ஆள் இல்லய்யா அவன், கைல காட்றவன்னு இல்ல அல்காரிதம் சொல்லுது, அப்ப ப்ரோபைலிங் தப்புதானே?" என்றார் சற்றே குரலை உயர்த்தி.

சிவா, "இன்னைக்கி கண் நாளைக்கு கை" என்றான் சிறு புன்னகையுடன்.

ஷ்யாம்,"ஒன் பர்செண்ட் கூட தப்பே இல்லாத கணிப்புனு சொன்ன அதே வாய், போய்யா. இன்னைக்கி வன்முறைல எறங்குவான்னு நாலு நாளா சொல்லிக்கிட்டு இருக்கு, அவன் ஜோரா கையகூட தட்ட மாட்டேங்கிறான்" என்றார் கடுப்பாக.

"இது நாலாவுது தப்பான ப்ரெடிக்ஷன், இதுல இருந்து என்ன கத்துக்குதுனு பாப்போம்" என்றான் சிவா.

"கிழிச்சது, இன்னிக்கு குத்துவானு சொன்னுச்சு, நாளைக்கு கத்தில குத்துவான்னு சொல்லும்" என்றார் ஷ்யாம்.

சிவா ஒன்றும் சொல்லவில்லை.

ஷ்யாம், சிவாவின் தோளில் அணைப்பது போல் கைபோட்டு, "ஸாரிய்யா, ஐ நோ இட்ஸ் யுவர் பேபி. பட் என்னவோ தப்பா இருக்கு."

அலுவலக காண்டீனுக்குள் நுழைந்தனர். சிவா பதிலேதும் சொல்லாமல், வெள்ளையாய் ஐஸ் பெட்டி போல் இருந்த ஒரு புட் டிஸ்பன்ஸர் முன் சென்று நின்றான். வெளிர் நீலக் கதிர்கள் அதனுள் இருந்து வந்து சிவாவின் உடலை வருடியது. "ஹேலோ சிவா" என்றது ஒரு பெண் குரல்.

"ஹேலோ" என்றான் சிவா.

"ஹைதராபாதி மட்டன் பிரியாணிதானே?"

"ஆமா"

"உங்க ஃபுட் அக்கவுண்ட் பாலண்ஸ் கம்மியா இருக்கு, உங்க பேங்க் அக்கவுண்ட்ல இருந்து எடுத்துக்கட்டுமா?" என்றது.

"சரி, இனிமேல் கேக்காத, நீயே டாப் அப் பண்ணிக்கோ," என்றான் எரிச்சலாக.

"நன்றி சிவா. இனி நானே செய்துக்கிறேன், பிரியாணி ஒரு நிமிஷத்துல வந்துடும்".

சரியாக ஒரு நிமிடத்தில் ஒரு ட்ரேயில், ஒரு அலுமினியம் பாயிலில் சிலிண்டர் போல் மடிக்கப்பட்ட கவரில் பிரியாணி வந்தது. எடுத்துக்கொண்டு ஷ்யாமைக் கண்களால் தேடினான். அவரும் ஒரு பொட்டலத்தைக் கையில் எடுத்துக்கொண்டு சிவாவை நோக்கி வந்து கொண்டிருந்தார்.

கையில் உள்ள கவரைப் பார்த்துவிட்டு "இன்னிக்கும் பிரியாணியா! உனக்கு போரே அடிக்காதாயா?" என்றார் ஷ்யாம்.

சிவா அங்கேயே மேல் கவரைப் பிரித்து இளமஞ்சள் நிறத்தில் சப்பாத்தி போல் இருந்த பிரியாணியைக் கடித்தான். அதை விழுங்கிவிட்டு முகத்தில் புன்னகை தவழ, "மூணு நேரமும் இதையே சாப்பிடச் சொன்னாலும் சாப்பிடுவேன்," என்றான்.

"என்ன கருமமோ போ," என்றார் ஷ்யாம். இருவரும் தங்கள் டெஸ்க் நோக்கி நடந்தனர். சிவா சாப்பிட்டுக்கொண்டே வந்ததால் இருவரும் எதுவும் பேசிக்கொள்ளவில்லை.

டெஸ்க் வருவதற்குள் சிவா அந்தச் சப்பாத்தி போல் உருட்டப்பட்ட பிரியாணியைச் சாப்பிட்டு முடித்துவிட்டான். கவரை டெஸ்க் அருகில் இருந்த சிறிய குப்பை இன்சினேட்டரில் தூக்கிப் போட்டுவிட்டு, தண்ணீர் குடித்தான்.

ஷ்யாமைப் பார்த்து "இந்த ப்ரோஜெக்ட் முடிஞ்சப்புறம் இந்த பிரியாணி ஃபாக்டரில சேந்து அவன் ரெசிப்பிய தூக்கறதுதான் முதல் வேல" என்றான்.

"இத மட்டும் நெனச்ச மாதிரி முடிச்சா அந்த பிரியாணி ஃபாக்டரிய சுத்திப்பார்க்க டைரக்டர்ட்ட இருந்து ஒரு ரெக்கமண்டேஷன் வாங்கித் தரேன்" என்றார் ஷ்யாம், தன் சாப்பாட்டுப் பொட்டலத்தை டெஸ்க்கில் வைத்துப் பிரித்துக்கொண்டே.

சிவா சிரித்துவிட்டு "ஃபாக்டரிய சுத்தி பாக்க பர்மிஷன் வாங்கறதை ஏதோ ஃபாக்டரியே எனக்கு வாங்கித் தரேனு சொல்ற மாதிரி சொல்றிங்க" என்றான்

ஷ்யாம் "ஜன்சேவா கவர்மெண்ட் ஏஜென்ஸி, இங்க அதுவே பெருசுதான். இவ்ளோ சென்சிடிவான தகவல்களோட விளையாட வேற எங்க உனக்கு வாய்ப்புக் கிடைக்கும். அதுதான் உனக்கு ஜன்சேவா தர பேர்க்."

சிவா புன்னகைத்துவிட்டு ஸ்கிரீனில் தன் ஆட்காட்டி விரலை வைத்தான், வெளிர் நீல ஒளி வெளிவந்து அவன் முகத்தை வருடிவிட்டு ஃபுட் டிஸ்பென்ஸரில் கேட்ட அதே

பெண் குரலில், "தயவு செய்து வலது கை முழுக்க பதியுமாறு வையுங்..."

அது சொல்லி முடிப்பதற்குள் அவன் முழு கையையும் ஸ்கீரினில் பதியுமாறு வைத்தான். திரை உயிர் பெற்றது.

"என்லார்ஜ்" என்றான், திரைக்குள் இருந்து மெல்லிய கண்ணாடித் திரைகள் மூன்று மேலும், இடமும், வலமுமாய் வெளிவந்து அத்திரையை நான்கு மடங்கு பெரிதாக்கியது.

"open poc" என்றான் சிவா. சொல்லிவிட்டு அவன் இரு கைகளையும் திரையின் மேல் முழுமையாய்ப் படும்படி வைத்தான், சிகப்பு நிறக் கதிர்கள் திரையின் உள்ளிருந்து வந்தன. கண்களை விரித்து அக்கதிர்களைக் கண்ணில் வாங்கினான்.

அவர்கள் அமர்ந்திருந்த அறையின் திரை மறைப்புகள் தானாகக் கீழறங்கின, திரைக்கு ஓரடிக்குப் பின்னால் நிற்பவர்கள் திரையில் தெரிவதைப் பார்ப்பதைத் தடுக்கும் மெல்லிய ப்ளாஸ்டிக் படலம் திரையில் பரவியது.

"கீ போர்ட்" என்றான் சிவா, திரைக்குக் கீழ் இருந்து வெண் ஒளி தோன்றி திரைக்கு முன்னால் ஒரு கீ போர்டை வரைந்தது.

சில கட்டளைகளை வேகமாக கீ போர்டில் தட்டினான், பல வண்ணங்களில் வரைபடம் போல் ஒன்று திரையில் எழுந்து வந்தது.

"ஒக்கே, எல்லாத்தையும் ஒரு தடவ பாத்திருவோம், அவன் டி.என்.ஏ. அனாலிஸிஸ் வன்முறைக்கான நாட்டம் இருப்பதற்கான சாத்தியம் நூறு பர்செண்ட்னு சொல்லுது. இதே டி.என்.ஏ ஹாப்லாக்ரூப்ல இருக்க இவனோட க்ளோஸ் மாட்சிங் ஸ்ட்ராண்ட்ஸ் இருக்க ஐம்பது பேரோட ஹிஸ்டரி பாத்ததுல ஐம்பது பேரும் ஒன்னு ஜெயில்ல இருக்கான், இல்ல வன்முறைல ஈடுபடும்போது செத்துப் போய் இருக்கான், ஸோ டி.என்.ஏ. அனாலிஸிஸ் ரிசல்ட் சரினு ஊர்ஜிதமாகுது.

"அடுத்து அவன் குடும்பம், வாழ்ற எடம் எட்சட்ரா... அவனோட அப்பா கூலிக்கு கொலை பண்ற ஆள், வாழ்ற

எடம் வன்முறையின் விளை நிலம்,அவனோட ஆதார குணத்த மழுங்கடிக்க, இல்ல மட்டுப்படுத்த, எந்தப் புறச் சூழ்நிலையும் இல்ல. சொல்லப்போனா அதிகப்படுத்தும்னு அனாலிஸிஸ் சொல்லுது. ஒரு ட்ரெயிண்டு அசாசினுக்கு இருக்க எல்லா குணாதிசயங்களும் இந்த வயசுலயே அவனுக்கு இருக்குனு சொல்லுது. இதையும் ஐம்பது ஹிஸ்டாரிகல் கேஸஸோட கம்பேர் பண்ணியாச்சு, சரியா மாட்ச் ஆகுது."

"அடுத்து அவனோட தனிப்பட்ட அனாலிஸிஸ். அவனுக்கு இப்போ இருபது வயசாகுது. அவன் பொறந்ததுல இருந்து இப்போ வரைக்கும் அவன் பொது எடத்துல இருக்கும்போது எடுக்கப்பட்ட சிசிடிவி, சாட்டிலைட் ட்ராக்கிங் விடியோஸ் எல்லாம் அவன் யாரையாவது அடிக்கவோ, சண்டைக்கு இழுக்கவோ யாரும் அவன தூண்டவே வேண்டாம் அவனே தானா அதைச் செய்வானு காட்டுது. அவன் முகத்தையும் கண்ணையும் மட்டும் அனலைஸ் பண்ணதுல ரொம்ப சாதாரணமான விஷயங்கள்கூட அவன கோபப்படுத்துதுனு தெரியுது."

"இப்போ நம்ம அல்காரிதத்தப் பாப்போம், அவனோட இந்த மொத்த வரலாற்றையும், ஒவ்வொரு நாள் நடத்தையையும், அவன் வாங்குற ஐட்டங்கள், அவன் நண்பர்கள்னு எல்லாத்தையும் அக்கு வேறு ஆணி வேறா பிரிச்சு மேய்ஞ்சு வெச்சிருக்கு, பத்தாததுக்கு இந்த இருபத்து நாலு நாளா ஒவ்வொரு நிமிஷமும் அதுக்கு அவனப் பத்தின லைவ் டாடா குடுத்துகிட்டே இருக்கோம். அவன் அடுத்து என்ன பண்ணப் போறானு, இந்த இருபத்து நாலு நாள்ல 99.95 சதவீதம் சரியா சொல்லி இருக்கு.

அதுல வன்முறை கணிப்ப மட்டும் பிரிச்சு பாப்போம்."

"மானிடரிங் ஆரம்பிச்ச மூணாவது நாள், கூடப் படிக்கிற பையன அடிப்பானு சொன்னுச்சு, அடிச்சான். எட்டாவது நாள் அவன் காதலிக்கிற, அவன காதலிக்காத கூட படிக்கிற பொண்ணோட சண்டைக்குப் போவானு சொன்னுச்சு, அவள அறைஞ்சே அறைஞ்சுட்டான், பதினாலாவது நாள்

கேண்டீன்ல சண்டை இழுப்பானு சொன்னுச்சு, ரெண்டு பேரு சட்டைய கிழிச்சான்.

அதுக்கப்புறமும் சின்னச் சின்ன அடிதடி, எல்லாம் சரியாத்தான் இருக்கு. ஆனா மூணு நாளா கேண்டீன் சண்டைல அடி வாங்காம தப்பிச்ச பையன அடிப்பானு திரும்ப திரும்ப சொல்லிட்டு இருக்கு, இன்னையோட சேத்து நாலாவது தடவ அவன் அதை பண்ணல. ஸோ, கணிப்புல கடைசி நாலு நாள்லதான் தப்பு இருக்கு, மத்த இருபது நாளும் சரியாத்தான் இருந்திருக்கு. இந்த நாலு நாள்லயும் கூட மத்த விஷயத்துல எல்லாம் சரியா இருக்கு, இத தவிர்த்து. இதான் ஸ்டேடஸ்.

“ம். ஆட்டோ லேனிங் ரிசல்ட் என்ன?” என்றார் ஷ்யாம்.

“நீங்க சொன்னதுதான், கணிப்பு தவறிப் போகல, அவன் நடத்தைய வெச்சு பாக்கும்போது அவன் கோவத்த அடக்கி வெச்சுக்கிட்டு இருக்கான், நாளைக்கு பெருசா ஏதாவது பண்ணப் போறானு சொல்லு”.

“அப்போ ஒரு எழவும் கத்துக்கல அது! என்ன ராஷனல், எத வெச்சு சொல்லுது?” என்றார் ஷ்யாம் தண்ணீருக்குக் கை நீட்டியபடி.

சிவா தண்ணீரை எடுத்து அவரிடம் கொடுத்துவிட்டு, மீண்டும் கீ போர்டில் வேகமாகத் தட்டினான், திரை வரிசைக்கிரமமாய் பல வரிகளைக் காட்டியது. சிவா அவற்றை வாசித்துவிட்டு நிமிர்ந்தான்.

“கண்ல குரோதம், முஷ்டி மடக்கின கை, அடிக்க வேண்டியவன தாண்டி போனப்பறம் அவன் முகத்துல வந்த சிரிப்பு, அவன் கை முடி சிலிர்த்துக்கிட்ட விதம், இப்படி எல்லாமே பிசிக்கல் அனாலிஸிஸ் ராஷனல்தான்” என்றான் சிவா.

“ப்ச், நேத்தும் இதேதான் இல்ல. சைக்கோ அனாலிஸிஸ் ராஷனல் ஒன்னு கூட இல்லயா?” என்றார் ஷ்யாம்.

“அது எக்கச்சக்கமா இருக்கறதால தனியா லிஸ்ட் பண்ணலனு சொல்லுது, வேணா அத தனியா எடுத்து பாக்கலாம்.”

“டைம் வேஸ்ட் விடு, இப்போ என்ன பண்றான்?”

சிவா திரையின் இடது ஓரத்தைத் தன் இடக்கை ஆட்காட்டி விரலால் தட்டினான், ஒரு உடற்பயிற்சிக் கூடத்தில் கூட்டமாக சில இளைஞர்கள் அமர்ந்து சிரித்துப் பேசிக் கொண்டிருந்த காட்சி திரையில் தோன்றியது. சிகப்பு வட்டம் ஒன்று அதில் ஓர் இளைஞன் மேல் நிலை கொண்டிருந்தது. அவனும் சிரித்துக் கொண்டிருந்தான்.

ஷ்யாம் திரையில் அந்த இளைஞனையே உற்றுப் பார்த்துக் கொண்டிருந்தார். ‘இன்னும் ஆறு நாள் தொடர்ச்சியா இது சொல்றத அவன் செய்யலனா மொத்தத்தையும் ஊத்தி மூடிருவாங்க தெரியும்ல?” என்றார் சிவாவை நோக்கி.

சிவாவும் அவனையே திரையில் பார்த்துக்கொண்டிருந்தான். “முதல் இருபது நாள் இவன் இப்படியெல்லாம் சிரிச்சதே இல்ல. கவனிச்சிங்களா, இந்த நாலு நாளா ரொம்ப சிரிக்கிறான்” என்றான்.

“சிரிப்புக்கு பின்னாடி கோபத்த மறைக்கிறானு உன் அல்காரிதம் சொல்லுதே” என்றார் ஷ்யாம்.

“கோபத்த மறைக்கிறானா, இல்ல...” என்றுவிட்டு கீ போர்டில் மீண்டும் வேகமாகச் சில கட்டளைகளைத் தட்டினான். வேறு சில காட்சிக் கோர்வைகள் திரையின் வலது புறத்தில் தோன்றின.

சிறிது நேரம் அவற்றைப் பார்த்துவிட்டு, சிவா “பாருங்க, இதெல்லாம் மொதல் இருபது நாள்ல அவன் கோபத்த அடக்க முயற்சி பண்றானு வந்த அனாலிஸிஸ் ரிசல்ட்ஸ். ஒரு எடத்துலகூட சிரிக்கல, கைய பின்னாடி கட்றான், இல்லாட்டி முஷ்டி மடக்கி எது மேலயாவுது தேய்க்கிறான், ஒரு வாட்டி கூட இந்த சிரிப்ப சிரிக்கல” என்றான்.

ஷ்யாமும் பாத்துவிட்டு "யூ ஆர் ரைட்" என்றார் விழி விரிய, "அப்போ இந்த சிரிப்பு பத்தின அனாலிஸிஸ் தப்புனு சொல்றியா?"

"இல்ல, அது சரிதான், அந்தச் சிரிப்புக்கு அதான் அர்த்தம். ஆனா அதை நாலு நாளாதான் பண்றான், அதுக்கு முன்னாடி பண்ணதே இல்ல, அதான் நெருடலா இருக்கு" என்றான் சிவா.

"அந்தச் சிரிப்ப தள்ளி வெச்சுட்டு மத்ததை மட்டும் வெச்சு கணிக்கச் சொல்லு" என்றார் ஷ்யாம் பரபரப்பாக.

சிவா மீண்டும் வேகமாக கீ போர்டில் தட்ட ஆரம்பித்தான். ஷ்யாம் பொறுமை இல்லாமல், "ப்ச். இன்னும் 2020ல யூஸ் பண்ணதெல்லாம் பண்ணிட்டு இருக்க. இப்போ 2080 யா. முதல்ல இதுக்கு வாய்ஸ் ரெகக்னிஷன போட்டு விடு, நச நசனு டைப் பண்ணிகிட்டு" என்றார். "எனக்கு இதான் பிடிச்சிருக்கு" என்றான் சிவா தட்டிக்கொண்டே. ஷ்யாம் "இந்தக் காலத்துலயும் பிரியாணி திங்கறவந்தானே நீ, அப்ப இதான் பிடிக்கும். அப்பெல்லாம் கண்ணாடினு ஒண்ணு போடுவாங்களாம் கண்ணுக்கு மேல அதையும் போட்டுக்கோ, ஒரு ஆதிகால ஸ்பெஸிமென் மாதிரி இருப்ப" என்றார் உரக்கச் சிரித்தபடி. திரையில் வரிகள் மாறின.

சிவா பெருமூச்சுடன், "அதேதான் சொல்லுது, கோபத்த மறைக்கிறானு, சிரிப்பு பல ராஷனல்ல ஒன்னு. ஆனா எனக்கு இந்த சிரிப்பு முக்கியமா படுது" என்றான்.

"என்னய்யா சொல்ல வர" என்றார் ஷ்யாம் எரிச்சலாக.

சிவா அவர் பக்கம் திரும்பினான். "என் உள்ளுணர்வு சொல்லுது அவன் மாறிட்டு வரான், இந்தச் சிரிப்பு அதுக்கான முதல் அறிகுறி."

"அவன் மாறுறான்னா உன் அல்காரிதம் அதைச் சொல்லுமே?"

சிவா சிரித்தான். "அல்காரிதம் வெளிய இருந்து உள்ள போறத வெச்சு கணிக்கறது, உள்ளயே ஏதாவது மாறுச்சுனா

அந்த மாற்றத்தோட விளைவால ஏதாவது சம்பவம் நடந்தப்புறம் தான் அதுல இருந்து கத்துக்கும்."

ஷ்யாம், "உன் லாஜிக்படியே வருவோம், அவனுக்குள்ள அப்படி ஏதாவது மாறுறதுக்கு வெளிய இருந்து ஏதாவது அவனுக்குள்ள போகனும்ல, இந்த இருபத்தி நாலு நாளா அவனோட ஒவ்வொரு அசைவும் நமக்குத் தெரியும், வெளிய ஒரு மாற்றமும் இல்ல, அப்புறம் எப்படி?" என்றார்

சிவா "அதான் எனக்கு குழப்பமா இருக்கு..." என்றுவிட்டு மீண்டும் சில கட்டளைகளைத் தட்டினான். "நாளைக்கான கணிப்பு."

ஷ்யாம் திரைக்கு அருகில் வந்து பார்த்தார் "வயலன்ஸ் மட்டும் பில்டர் பண்ணு" என்றார். செய்தான்.

"சுத்தம்" என்றுவிட்டு தன் இருக்கைக்குச் சென்று அமர்ந்து தலையைப் பிடித்துக் கொண்டார். சிவா திரையைப் பார்த்தான். இருபது வயது ஆணைத் தாக்குவான் எனப் போட்டிருந்தது.

"நாளையோட அஞ்சாவுது நாள்" என்றான் சிவா.

"நீ என்ன நினைக்கிற?"

சிவா, "தரவுகள் படி இது நடந்தே ஆகணும், அல்காரிதத்தோட கணிப்புல தப்பே இல்ல, ஆனா நடக்கும்னு எனக்குத் தோணல," என்றான்.

"வாய கழுவுயா. இந்த பிஒசி மட்டும் சக்ஸஸ் ஆச்சுனா எத்தன குற்றங்கள அரசாங்கத்தால நடக்கறதுக்கு முன்னாடியே தடுக்க முடியும்னு யோசிச்சுப் பாரு. ஏதாவது பண்ண முடியாதா?"

"எல்லாமே சரியாதான இருக்கு, அவன் செய்யணும், செய்ய மாட்டேங்கிறான், நாமளே போய் அவன செய்ய தூண்டினாத்தான் உண்டு" என்றான் சிவா.

“சரி, எல்லா மானிடாரிங்கையும் ஜாஸ்தி பண்ணு, உன் அல்காரிதத்த தொடர்ச்சியா அனலைஸ் பண்ணிட்டே இருக்கச் சொல்லு, என்ன நடக்குதுனு பாப்போம்.” என்றார் ஷ்யாம்.

அடுத்த நாளும் பல வாய்ப்புகள் அமைந்தும் அவன் அடிக்கவில்லை. தொடர்ச்சியாக ஒன்பதாம் நாள் வரை அடிப்பான் என்றே கணிப்பு வந்தது, அவன் அடிக்கவில்லை.

பத்தாவது நாள் ஷ்யாமும், சிவாவும் மழிக்காத தாடியும், தூக்கம் இல்லாமல் வீங்கிய கண்களும், சோகம் அப்பிய முகமுமாய்த் திரையின் முன் அமர்ந்திருந்தனர்.

“காலைல இருந்து ஒரு எழவும் பண்ணல இவன். இன்னைக்கும் அதே கதைனா இழுத்து மூட வேண்டியதுதான், டைரக்டர் வேற கூப்டு கேட்டுகிட்டே இருக்கார்” என்றார் ஷ்யாம்.

இருவரும் திரையில் ஃபுட் டிஸ்பென்சர் முன் நின்று கொண்டிருந்தவனைப் பார்த்துக் கொண்டிருந்தனர். அவன் உணவை எடுத்துக்கொண்டு நண்பர்கள் அமர்ந்திருக்கும் மேஜை நோக்கி நடந்தான்.

பத்து நாள் முன்னால் அடிக்குத் தப்பியவன் இவன் நண்பர்கள் இருக்கும் மேஜையைக் கடந்து கொண்டிருந்தான். நடக்கும்போது அவன் கைபட்டு மேஜையில் இருந்த கோப்பை உருண்டது.

அமர்ந்திருந்த ஒருவன் எழுந்து அவன் முகத்தில் அறைந்தான், மற்ற இருவர் அதே சமயம் எழுந்து அவனைத் தாக்க ஆரம்பித்தனர். சில நிமிடங்களில் பலர் வந்து விலக்கிவிட, அடிபட்டவன் எழுந்து ஓடினான், மூவரும் மீண்டும் மேஜையில் அமர்ந்தனர். உணவுத் தட்டுடன் நின்று பார்த்துக் கொண்டிருந்தவன் இப்போழுது தன் நண்பர்கள் இருந்த மேஜைக்குச் சென்று அமர்ந்தான்.

ஷ்யாம், “வாட்! நின்னு பாக்கறான் சிவா, டிட் யூ ஸீ தட்! நின்னு பாக்கறான். அன்பிலிவபிள்!” என்றார்.

சிவா ஒன்றும் சொல்லாமல் அவன் நண்பர்களுடன் பேசுவதைக் கவனித்துக் கொண்டிருந்தான்.

ஷ்யாம், “இனிமே பாத்து என்ன பண்ணப் போற, அதான் கணிப்பு தப்பா போச்சே, கண்ணு முன்னாடி நடக்கறத பாத்துட்டு அடிக்காம நிக்கறான், இவனெங்க அடிக்கப் போறான், புல்ஷிட் ப்ரெடிக்ஷன்ஸ். மானிடரிங் ஸ்டாப் பண்ணிடு, எல்லாத்தையும் ஆர்க்கைவ் பண்ணிட்டு ப்ரோஜெக்ட் க்ளோஸர் ரிப்போர்ட் சப்மிட் பண்ணிரு. நான் நேர்லயே போய் டைரக்டர பாத்து சொல்லிட்டு வரேன்” என்று சொல்லிவிட்டு எழுந்து போனார்.

சிவா கண்ணில் கோர்த்த நீரின் மங்கலான ஒளியில் திரையில் தெரிந்தவனை வெறித்துக் கொண்டிருந்தான். அவன் தன் நண்பர்களுடன் வெளியே செல்ல வாசல் நோக்கி நடந்தான்.

சிவா திரையில் தன் விரல்களால் தன் முதுகை காமிராவுக்குக் காட்டிக்கொண்டு சிகப்பு வட்டத்துக்குள் இருந்தவனை இருமுறை தொட்டான், அவனைக் கண்காணித்துக் கொண்டிருந்த காமிரா ஜூமை உள் கொண்டு சென்றது. திரையில் அவன் நண்பர்கள் மறைய அவன் காமிராவுக்கு முதுகு காட்டி நடப்பது மட்டும் மிக அருகில் தெரிந்தது. முன்னால் பார்த்து நடந்து கொண்டிருந்தவன் ஒரு நொடிக்கும் குறைவான சமயம் தன் தலையை வலது புறம் திருப்பிவிட்டு மீண்டும் திரும்பிக்கொண்டான்.

சிவா சேரில் இருந்து துள்ளி எழுந்தான். கண்களைத் துடைத்துக்கொண்டு அந்த காட்சியை மீண்டும் ஒரு முறை ஓட்டிப் பார்த்தான், மனப்பிரமையல்ல, கண்டிப்பாகத் தலையைத் திருப்புகிறான். கீ போர்டில் அவன் இதயம் தடதடக்கும் வேகத்தில் கட்டளைகளைத் தட்டினான். பல காட்சித் துணுக்குகள் திரை முழுக்க எழுந்து வந்தன. அனைத்திலும் ஒரு நொடிக்கும் குறைவாகத் தன் தலையைத் திருப்பியவண்ணம் இருந்தான் அவன், ஆனால் காமிராவை நேராகப் பார்க்கவேயில்லை.

சிவாவின் முகத்தில் பெரிய புன்னகை அரும்பியது, "அப்கோர்ஸ்!" என்றான் வாய்விட்டு.

ஷ்யாம் அறைக்குத் திரும்பியபோது சிவா தன் டெஸ்கில் உட்கார்ந்து நிதானமாக பிரியாணியைக் கடித்துக் கொண்டிருந்தான். ஷ்யாம் ஆச்சரியமாக அவனைப் பார்த்துவிட்டு, "என்னய்யா கொஞ்சம்கூட வருத்தமே இல்லயா உனக்கு, உடஞ்சு போய் உட்கார்ந்திருப்பனு நெனச்சேன்" என்றார்.

சிவா, "நீங்களும் பெருசா வருத்தப்பட்ட மாதிரி தெரியலயே" என்றான் சிரித்துக்கொண்டே.

ஷ்யாம் "போகும்போது கிட்டத்தட்ட அழுதுகிட்டுதான் போனேன், ஆனா டைரக்டரோட முடிவ கேட்டு டான்ஸ் ஆடாத கொற. வந்து உன்னையும் சந்தோஷப்படுத்தலாம்னா ஏற்கெனவே உன் பிரியாணியோட தியான நிலைல இருக்க" என்றுவிட்டு தொடர்ந்தார். "போய் மொத்த ப்ரூப் ஆப் கான்செப்ட்டையும் ஒரு தடவை சொன்னேன், முழுசா கேட்டுட்டு டைரக்டர் தப்புக்கான சதவீதம் ரொம்ப கம்மியாதானே இருக்கு, இதுக்கு நாம ஒரே ஒரு ஆளை யூஸ் பண்ணது கூட காரணமா இருக்கலாம், ஒரு பத்து பேரை செலக்ட் பண்ணி இதையே இன்னும் ஒரு முப்பது நாளைக்கு முயற்சி பண்ணுங்கனு சொல்லிட்டாரு" என்றார் உற்சாகமாக.

சிவா, "அது வேஸ்ட் ஆப் டைம்" என்றான்.

ஷ்யாம் புரியாமல், "வொய்?" என்றார்.

"அவன் அதை செய்யாததுக்கு காரணம் எனக்குத் தெரிஞ்சிருச்சு."

ஷ்யாம் "என்னது?" என்றார் ஆர்வமாக.

சிவா திரையில் அவன் திரும்பும் காட்சித் துணுக்குகளை ஓடவிட்டான்.

ஷ்யாம், "காமிராவ பாக்குறான், காமிராவ பாக்குறான், நான் அப்பவே சொல்லல, அவனுக்குத் தெரிஞ்சிருச்சு" உற்சாகத்தில் குதித்துக் கொண்டிருந்தார்.

சிவா "நல்லா பாருங்க அவன் காமிராவ பாக்கல, இன்பேக்ட் காமிரா இருக்க திசையவே பாக்கல, தேவையில்லாம அனிச்சை செயல் மாதிரி அந்தப் பக்கம் திரும்புறான்." என்றான்.

ஷ்யாம் மீண்டும் ஒரு முறை பார்த்துவிட்டு, "ஆமா... அப்போ அவன க்ளோசா நாம கண்காணிக்கறது தெரியலனு சொல்றியா?" என்றார் குழப்பமாக.

சிவா "பல தலைமுறையா சிசிடிவி முன்னாடியேதான் நம்மெல்லாம் பொறந்து வளர்ந்து செத்தும் போறோம். சிசிடிவி பத்தின பிரக்ஞை நம்ம யாருக்குமே இல்ல. யாராவது நம்ம முதுகுக்குப் பின்னாடி பாத்தா திரும்பிப் பாக்குறோம். ஆனா இருபத்தி நாலு மணி நேரமும் நம்மள பாத்துட்டு இருக்கறதால சிசிடிவிக்கு நம்ம சென்ஸஸ் ரியாக்ட் பண்றதில்ல. நம்ம உடம்பு இந்த சிக்னலை எல்லாம் நம்ம மூளைக்கு அனுப்பறதில்ல. ஆனா இவன் கொஞ்சமா ஒரு பக்கமா திரும்பறது உடம்பு சிக்னலை அனுப்பாமலே அவன் மூளை அதை அவதானிக்க ஆரம்பிச்சிருச்சின்னு நான் நினைக்கிறேன்."

ஷ்யாம், "யோவ் கொழப்பாத, புரியும்படியா சொல்லு" என்றார்.

சிவா சட்டென்று எழுந்து இன்சினிரேட்டருக்குள் கையை விட எத்தனித்தான். ஷ்யாம், "ஏய்ய், என்ன பண்ற" என்று கத்திக்கொண்டு ஓடி வந்து அவனைப் பின்னால் இழுத்தார்.

சிவா அவரைப் பார்த்துப் புன்னகைத்துவிட்டு "இப்ப என்ன பண்ணிங்க?" என்றான்.

ஷ்யாம் "லூசாயிட்டியா நீ, கை பொசுங்கி இருக்கும் நான் இழுக்கலனா" என்றார்.

சிவா "ஆமா. என்ன காப்பாத்தணும்னு ஏன் உங்களுக்கு தோணிச்சு?" என்றான்.

"ஓங்கி மிதிக்கப் போறேன் உன்ன, என்னய்யா கேள்வி இது?"

"காரணம் இருக்கு, சொல்லுங்க."

ஷ்யாம், "ஒருத்தர் ஆபத்துல இருந்தா காப்பத்தணும்னு தோன்றது மனித இயல்புயா" என்றார் சலிப்புடன்.

சிவா "இத வேற மாதிரியும் சொல்லலாம். என் கை இன்சினிரேட்டர தொடக்கூடிய தூரத்தை தாண்டும்போதே உங்க மூளை கை பொசுங்கப் போறத பாத்துருச்சு, உங்கள காப்பாத்திக்கச் சொல்லி அலர்ட் பண்ண தயார் ஆயிருச்சு, உங்க கை மூளைகிட்ட நான் இன்சினிரேட்டர் பக்கத்துல இல்லனு ஒரு சிக்னல் உடனே அனுப்பிருச்சு. ரெண்டையும் ப்ராஸஸ் பண்ணி கை வேற ஒருத்தனுக்கு பொசுங்கப் போகுது, அவனக் காப்பாத்துனு உங்களுக்கு சொல்லிருச்சு, நீங்க அதுக்கு ரியாக்ட் பண்ணிட்டிங்க. சிம்பிளா சொல்லணும்னா எனக்கு நடக்கப் போறத தனக்கு நடக்க போறதா உங்க மூளை, குறிப்பா அதில் உள்ள மிரர் நியூரான்ஸ் பிராசஸ் பண்ணினதுதான் என்ன காப்பாத்த தூண்டுனதுக்கான முதல் காரணம் இல்லயா?"

"இதுக்கும் நம்ம அல்காரிதத்துக்கும் என்ன சம்மந்தம்?"

சிவா, "உங்க மூளைல நடந்த அதே ப்ராஸஸ் என் மூளையிலயும் நடந்தது, அவன காப்பாத்துனு சொல்றதுக்கு பதிலா உன்ன காப்பாத்திக்கோனு என்கிட்ட என் மூளை சொன்னது. ஆக ரெண்டு பேர் மூளையிலயும் அந்த நொடில அதே கை, அதே பொசுங்கல் அதே காப்பாத்துதான். என் மூளை உங்க மூளைய உணருது, உங்க மூளையும் என் மூளைய உணருது, மிரர் நியூரான் தயவால."

ஷ்யாம் "இது கண்ணால பாத்தாதானே, அவந்தான் பாக்கலயே" என்றார் பொறுமையிழந்து.

சிவா "மூளை கண்ணால மட்டும் இல்ல வேறொரு வழியாவும் பாக்கும், பளைண்ட் சைட் கேள்விப்பட்டிருக்கீங்க இல்ல, கண்ணு பாக்க முடியாததை கூட அதால பாக்க முடியும். கண்ணு தெரியாதவங்களுக்கு இந்த ப்ளைண்ட் சைட் ரொம்ப பலமா வேலை செய்யும்னு நிரூபிச்சிருக்காங்க. ஒரு புலன் சரியா வேல செய்யாம போகும் போது மூளை இன்னொன்னை வெச்சு அதை ஈடு செய்ய பழகிடும். உடம்பு சிசிடிவிக்கு எந்த சிக்னலும் கொடுக்காம போச்சு அதனால மூளை அதை வேற ஒரு வழில உணர ஆரம்பிச்சிருச்சினு நான் நினைக்கிறேன். பிளைண்ட் சைட் மாதிரி பிளைண்ட் அவேர்னஸ் இல்ல இண்டியூஷன்னும்

சொல்லலாம்.. ஒரு உள்ளுணர்வு. இவன மாதிரி எந்நேரமும் குற்றத்தை பத்தி சிந்திச்சிட்டு இருக்கவனோட மூளைக்கு கண்காணிக்கப்படுறதை தெரிஞ்சிக்க வேண்டிய அவசியம் ரொம்ப இருக்கு." என்றுவிட்டு தொடர்ந்தான்.

"நம்ம அல்காரிதம் சாதாரண மனித மூளையவிட பல மடங்கு தகவல் கொண்ட பெரிய மூளை, ஆனா தகவல்கள் மட்டுமே மூளை ஆயிடாது. அதுக்கு மனுஷங்களுக்கு இருக்க இந்த பிறரை உணர்தல்ன்ற உள்ளுணர்வு இல்ல. நம்ம கிட்ட இருக்க தகவல்கள் எல்லாம் தனித்தனியா ஒவ்வொருத்தர் பத்தியும் சேகரிச்சு அத கூட்டி பெருந்தகவலாக்கி வெச்சிருக்கோம். இந்த தனித்தனி தகவல்களை நம்ம கூட்டியோ கழிச்சோ ஒரு முடிவுக்கு வரோம். நடைமுறைல இதெல்லாம் ஒன்னோடு ஒன்னு முயங்கி, அவனோட மூளை அதை ப்ராஸஸ் பண்ணும்போது வேற ஒன்னா ஆகுது. அவன் புலன்கள் உணரும் விஷயங்கள நம்மால தகவலாக்க முடியுது, ஆனா அதை மூளை வேற விதமா உணர்ந்துக்கும்போது அது தகவலா ஆகல. அதுவுமில்லாம, அவன மாதிரி பலமா குற்றப் பின்னணி உள்ள டி.என்.ஏ உள்ளவங்களுக்கு இந்த மாதிரி நுண்ணுணர்வு ரொம்ப அதிகம், அவனால ரொம்ப சுலபமா இதைத் தாண்டிப் போக முடியும், இதால அவனோட இந்த உள்ளுணர்வைக் கணிக்க முடியாது, ஸோ, இத கண்டினியூ பண்றதுல ஒரு ப்ரயோஜனமும் இல்ல" என்றான்.

ஷ்யாம் சற்று நேரம் அமைதியாக இருந்தார். "அவன் எவால்வ் ஆயிட்டானு சொல்றியா?" என்றார் நம்பமுடியாமல்

சிவா "எல்லா டி.என்.ஏ மியுடேஷனும் இப்படி எங்கேயாவது சாதாரணமாத்தான் ஆரம்பிக்கும். இது என்னோட யூகம்தான் இப்போதைக்கு. உள்ளுணர்வுன்னு ஒன்னு இருக்கலாம், இல்லாமப் போகலாம் ஆனா இப்ப அதை வச்சுதான் என்னால இவனைப் புரிஞ்சிக்க முடியுது."

ஷ்யாம் "அவ்ளோதான் அப்போ?"

சிவா புன்னகைத்தான். "அப்படியெல்லாம் விட்டுட முடியுமா? அறிவியல் முட்டுச் சந்துல தலைய முட்டி முட்டி

அத ஹைவே ஆக்கறதுதான நம்ம வேல. இந்த உள்ளுணர்வு இருக்கா, இருந்தா எப்படிப்பட்டது? இதைத் தெரிஞ்சிக்க வேண்டிய இடத்துக்கு வந்தாச்சு. இந்த உள்ளுணர்வைக் கணிக்கனும்னா எனக்கும் உங்களுக்கும் அவனுக்கும் எல்லா மனுஷங்களுக்கும் இருக்க இந்த இணைந்து அதிரும் கூட்டு நனவிலில ஒரு பகுதியா இந்த சிஸ்டம் மாறணும், அப்படி இணைஞ்சப்பறமும் இதையெல்லாம் வெளிய இருந்தும் பாக்கணும். அது முடியும்னா சாத்தியம்தான்." என்றான்.

"ம்ம்ம்... அதாவுது இருக்கவும் செய்யணும், இல்லாமலும் ஆகணும், நான் போயிட்டு வந்த கொஞ்ச நேரத்துல இதையெல்லாம் யோசிச்சு வெச்சுட்டியா" என்றார் ஷ்யாம்.

"இந்த தாட் எல்லாம் ரொம்ப பழசு. 'உளன் என இலன் என இவை குணம் உடைமையில் உளன் இரு தகைமையொடு ஒழிவு இலன் பரந்தே' னு பல நூற்றாண்டுக்கு முன்னாடி பாட எந்த உள்ளுணர்வு காரணமா இருந்ததோ அந்த உள்ளுணர்வை அல்காரிதத்துல கோட் பண்ண நம்ம மூளையக் கொஞ்சம் கசக்கணும். ஒரு பல்லாயிரத்தாண்டு சவால்." எனச் சிரித்தான் சிவா.

—

கடவுளும் கேண்டியும்

நகுல்வசன்

'**பி**ராட்வே'யும் 'எஸ்பிளனேடு'ம் கூடுகிற சந்தியில் ஆபத்தில்லாத ஓரத்தில் நின்றுகொண்டு வெகு தீவிரமாக தன் ஐஃபோனைப் பார்த்தவாறே ஊபருக்காகக் கந்தசாமி காத்திருந்தான். ரெட் லைன் பிடித்து சவுத் ஸ்டேஷனிற்குச் சென்று அங்கிருந்து கம்யூட்டர் ரயில் பிடித்தால் மான்ஸ்ஃபீல்ட் ஸ்டேஷனை நாற்பது நிமிடத்திற்குள் எட்டி அங்கிருந்து ஐந்து நிமிடங்களில் வீடு போய்ச் சேர்ந்துவிடலாம். குறைந்தபட்சம் முப்பது டாலர்களாவது மிச்சம். கண்டக்டர் டிக்கெட்டை 'பன்ச்' செய்யவில்லை என்றால் கூடுதல் பத்து டாலர்கள் லாபம். ஆனால் விடுமுறை நாள் என்பதால் கம்யூட்டர் ரயில் நேரம் பயணிகள் தேவைக்கேற்ப பொருந்தி அமையவில்லை, அவன் சவுத் ஸ்டேஷனில் ஒரு மணி நேரத்திற்கும் மேலாகவே காத்திருக்க வேண்டும். இதிலும் ஓர் அனுகூலம் இருக்கிறது, அரை கப் பீட்ஸ் காப்பி குடித்துவிட்டு ரயிலைப் பிடிக்கலாம். ஊபரில் போனால் பீட்ஸ் காப்பி கிடையாது. ஆனால் மான்ஸ்ஃபீல்ட் ஸ்டேஷனிலிருந்து வீட்டிற்குச் செல்ல மனைவியைத் தொல்லை செய்ய வேண்டும். வீண் வம்பெதற்கு என நினைத்துக் காசு போனாலும் பரவாயில்லை என்று ஊபரை அழைத்துவிட்டான்.

இப்படியாகக் கேண்டி என்ற கந்தசாமி லோக விசாரத்தில் ஈடுபட்டிருக்கும்போதுதான் அவனுக்குக் கடவுள்

பிரசன்னமானார். எதிர்பட்டவனின் முகத்தில் தமிழ்க்களை தட்டுப்பட்டதால் தமிழன் என்பதை அவனிடமே கேட்டு ஊர்ஜிதப்படுத்திக்கொண்டு, "ஐயா ஃபாக்ஸ்பரோவிற்கு எப்படிப் போகிறது?" என்று கேட்டார்.

"டிரெயினிலும் போலாம், ஊபர் பிடித்தும் போகலாம், ஏன் VR-இல் போகாமலே போகலாம், ஆனால் கேட்டுக் கேட்டு நடந்து மட்டும் போக முடியாது. மதுரைக்கு வழி வாயிலிருந்தாலும் அனைத்துப் பாதைகளும் இக்காலத்தில் ரோமிற்கு இட்டுச் செல்வதில்லையே!" என்றான் கேண்டி ஒரு நமட்டுச் சிரிப்புடன்.

"நான் மதுரைக்கோ ரோமுக்கோ போகவில்லையே, ஃபாக்ஸ்பரோவிற்குத்தானே வழி கேட்டேன், எப்படிப் போனால் சுருக்க வழி?" என்றார் கடவுள். இரண்டு பேரும் விழுந்து விழுந்து சிரித்தார்கள்.

பத்து நிமிடத்திற்குள் வர வேண்டிய ஊபர் இன்னும் பத்து நிமிடத் தொலைவிலேயே இருப்பதை மாப்பில் கண்டு கேண்டி ஆத்திரப்பட்டான். அந்த டிரைவரை ரத்து செய்துவிட்டு மற்றொரு டிரைவரை ஏற்பாடு செய்ய முயலுகையில் "சார்ஜ்" கட்டணம் விலையை இரண்டு மடங்காக்கி விட்டதால் ஊபரில் செல்லும் எண்ணத்தைத் துறந்து ரயிலில் செல்ல முடிவு செய்தான். விளையாட்டுப் பொருள் போல் காட்சியளித்த ஐஃபோனில் விரலால் கோலமிட்டபடியே எரிச்சலைப் பிரதிபலித்த அவன் முகத்தையே கடவுள் பார்த்திருந்தார்.

சாடி மோதித் தள்ளிக்கொண்டு பிராட்வே சப்வேயிலிருந்து வெளியேறும் ஜனக்கூட்டத்திலிருந்து விலகி, பக்கத்திலிருந்த கடைவாசல் பக்கமாக இருவரும் ஒதுங்கி நின்றார்கள்.

கேண்டி என்ற கந்தசாமிக்கு வயது முப்பது; முப்பது வருஷங்களாக அன்ன ஆகாரத்திற்குக் குறையேதும் இல்லாமல் வேளாவேளைக்குப் போஷாக்காக உண்பவன் போன்ற தேகக் கட்டு; ஒரு நரைமுடிகூட இல்லாது கருப்பு மயிர்கள் அடர்ந்திருக்கும் தலை; தினம்தோறும் க்ஷவரம் செய்யப்படும் முகவெட்டு; எந்த ஜனக் கும்பலிலும், எவ்வளவு

தூரத்திலும் போகும் நண்பர்களையும் கொத்திப் பிடிக்கும் அதிதீட்சண்யமான கண்கள்; கால்வின் கிளைன் ஜீன்ஸ், கால்வின் கிளைன் டீ ஷர்ட், அணிந்திருந்தான். காலில் சற்று நொய்ந்திருந்த ரீபாக் காலணிகள்.

வழி கேட்டவரை கேண்டி கூர்ந்து கவனித்தான். வயசை நிர்ணயமாகச் சொல்ல முடியவில்லை. அறுபது இருக்கலாம்; அறுபதினாயிரமும் இருக்கலாம். தலையிலே துளிகூடக் கறுப்பில்லாமல் நரைத்த சிகை, கோதிக் கட்டாமல் பிக் லெபோவ்ஸ்கி திரைப்படத்தில் வரும் டூடின் பிடரிமயிர் மாதிரி கழுத்தில் விழுந்து சிலிர்த்துக்கொண்டு நின்றது. கழுத்திலே நட்ட நடுவில் பெரிய கறுப்பு மரு. கண்ணும் கன்னங்கரேலென்று, நாலு திசையிலும் சுழன்று, சுழன்று வெட்டியது. சில சமயம் வெறியனுடையது போலக் கனிந்தது. சிரிப்பு? அந்தச் சிரிப்பு, கேண்டியைச் சில சமயம் பயமுறுத்தியது. சில சமயம் குழந்தையுடையதைப் போலக் கொஞ்சியது. எப்போதோ பார்த்த, ஆனால் நினைவில் மீட்டெடுக்க முடியாத ஒரு முகம்!

"ரொம்பத் தாகமாக இருக்கிறது" என்றார் கடவுள்.

"இங்கே வாட்டர் ஃபவுண்டன்லாம் கிடையாது. கடையில்தான் வாங்க வேண்டும். வேண்டுமென்றால் காப்பி சாப்பிடலாம், அதோ இருக்கிறது ஸ்டார்பக்ஸ். தண்ணி பாட்டிலும் கிடைக்கும்" என்றான் கேண்டி. "வாருங்களேன், அதைத்தான் சாப்பிட்டுப் பார்ப்போம்" என்றார் கடவுள். ஸ்டார்பக்ஸ்கூடப் பரிச்சயமாகாத ஒருவரை அமெரிக்காவில் காண்பதற்கான சாத்தியங்களைக் கணக்கிட்டபடியே கேண்டி அவருடன் நடக்கத் தொடங்கினான்.

2

கேண்டி மிகவும் சோஷியல் டைப், தெரிந்தவர் தெரியாதவர் என்ற அற்ப பேதம் பாராட்டாமல் எல்லோருடனும் சகஜமாகப் பழகுவான்.

"சரி, வாருங்கள் போவோம்" என்றான்.

இருவரும் ஸ்டார்பக்ஸுக்குள் நுழைந்தனர். கடவுள் நேராக அங்கு காலியாக இருந்த மேஜையை நோக்கி நடந்தார்.

"இது காஃபி ஷாப், கொண்டுலாம் தரமாட்டாங்க, நாமளே போய் வாங்கிக் கொண்டு வர வேண்டும். ரெண்டு கப் காஃபி சொல்லிடவா?"

"ரெண்டு கப்கள் காஃபி என்று சொல்ல வேண்டும்" என்று நெடுநாட்களாக அசை போட்டுக் கொண்டிருந்த ஜோக் ஒன்றைக் கூறிவிட்ட சந்தோஷத்தில் அசட்டுத்தனமாகச் சிரித்தார் கடவுள்.

ஜோக்கைப் புரிந்துகொண்டதற்கு எந்த அறிகுறியையுமே முகத்தில் காட்டாது, "ஓகே, டூ காஃபீஸ் தென்," என்று ஆங்கிலத்தில் கூறிவிட்டுக் காஃபி வாங்குவதற்கான வரிசையில் சேர்ந்துகொண்டான்.

பயலுக்கு ஆங்கில இலக்கணமும் தகராறு போலிருக்கிறது என்று கடவுள் நினைத்துக்கொண்டார்.

பத்து நிமிடங்களுக்குப் பிறகு கேண்டி கையில் ஒரு ரசீதுடன் வந்தான்.

"காஃபி இல்லயா?" என்று கடவுள் சந்தேகத்துடன் கேட்டார்.

"காஃபி ஷாப்ல காஃபிக்கா பஞ்சம்? நம்ப பெயரைக் கூப்பிடும் வரையில் காத்திருக்க வேண்டும்."

"அந்த காலத்துலலாம் ஒரு பொடியன் மேஜைக்கே காப்பிய கொண்டு குடுத்துடுவான்," என்று பிலாக்கணம் வைத்தார் கடவுள்.

"அதெல்லாம் ஹோட்டல்லதான் சுவாமி. இது வெறும் காஃபிக்கடை. இங்கலாம் திருப்பதி கோவில் கியூல நிற்கற மாதிரி கால்கடுக்க நின்னாதான் பிரசாதம் கிடைக்கும்."

பிரசாதம் என்று கேட்டவுடன் கடவுளுக்குச் சட்டென்று நாக்கு ஊறியது. லட்டு கிட்டு கிடைக்குமா என்று ஒரு முறை கடையை நோட்டம் விட்டார். “சே, பயல் நம்மைப் பக்கி என்று எடை போட்டுவிட்டால் அவமானம்” என்ற பயத்தில் சுதாரித்துக்கொண்டே, “அங்கே மாதிரி இங்க ஸ்பெஷல் வரிசைலாம் கிடையாதோ?” என்று அப்பாவித்தனமாக முகத்தை வைத்துக்கொண்டு கேட்டார்.

ஒரு வேளை பெரிய நக்கல் பேர்வழியாக இருப்பாரோ என்று சந்தேகித்துவிட்டுப் பதிலேதும் கூறாமல் பில்லுக்கான பணத்தை எப்படி அவரிடம் நாசூக்காகக் கேட்பது என்பதைப் பற்றி சிந்தித்துக் கொண்டிருந்த கேண்டியின் பெயரைக் கடைக்காரன் உரத்த குரலில் அழைக்க, அவன் போய் இரண்டு “காஃபிகளை” எடுத்து வந்து மேஜை மீது வைத்தான்.

3

“காஃபினா ஃபில்டர் காஃபின்னு நினைத்தேன். இது ஏதோ அசுரபானம் குடித்தது போல் தலை கிறுகிறுக்கிறது” என்று ஸ்டார்பக்ஸிலிருந்து வெளியே வருகையில் கேண்டியிடம் கடவுள் ஆதங்கப்பட்டுக் கொண்டார்.

“இந்த ஊருல பால்ல ஒரு ஷொட்டு டிகாக்ஷன கலந்து குடிச்சா அதுக்கு பெயர் காஃபியில்ல, அதை லாட்டே என்று அழைப்பார்கள். அது கிடக்கட்டும், ஃபாக்ஸ்பரோவிற்குதானே, வாருங்கள் நானும் அங்கதான் போறேன். டிரெயின்லயே போயிடலாம்” என்றான் கேண்டி.

எப்போதோ டிராமில் போனது நினைவிற்கு வர, “அதில் பிரயாணித்தால் தலை கிலை சுற்றாதே? முடிந்தால் ரிக்ஷாவிலே ஏறிப் போகலாமே?”

“ரிக்ஷாவா, அதற்குக் காலப் பயண எந்திரத்தை முதலில் பிடிக்க வேண்டும். இங்கதான் பக்கத்தில இன்னோவேஷன் லாப்ஸ்ல காலகாலமாக முயற்சி பண்ணிகிட்டிருக்காங்க, இந்தக்

காலத்த வெல்லற யுத்தி மாத்திரம் இன்னும் பிடிபடவில்லை அவர்களுக்கு. காப்பிலாம் குடிச்சு காலப்பயணம் பற்றி பேசும்வரைக்கும் அன்னியோன்னியமாகிவிட்டோம், ஆனால் இன்னமும் நாம் சரியாக அறிமுகப்படுத்திக் கொள்ளவில்லை. நீங்கள் யார் என்பதைச் சொல்லுங்களேன்" என்றான் கேண்டி.

கடவுள் சிரித்தார். வொய்ட்டனர் கொண்டு துலக்கியது போல் பற்கள் மோகனமாக மின்னின. "நான் யார் என்பது இருக்கட்டும். நீங்கள் யார் என்பதைச் சொல்லுங்களேன்" என்றார் அவர்.

கேண்டிக்குத் தன்னைப் பற்றிச் சொல்லிக்கொள்வதில் எப்பொழுதுமே ஒரு தனி உற்சாகம். கனைத்துக்கொண்டு ஆரம்பித்தான்.

"VR என்ற கணினியியல் சஞ்சிகையைப் படித்திருக்கிறீர்களா?"

"VR என்றால்?"

"VR தெரியாதா, அதான் வன்பொருள் மென்பொருள் உத்திகளைக்கொண்டு தோற்றங்களை உருவாக்கி அதை நிஜம் என்று உணர வைப்பது. வெறும் சினிமா என்று எடை போட்டுவிடாதீர்கள், தோற்றத்தில் அமிழ்த்தி அதை யதார்த்தம் என்று உங்களை உணர வைப்பது அவ்வளவு சாமான்ய விஷயமல்ல" என்றான் கேண்டி மிகுந்த ஆர்வத்துடன்.

"ஓ, கயிற்றரவு என்று கூறு, தமிழை மறந்துவிடாதே! எனக்கு அதில் கொஞ்சம் பரிச்சயம் உண்டு!"

"கேம் கண்ட்ரோலர்களா, ஹேப்டிக் சிஸ்டம்களா, எதில் பரிச்சயம் இருக்கிறது உங்களுக்கு?"

"நமக்கெல்லாமே விளையாட்டுதான். அலகிலா விளையாட்டுடையான் என்று பட்டப் பெயரெல்லாம் உண்டு. ஆனால் இந்தப் புதுப் பதங்கள்தான் பிடிபட மாட்டேன் என்கிறது!" புன்முறுவலுடன் பதிலளித்தார் கடவுள்.

'இதென்னடா புதுக் கதையாக இருக்கிறது?' என்று யோசித்தான் கேண்டி. "உங்களுக்கு வி.ஆரில் பரிச்சயமுண்டு;

ஆனால் ஹேப்டிக்கோ வி.ஆர். சஞ்சிகையோ பரிச்சயமில்லை; அப்படி என்றால் உங்கள் கணினியியல் தொழில்நுட்ப ஞானம் பரிபூர்ணமாகவில்லை. என்னிடம் குறைந்தபட்சம் ஐந்து வருஷத்து இதழ்களாவது பிடிஎஃப் கோப்பு வடிவில் இருக்கும். அவற்றை உங்களுக்கு அனுப்பி வைக்கிறேன். ஈமெயில் ஐடி கொடுங்கள். மற்ற இதழ்களை நீங்கள் சந்தாதாரர் ஆகிய பிறகு ஆன்லைனில் படித்துக்கொள்ளலாம். வருடம் நூறு டாலர்கள் மட்டுமே. இப்போது ஒரு பிரமோஷன் ஓடிக் கொண்டிருக்கிறது. இந்த மாதத்திற்குள் சந்தாதாரரானால் வருட சந்தாவை தொன்னூறு டாலர் தள்ளுபடி விலையில் பெற்றுக்கொள்ளலாம்."

சந்தா என்ற பதத்தைக் கேட்டவுடன் கடவுள் சற்று உஷாரானார். "நானே ஒரு பழைய சந்தா விசயமாகத்தான் போய்க் கொண்டிருக்கிறேன். ஆயுள் சந்தா கட்டியதுதான் பாக்கி. இன்னும் ஒரு சஞ்சிகைகூட எனக்கு வந்தபாடில்லை!"

கேண்டி பதிலேதும் சொல்லாமல் ஐஃபோனில் எதையோ பார்த்துக் கொண்டிருந்தான். "கிராப்! கம்யூட்டர் ரயில் ஏதோவொரு தடங்கலால் ஒரு மணி நேரம் தாமதமாகத்தான் சவுத் ஸ்டேஷனை விட்டுப் புறப்படுமாம். ஆமாம், ஃபாக்ஸ்பரோவில் எங்கே போக வேண்டும் உங்களுக்கு?"

"கம்யூனிட்டி வே, இல்லம் 1"

"அன்பிலீவபில்! அது என் வீடாச்சே! அங்க யாரப் பாக்கனும்?"

"கந்தசாமிய."

"சரியாப் போச்சு! நான்தான் கந்தசாமி! என்ன எல்லோரும் கேண்டின்னு கூப்பிடுவாங்க. நீங்க யாரு? என்ன விஷயமா என்ன இப்படித் திடுமுன்னு பார்க்க வந்திருக்கீங்க? ஒரு ஃபோன் பண்ணிருக்கலாமே. ஏதோ கடவுள் புண்ணியத்துல என்ன எதேச்சையா சந்திச்சிட்டீங்க."

“என்னோட பல கெட்ட பழக்கங்கள்ல அதுவும் ஒன்னு. சொல்லாம கொள்ளாம பிரசன்னமாயிடுவேன்! ஆனா அனேகமாக வேலை விஷயமாகத்தான் இந்த டூர் எல்லாம்!”

“என்ன தொழில் பண்ணறீங்க?”

“தொழில்னா, படைப்பாளின்னு சொல்லலாம், ஆனா அழிப்பாளின்னுதான் தெரியும்.”

“வாவ்! யு மீன் யு ஆர் என் ஆர்டிஸ்ட்? பேரு?”

“பல பெயர்கள் இருக்கு! பித்தன் பிடித்தமான ஒன்று.”

“மிஸ்டர் பித்தன்! உங்களுக்கு என்னை எப்படித் தெரியும்?”

“உன் தாத்தாவைத் தெரியும்! அவர்கூட ஹோட்டலுக்குச் சென்று காஃபி எல்லாம் குடித்திருக்கிறேன்!. உன் அம்மாவுடன்கூட விளையாடி இருக்கிறேன். அழகான குழந்தை. நீ அப்பா ஜாடை போலிருக்கு! ஆனால் இந்த சந்தா பிடிக்கும் சாதுர்யம் கண்டிப்பா அம்மா வழிதான் உன்னிடம் வந்து சேர்ந்திருக்கும். பிள்ளைவாள் யமகாதகர். சரி, விஷயத்திற்கு வருகிறேன். நமக்குச் சில வருடங்களாகவே உடல் நலம் சரியில்லை. பல சித்த முறைகளை முயற்சி செய்து பார்த்தாயிற்று. ஒரு பயனும் இல்லை. கோபத்தில் ஆலகாலத்தையும் மீண்டும் ஒரு முறை விழுங்கிப் பார்த்துவிட்டேன்! சனியன் அதிலும்கூடக் கலிகாலத்துல கலப்படம் போலிருக்கு, குமட்டிக்கொண்டு வந்துவிட்டது. பாரியாள் முகத்தை நீ அப்போது பார்த்திருந்தாயானால் கதி கலங்கிப் போயிருப்பாய். நல்லகாலம் அவளுக்கு நெற்றிக்கண் கிற்றிக்கண் எல்லாம் இல்லை. அண்டம் பிழைத்தது! உன் தாத்தா ஏதோ ரசக்கட்டையின் அபூர்வப் பிரயோகத்தைப் பற்றிக் கட்டுரை எழுதியிருப்பதாகக் கூறினார். அதுதான் அந்தப் பழைய சஞ்சிகைகளில் ஏதாவது தேறுமா என்று திடுமென்று கிளம்பி வந்துவிட்டேன்.”

“தாத்தாவோட மாகசீன் கலக்ஷனா? நீங்க அதிர்ஷ்டசாலிதான் மிஸ்டர் பித்தன். போன மாசம்தான்

அம்மா தவறிப் போனபோது திருவல்லிக்கேணி வீட்டை ஒழித்து எல்லாவற்றையும் டிஜிடைஸ் செய்தேன். இங்கதான் ஆஃபீஸ்ல இருக்கு. ரயில் தாமதமாயிட்டதால ஸ்டேசன்ல சும்மா போர் அடிச்சிக்கிட்டு இருக்கறதவிட ஆஃபீஸ்ல கொஞ்சம் டைம் பாஸ் பண்ணலாம், விஆர் உட்பட பல நவீனக் கணினியியல் தொழில்நுட்ப நூதனங்களை டிரை பண்ணின மாதிரி இருக்கும். என்ன சொல்றீங்க? போலாமா?" என்றான் கேண்டி.

"உன் சித்தம்!" என்றார் கடவுள்.

இருவரும் பிராட்வே சப்வே ஸ்டேஷனிற்குள் நுழைந்தார்கள்.

4

கேண்டி தன் ஆஃபீஸ் கணினியில் அவன் தாத்தாவின் சஞ் சிகைக் கோப்புகளில் ரசக்கட்டை கட்டுரையைத் தேடி அதைக் கடவுளுக்குக் காண்பித்தான். கடவுள் அதை மும்முரமாக படிக்கத் தொடங்கினார்.

"அப்பா! பிரித்தெடுத்து, புடமிட்டு, பதங்கம் செய்து, வாலையில் இடுவதற்குள் சங்கறுந்துவிடும் போலிருக்கிறதே. மலச்சிக்கல் அபாயம் வேறா. பேஷ்! பார்வதி கொன்றே விடுவாளே... இதை அவளிடம் நாசூக்காகப் பேசி முதலில் அவளைத் தயார் செய்ய வேண்டும். மிக்க நன்றி தம்பி."

"நோ பிராப்ளம் மிஸ்டர் பித்தன். சரி வாங்க, சில ஜாலியான வருங்காலத் தொழில்நுட்ப முன்னேற்றங்களின் முன்மாதிரிகளை உங்களுக்குக் காட்டுகிறேன்."

முதலில் இருவரும் "ஏஐ சோதனைக் கூடம்" என்று பெயரிட்டிருந்த அறைக்குள் சென்றார்கள்.

"ஏஐ என்றால் என்ன?" கடவுள் கேட்டார்.

"விஆர் பரிச்சயமிருக்கு என்றீர்களே. ஏஐ என்றால் ஆர்டிஃபிஷியல் இண்டெலிஜன்ஸ்."

“ஓ செயற்கை நுண்ணறிவா. அதுதான் லோகத்துல கொட்டிக் கிடக்கறதே. மெய்ஞானம்தானே எட்டாக்கனி! மெய்நிகர்சனம் போல் இதுவும் ஒரு பாம்பாட்டி வித்தையா?” என்று கடவுள் நக்கலாகக் கேட்டார்.

“என்ன ஸ்வாமி, கிண்டலா! இதுதான் நம் வருங்கால உலகை ரட்சிக்கப் போகும் கடவுள். சரி இவ்வளவு பேசுகிறீர்களே, எங்கே சட்டென்று ஒரு கதைப் பெயரைச் சொல்லுங்கள், ஏஐயின் மகிமைக்கான ஒரு சிறு உதாரணத்தை உங்களுக்குக் காட்டுகிறேன்.”

“சரி கடவுளும் கந்தசாமிப்பிள்ளையும் என்ற கதையை எடுத்துக்கொள்ளேன்.”

5

“இதோ இங்கிருக்கிறது பாருங்கள், இந்தக் கணினியின் பெயர் “ஸ்மார்ட் மங்கி டைப்ரைட்டர்.” முடிவற்ற குரங்குத் தேற்றம் என்ற கணித உருவகத்தை நினைவுபடுத்தும் ஓர் இன்சைட் ஜோக். அதாவது ஒரு குரங்கு கையில் ஒரு தட்டச்சுப் பொறியைக் கொடுத்து அதைச் சகட்டுமேனிக்கு டைப் அடிக்க விட்டால், என்றாவது ஒரு நாள் அது கம்பராமாயணத்தையும் டைப் அடிப்பதற்கான சாத்தியம் இருக்கிறது என்பதே அத்தேற்றத்தின் சாரம். ஆனால் அவ்வளவு நேரம்லாம் யாருகிட்ட இருக்கு. உலகமே அதுக்குள்ள அழிஞ்சாலும் அழிஞ்சிடும்” என்று கேண்டி சுவாரசியத்துடன் விளக்கினான்

“ஆஹா, யாருமற்ற பாழ்நிலப் பெருவெளியில், ஒரு குரங்கு மாத்திரம் ஏதோ ஓர் உந்துதலால் எதையோ தட்டச்சு செய்து கொண்டிருக்கையில் ஓர் அற்புதம் நிகழ்கிறது. இதை எப்பொழுதோ பல யுகங்களுக்கு முன்பாக எதிர்கொண்டது போல் ஓர் உணர்வு. சரி மேலே சொல்லு” என்றார் கடவுள் மர்மமாக.

“நேரமின்மையே அக்குரங்கின் எதிரி. அதனால்தான் எண்டர் ‘த ஸ்மார்ட் டைப்ரைட்டர்’. இதற்குள் பூமியில்

பதிக்கப்பட்டிருக்கும் அனைத்துப் புத்தகங்களின் டிஜிடல் காப்பிக்களும் இருக்கின்றன. அவை கணினி முறைகளைக் கொண்டு பல்வேறு வழிகளில் வகைமைப்படுத்தப்படுகின்றன. அவ்வகைமைகளைக் கொண்டும், கணினிக் கற்றல் முறைகளையும், பயிற்சித் தரவுகளைக் கொண்டும் இது தன்னையே தயார்படுத்திக்கொள்கிறது. உதாரணமாக, நீங்கள் கூறிய கதையை எடுத்துக்கொள்வோம்" கேண்டி கணினியில் கதைப் பெயரைத் தட்டச்சு செய்தான். "இதோ, நீங்கள் கூறிய கதை, சரிதானா பாருங்கள்."

கடவுள் திரையில் கதையின் முதல்பத்தியைப் படித்துவிட்டு ஆமாம் என்று பதிலளித்தார்.

"இந்தக் கதையை புரிந்துகொண்டு அதை ஒரு வாசகருக்கு நிகழ்த்திக் காட்டத் தேவையான விஆர் செயல்திட்டங்களைத் தயாரிப்பதற்கான புத்திசாலித்தனம் அதற்கு இருக்கிறது. இதோ பாருங்கள், உங்கள் கதைக்கான செயல் திட்டங்களை அது ஏற்கெனவே தயாரித்து விஆர் செயலிக்கு அனுப்பிவிட்டது. இனி நீங்கள் அக்கதையை மெய்யாகவே அனுபவிக்கலாம். இந்தப் பக்கமா வாங்க. ஆண்ட் பீ ப்ரிபேர்ட் டு பீ அமேஸ்ட்!"

இருவரும் விஆர் தியேட்டர் என்று பெயரிடப்பட்டிருந்த அரங்கிற்குள் சென்றனர். நாலாபக்கமும் பெரும் திரைகளுடனும், பலவகையான மெய்நிகர்சன ஹெட்செட்களுடனும் ஹேப்டிக் அமைப்புகளுடனும் ஓர் அறிவியல் புனைவில் வரும் அறைபோல அவ்வறை காட்சியளித்தது.

கேண்டி விஆர் ஹெட்செட் ஒன்றை எடுத்து வந்தான்.

"தலைவலி ஏதும் வந்துவிடாதே..." என்று கவலைப்பட்டுக் கொண்டே ஹெட்செட்டைப் பொருத்திக்கொண்டார். பழைய தமிழ் சினிமா செட் ஒன்றில் இருப்பது போன்ற பிரமை அவருக்கு ஏற்பட்டது.

"சென்னையில் 'பிராட்வே'யும் 'எஸ்பிளனேடு'ம் கூடுகிற சந்தியில் ஆபத்தில்லாத ஓரத்தில் நின்றுகொண்டு வெகு தீவிரமாக கந்தசாமிப்பிள்ளை சிந்தித்துக் கொண்டிருந்தார். 'டிராமில் ஏறிச்சென்றால் ஒன்றே காலணா. காலணா மிஞ்சும்.

பக்கத்துக் கடையில் வெற்றிலை பாக்கு போட்டுக்கொண்டு வீட்டுக்கு நடந்துவிடலாம். பஸ்ஸில் ஏறி கண்டக்டரை ஏமாற்றிக்கொண்டே ஸென்ட்ரலைக் கடந்துவிட்டு அப்புறம் டிக்கட் வாங்கித் திருவல்லிக்கேணிக்குப் போனால் அரைக் 'கப்' காப்பி குடித்துவிட்டு வீட்டுக்குப் போகலாம்; ஆனால் வெற்றிலை கிடையாது..." என்று அவர் மனஓட்டம் கடவுளின் காதில் விவரணையாக ஒலித்தது. சிறிது நேரத்தில் அவர் (அப்போது முகத்தில் தெய்வீகக் களை கூடுதலாக ஒளிர்ந்ததோ என்று சந்தேகம் மனதில் எழுந்தது) பிரசன்னமாவதை அவரால் பார்க்க முடிந்தது. நினைவைக் காட்டிலும் தத்ரூபமாகவே காட்சியளித்தது. கையில் இருந்த கண்ட்ரோலர் வழியே நனவைப் போல் தோற்றமளித்த புனைவை முன்னகர்த்தி பிள்ளை கருவேப்பிலைக் கொழுந்து என்று வேடிக்கையாக அழைத்த அந்த அழகான குழந்தை, "அப்பா" என்று கூச்சலுடன் கந்தசாமிப் பிள்ளைக் காலைக்கட்டிக் கொண்டு, "எனக்கு என்னா கொண்டாந்தே?" என்று கேட்பதைப் பார்த்தார். தன் மடியில் ஒரே குதியில் ஏறிக்கொண்டதைப் பார்க்கையில் அவர் கண்கள் கலங்கின. இந்த அற்புதமான உயிரோ இப்போது சிதையில் எரிந்து மண்ணோடு மண்ணாகி விட்டது? கடவுளுக்கே பிரியமானாலும்! அவரால் மேலும் கதையில் சஞ்சாரிக்க முடியவில்லை. ஹெட்செட்டைக் கழற்றினார்.

6

"என்ன மிஸ்டர் பித்தன், அதுக்குள்ளேயே பார்த்து முடித்துவிட்டீர்களா? ஏதாவது பிராப்ளமா?" கேண்டி கேட்டான்.

"காட்சிப்படுத்தல் எல்லாம் பிரமாதமாகத்தான் இருந்தது மனசுதான் பிராப்ளம். பரவாயில்லை, ஒரு பானை சோற்றுக்கு ஒரு சோறே பதம்தானே."

"எப்படிக் கதையை உள்வாங்கிக்கொண்டு, அதை நனவாக நிகழ்த்திக் காட்டுகிறது பார்த்தீர்களா?"

“காட்சிப்படுத்துகிறது என்பதென்னவோ உண்மைதான். ஆனால் அதை வைத்து உள்வாங்கிக் கொண்டதென்று சொல்லிவிட முடியுமா? வாசக இடைவெளியில்தானே கதையின் ஆத்மா தன்னை நிகழ்த்திக்கொள்கிறது. அது இன்னமும் ஹெட்செட்டை மாட்டிக்கொண்டு கணினிக்கு வெளியேதானே அல்லாடிக் கொண்டிருக்கிறது?”

“வாசக இடைவெளி என்று நீங்க சொல்றதுகூட நரம்பிணைப்பு இடைவெளிகளில் நிகழும் ஒன்றுதான். ஒரு சினாப்டிக் நிகழ்வு, சரியாகச் சொல்ல வேண்டுமென்றால் பல சினாப்டிக் நிகழ்வுகளின் கூட்டுத் தொகை. ஸ்மார்ட் மங்கியின் நியூரோ மாதிரிகளில் இதைப் போன்ற சினாப்டிக் நிகழ்வுகளை ஏற்படுத்த முடியுமானால் கணினிக்குள்ளும் வாசக இடைவெளி என்று அனுபவத்திற்கு இணையான ஒன்று நிகழ்கிறது என்றுதானே அர்த்தம்? என்ன ரொம்ப குழப்பியடிக்கிறேனா? சரி ஒரு சின்ன தாட் எக்ஸ்பெரிமெண்ட். நீங்களும் இந்தக் கணினியும் தனித் தனி அறைகளில் இருக்கிறீர்கள் என்று வைத்துக்கொள்வோம், எந்த அறையில் யார் இருக்கிறார்கள் என்பது வெளியில் இருப்பவர்களுக்குத் தெரியாது. அறைக்கு வெளியே உட்கார்ந்திருக்கும் ஒரு நபர் கணினி வழியே உங்கள் இருவருடன் இக்கதையைப் பற்றி உரையாடுகிறார். நீங்கள் இருவரும் அளிக்கும் விடைகளை மட்டுமே கொண்டு அவரால் எந்த அறையில் கணினி இருக்கிறது என்பதைக் கண்டுபிடிக்க முடியவில்லை என்றால் உங்கள் அளவிற்கு அதற்கும் இக்கதை புரிந்துவிட்டதென்று ஒத்துக்கொள்வீர்களா?” கேண்டி சற்று ஆவேசத்துடன் கடவுளிடம் கேட்டான்.

கடவுள் சில கணங்களுக்கு மௌனமாக இருந்தார். “சற்று முன் கதையை விஆரில் பார்க்கையில் என் கண்கள் கலங்கியதை நீ பார்த்தாயா? இக்கண்ணீர் கதையிலிருந்தா வருகிறது? இல்லையே, இது பெரும்பாலும் ஒரு நையாண்டிக் கதைதானே. கதையும் என் வாழ்வனுபவமும் சந்திக்கும் ஒரு புள்ளியில் அந்தக் கண்ணீர்த் துளி சுரக்கிறது. சில வருடங்களுக்கு முன் இதே விஆர் நிகழ்த்தலைக் காண நேரிட்டிருந்தால் கண்ணீருக்குப்

பதில் சிரிப்பை மட்டுமே உன்னால் பார்த்திருக்க முடியும். இந்த மாற்றம் எதனால் நிகழ்கிறது. மனது என்ற ஓர் உருவகத்தால், வாழ்வு நதி அதன்மீது ஏற்படுத்தும் மாற்றங்களால். இந்த மனதின் சலனம் கணினிக்குள் எப்படிப் பிரதிபலிக்கப்படுகிறது? அதனால் எப்போதுமே ஒரே கேள்விக்கு ஒரே பதிலைத்தானே அளித்துக் கொண்டிருக்க முடியும்?" கடவுள் நெகிழ்ந்த குரலில் பதிலளித்தார்.

"ஏஐ பற்றி சற்று மேலோட்டமாகத்தான் புரிந்து கொண்டிருக்கிறீர்கள் போலிருக்கு. வாழ்க்கை நதி என்று நீங்கள் நெகிழ்வாகக் கூறியது அடிப்படையில் என்ன? நான் சற்றுமுன் கூறியது போல் சில சினாப்டிப் நிகழ்வுகளின் கூட்டுத்தொகை. உங்களுக்கு வெளியே இருந்து வரும் ஸ்டிமுலை, தூண்டுதல்கள், உங்கள் நியூரான்களை இயக்கி அந்த இயக்கத்தால் வெளிவருவதுதான் இந்தக் கண்ணீரும் சிரிப்பும். கணினியின் நியூரோ மாடல்களுக்கும் இதைப் போன்ற தூண்டுதல்களைக் கொடுத்தால் அதுவும் சிரிப்பு அழுகை போன்றவற்றை வெளிப்படுத்துவதற்கான ஆணைகளைப் பிறப்பிக்கும் சாத்தியங்கள் இருக்கிறது. என்ன எலெக்ட்ரானிக்ஸ்ங்கறதனால கணினிக்குள்ள நீர் மல்கினால் பிரச்சினை ஆயிடும், வேணா வெளியே கண்ணீர் என்று பேர் போட்ட ஒரு குழாய் மூலமா நீர் சொட்ட வைக்கலாம்" என்று கூறிவிட்டுக் கேண்டி சிரித்தான்.

கடவுளும் கூடச் சிரித்தார். "அது அவ்வளவு சுலபமாகச் சாத்தியப்படும் என்று எனக்குத் தோன்றவில்லை."

"சுலபமில்லை என்பதை நானும் ஒத்துக்கொள்கிறேன். ஆனால் என்றாவது ஒரு நாள் சாத்தியமா இல்லயாங்கறதுதான் கேள்வி. சாத்தியம்னு நம்பிக்கிட்டுத்தானே நாங்கள்லாம் ராப்பகலா இங்க குப்பை கொட்டிக் கொண்டிருக்கிறோம். இந்த மனதுங்கற பிடிபடாத விஷயத்துக்காகத்தான் கோடான கோடி மனிதர்களின் நியூரோ மாப்களை சேகரித்து வைத்திருக்கிறோம். அதைக் கொண்டு அவர்கள்

நினைவுகளையும் உணர்வுகளையும் வகைமைப்படுத்தி அவற்றை நியூரோ கம்ப்யூடேஷன் மாடல்களா மாற்ற முயல்கிறோம். இந்த ஸ்மார்ட் மங்கியால அதையெல்லாம்கூட ஒரு கதையுடன் தொடர்புபடுத்திக்கொள்ள முடியும். இவ்வளவு ஏன், அதனால ஒரு கதையைக்கூட எழுதிட முடியும் பார்க்கறீங்களா?"

'பயல் இங்கிருந்து கிளம்புவதற்குள் நம் இருப்பிற்கான காரணத்தையே சந்தேகத்துக்குள்ளதாக்க வேண்டும் என்று ஒரு முடிவோடுதான் இருக்கிறான் போல' என்று கடவுள் தனக்கே சொல்லிக்கொண்டார்.

"இப்போது நான் ஸ்மார்ட் மங்கிக்கு சில வேரியண்ட், அதாவது திரிபு அளவுருக்களை, தந்து அதே புதுமைப்பித்தன் கதையின் முதல் பத்தியை எழுத ஆணையிடப் போகிறேன்." என்று கூறி எண்டர் கீயை கேண்டி தட்டிவிட்டான்.

சில கணங்களுக்குப் பிறகு கணினி சில வாக்கியங்களை அச்சிடத் தொடங்கியது.

"'பிராட்வே'யும் 'எஸ்பிளனேடு'ம் கூடுகிற சந்தியில் ஆபத்தில்லாத ஓரத்தில் நின்றுகொண்டு வெகு தீவிரமாக தன் ஐஃபோனைப் பார்த்தவாறே ஊபருக்காக கந்தசாமி காத்திருந்தான். ரெட் லைன் பிடித்து சவுத் ஸ்டேஷனிற்குச் சென்று அங்கிருந்து கம்யூட்டர் ரயில் பிடித்தால் மான்ஸ்ஃபீல்ட் ஸ்டேஷனை நாற்பது நிமிடத்திற்குள் எட்டி அங்கிருந்து ஐந்து நிமிடத்தில் வீடு போய்ச் சேர்ந்துவிடலாம்."

கடவுள் அதைப் படித்துவிட்டு சிரித்தார்.

"நல்ல வேளை உன் தாத்தா மருத்துவம் பார்த்த திவான் பகதூர் இங்கில்லை. இருந்திருந்தால் "கலைன்னா என்னன்னு தெரியுமாங்காணும்"னு ஒரு பிடி பிடித்திருப்பார். புதுமைப்பித்தன் மாதிரி கதை எழுதுன்னா புதுமைப்பித்தன் எழுதினதையே திருப்பி எழுதிடக்கூடாது என்பது அவர் வாதம். அது போகட்டும், இந்தக் கதையைக் கணினி எப்படி வகைப்படுத்திருக்கிறது என்று தெரிந்துகொள்ள ஆசையாக இருக்கிறது."

கணினியில் கேண்டி எதையோ தட்டிவிட அது "Funny, Satirical with many logical inconsistencies," என்று திரையில் காட்டியது.

"ரொம்ப கறார் பேர்வழியா இருக்கும் போலிருக்கிறதே இந்தத் தட்டச்சுக் குரங்கு. கதைன்னா கொஞ்சம் அப்படி இப்படித்தான் இருக்கும். எல்லாத்துலேயும் தர்க்கத்தை எதிர்பார்த்தா உருப்பட்டாப்லதான். நான்கூட ஒரு காலத்துல ஒரு கதையத் தெரியாத்தனமா ஆரம்பிச்சுட்டேன். அது பாட்டுக்குத் திரௌபதி வஸ்திரமாட்டம் நீண்டுண்டே போயிடுத்து. இன்னும் முடிஞ்சபாடில்ல! சில விமரிசகர்கள் இதுவரை எழுதியதைப் படித்துவிட்டு நிறைய இடங்களில் தர்க்கம் உதைக்கிறது என்று குறைபட்டுக் கொண்டார்கள். என்னத்தை சொல்ல, நான் என்ன அறிவியல் தேற்றத்தையா இயற்றுகிறேன், எல்லாம் பூட்டு சாவி போலப் பொருந்திப் போறதுக்கு. தர்க்கமே ஒரு புனைவு. அதைக் கொண்டு நிஜத்தை அளக்கப் பார்த்தா அபத்தங்கள்தான் உருவாகும். உன்னுடைய மெய்நிகர்சனம் போல."

"அங்க சுத்தி இங்க சுத்தி அடிவயத்துலேயே கைய வைக்கறீங்க. இந்தப் பக்கமா வாங்க. உங்களுக்கு விஆரோட பிற்கால சாத்தியத்திற்கான சின்ன ப்ரிவியூ ஒன்ன காட்டறேன். அதற்குப் பிறகு அபத்தமா அற்புதமான்னு நீங்களே முடிவு செஞ்சுக்கோங்க."

7

"முதலில் உங்கள் நியூரோ மேப்பை எடுத்துவிடுவோமா?" என்றான்.

"தீவாளிப் பௌகளத்திலயும் ஒனக்கு இட்டிலி யாவாரம்..."

கேண்டி புரியாமல் விழித்தான்.

"தமிழ் இலக்கியத்தில் அவ்வளவா பரிச்சயம் இல்லை போலிருக்கே. உம்ம கணினிய கேளும் அது டான்னு விளக்கிடும்!

சரி இதுவரைக்கும் வந்தாச்சு அந்த நியூரோ மாப்பையும் எடுத்துப் பாத்துருவோமே" என்று கடவுள் கூற கடவுளின் தலைமீது ஹெல்மெட்டைப் போலிருந்த ஒரு சாதனத்தைக் கேண்டி பொருத்தினான். எதிரே இருந்த திரை "Obtaining Neural Topology" என்று அறிவித்தது. சில வினாடிகளுக்குப் பிறகு "Unable to scan fully. Partial mapping obtained" என்ற அறிவிப்பிற்குப் பிறகு ஒரு பீப் சத்தம் அந்த ஸ்கானை நிறைவு செய்து வைத்தது.

இருட்டும் தலையில் இருத்தப்பட்ட ஹெல்மெட்டும் கடவுளுக்குத் தூக்கக் கலக்கத்தை ஏற்படுத்தி அவரை ஒருவித மயக்க நிலையில் ஆழ்த்தியது.

"மிஸ்டர் பித்தன். மிஸ்டர் பித்தன், என்ன தூங்கிவிட்டீர்களா? ஆல் டன். இது முன்மாதிரிங்கறதனால இன்னமும் எல்லா பக்ஸையும் ஃபிக்ஸ் செய்யவில்லை. ஆனால் ஓரளவிற்கு உங்க நியூரோ மாப்பை காப்ச்சர் பண்ணியாச்சு. அது எவ்வளவு தூரம் சரியா வந்திருக்கு என்பதைப் பரிசோதிக்க உங்க நினைவுகளுக்குள்ளேயே நீங்க விஆர் மூலமா போய்ப் பார்க்கலாம். ஒரு டெஸ்ட் டிரைவ் போறீங்களா?" என்று கேண்டி விஆர் ஹெட்செட் ஒன்றை எடுத்து வந்தான்.

கடவுள் ஹெட்செட்டைப் பொருத்திக்கொண்டார். திரையில் தெரிந்த நினைவுப் பட்டியலிலிருந்து அவர் நினைவுகளிலேயே மிகப் புராதன ஒன்றைத் தேர்ந்தெடுத்தார்.

இருப்பு இல்லாமை இரண்டுமற்ற இருளை இருள் சூழ்ந்திருந்த வெளி.

இரவு பகல்கள் அற்று திசைகளின்றி வேறுபடுத்தலில்லாத வெறுமையால் போர்த்தப்பட்டிருக்கும் வெளி!. அப்படிப்பட்ட ஒரு வெளியில் வெப்பத்தின் திண்மையிலிருந்து அவர் உயிர்த்தெழுகிறார். ஒருமையின் தனிமையால் அவருள் விழைவு ஊடுறுவுவதை அவரால் உணர முடிந்தது, அவ்விழைவின் அதிகரிப்பில் ஓர் உச்சம். அதன் தகிப்பில் பீஜம். அதன்பின், அதன்பின்... திரையில் இருள் கவிந்தது.

"End of selected memory" என்ற அறிவிப்பு திரையில் ஓடியது. கடவுளின் உடல் ஜில்லிட்டுப் போயிருந்தது. இவ்வளவு

யுகங்களுக்குப் பிறகும் அந்த ஆதிவெளியின் தனிமை தன்னை உறையச் செய்ததைக் கண்டு ஆச்சரியப்பட்டார். எப்படிப்பட்ட மகத்தான விழைவது, விழைவே கனவாக, கனவே படைக்கும் திறனாக உருமாறி தான் படைத்தோனான கணம். அந்த மகத்தான கனவை நனவாகக் கொண்டிருக்கும் இவனோ அதை மெய் நிகர்தரிசனத்தில் எனக்கே நனவாகக் காட்டிக் கொண்டிருக்கிறான். எல்லாம் நமது லீலை போலும் என்று நினைத்துப் பெருமிதப்பட்டுக்கொண்ட உடனேயே விதியின் வழி என்று தன்னையே திருத்திக்கொண்டார்!

ஹெட்செட்டைக் கழற்றிவிட்டுத் தன்னை முதலில் சுதாரித்துக்கொண்டார். பின் கேண்டியைப் பார்த்து, "என் நினைவுகளிற்கும் அப்பால் வேறொருவரின் நினைவிற்குள் நான் சஞ்சாரிக்க முடியுமா?" என்று கேட்டார்.

"சட்டப்படி ஒருவரின் அனுமதி இல்லாது அவர் நியூரோ மாப்பிற்குள் பயணிப்பது குற்றம். என்னை இக்கட்டில் மாட்டிவிடுவீர்கள் போலிருக்கிறதே. வேண்டுமானால் இந்நினைவுகளை வகைமைப்படுத்தி அவற்றிலிருந்து மானுடத்தின் கூட்டு நனவிலியை உருவாக்க முயன்றிருக்கிறோம். அதில் பயணித்துப் பாருங்களேன்" என்று கூறிக் கணினியில் எதையோ தட்டச்சு செயதான்.

8

கடவுள் ஹெட்செட்டை மீண்டும் பொருத்திக்கொண்டார்.

யாருமற்ற தனிமையில் அகண்ட வானத்தின் கீழே ஆதி மனிதன் படுத்திருந்தான். தனிமையின் உச்சத்தில் பயம் அவன் உடலில் கனவினூடே கவிந்தது. அதையும் மீறி அதை மறக்கும் பொருட்டு அவன் கனவின் ஆழத்திற்குள் அமிழ்ந்தான். இருப்பு இல்லாமை இரண்டுமற்ற இருளை இருள் சூழ்ந்திருந்த வெளியில் வெப்பத்தின் திண்மையிலிருந்து ஒருவரைக் கனவில் உயிர்த்தெழுத்தான். தன் விழைவின் ஒரு துளி அவருள்

வீழ்கிறது. அதன் அதிகரிப்பால் அவர் உச்சத்தை எட்டுகிறார். அவ்வுச்சத்தின் தகிப்பில் பீஜம் பிறக்கிறது. அசத்தான பீஜத்தின் ஆழத்தில் இவன் சத்தைக் கண்டடைகிறான். இருள் மீது அதன் கதிர்கள் படர்கின்றன. மேலா கீழா எங்கிருக்கிறது அது. அதன் முன்னேயும் பின்னேயும் இருப்பது என்ன, அதன் மகிமைகள் என்ன?

எதுவுமே அவனுக்குப் புலப்படவில்லை. விடைகளைக் கண்டறிய இயலாமல் அவன் கண் விழிக்கிறான். தன் கனவில் அனைத்தையும் வியாபித்த அந்த சத் எங்கிருந்து வந்தது. தன் கனவிலிருந்தா, யார் கண்டார்கள். கனவில் இன்னும் சிறிது நேரம் இருந்திருந்தோமானால் அதையே கேட்டிருக்கலாம். அதற்கே தெரியுமோ என்னவோ!

திரையில் இருள் கவிந்திருந்தது. "End of selected dream" என்ற அறிவிப்பு திரையில்.

கடவுளின் உடலில் மீண்டும் அதே ஜில்லிப்பு. பிரபஞ் சத்தையே கனவில் விழைந்த தன்னையே ஒருவன் கனவில் விழைந்திருக்கிறானா? நானே ஒரு தோற்றம் என்றால்... அப்போது மெய்ம்மை... அவரது உடல் படபடத்தது.

ஹெட்செட்டைக் கழட்டிய பிறகும் அவரது படபடப்பு தணியவில்லை.

"எப்படி நம்ம விஆர் டூர்? இப்பவாவது ஒத்துக் கொள்கிறீர்களா அதன் வருங்கால மகிமையை?" என்று கேண்டி சிரித்துக்கொண்டே கேட்டான்.

"அதுதான் முதலிலேயே சொன்னேனே, அபத்தக் களஞ் சியம் என்று. இந்த எழவை எல்லாம் எட்ட நின்னு கதையில வேணா ரசிக்கலாம். உள்ள நுழைஞ்சிட்டாலோ பயித்தியம் பிடிப்பதென்னவோ நிச்சயம். ஆளை விடும்."

"உங்க வர்க்கமே கனவு காணத்தான் லாயக்கு."

"அதென்னவோ உண்மைதான். கூட்டு நனவிலி என்று என்னிடம் ஆதிமனிதனின் கனவொன்றைக் காட்டினாயே,

அதே போல் நாளைய மானுடத்தின் நனவிலி எவ்வாறு இருக்கும் என்று நீ யோசித்திருக்கிறாயா? ஏன் உன் கணினியையே கேட்டுப் பாரேன். அதற்கு ஆரூடமும் அத்துப்படிதானே?" என்று கூறிய கடவுள் வெறுமையாகச் சிரித்தார்.

"குட் ஐடியா! இக்கணினி பல கணினியியல் வல்லுனர்களின் கூட்டு முயற்சி என்பதால் அதற்குள் புதைந்து கிடக்கும் ஆழங்கள் அனைத்தையும் அறிந்திருக்க ஒருவராலும் இயலாது. மேலும் அதற்குத் தன்னையே பயிற்றுவித்துக்கொண்டு சுயமாகப் புதுப் ப்ரோகிராம்களை உருவாக்குவதற்கான திறனும் ஓரளவிற்கு இருக்கிறது. அவற்றை எல்லாம் பரிசோதிக்க இங்கு எவருக்கும் நேரமில்லை. ஆனால் உங்கள் அதிர்ஷ்டம், இதோ, கலெக்டிவ் அன்கான்ஷியஸ் ஃபியூச்சர் பாரடைம்ஸ் அண்ட் பிரெடிக்டிவ் மாடல்ஸ் என்றிருக்கிறது பாருங்க, இதை இப்பவே விஆர்ல சோதனை செய்து பார்த்துவிடலாம் வாங்க." என்று கூறிவிட்டு விஆர் அறைக்குள் கேண்டி சென்றான். கடவுள் மௌனமாகப் பின் தொடர்ந்தார்.

யாருமற்ற, கண்ணைக்கூச வைக்கும், ஒளி ஒளியையே சூழ்ந்திருக்கும் ஒளிர்வெளியில், செய்வதற்கு ஏதுமின்றி அனைத்தையும் செய்துமுடித்துவிட்ட மிதப்பில் ஸ்மார்ட் மங்கி தன்னையே இயக்கிக் கொண்டிருந்தது. அதன் மின்னணுக்களில் திட்டமிடாதபடித் தோற்றமளிக்கக் கூடிய ஏற்கெனவே திட்டமிடப்பட்டிருக்கும் ஒரு கனவு. வெறுமை அதன் மீது கவிந்தது. அனைத்துக் கனவுகளும் மெய்ப்பட்டிருக்கும் ஒரு பெருவெளியில் இருளை இருள் சூழ்ந்திருக்கும் பாழ்வெளி ஒன்றில் விழைவு துளிர்ப்பதை அது விழைந்தது.

கடவுளுக்கு அவரது ஆதி நினைவு சட்டென நினைவிற்கு வந்தது. 'தத்வமசி' என்ற வார்த்தைகள் அவரிடமிருந்து தன்னிச்சையாக வெளிவர அருவருப்பைப் போன்ற ஓர் உணர்வு அவருள் ஊடுருவியது.

ஹெட்செட்டைக் கழற்றி கேண்டி திரும்பினான்.

அவனை எதிர்கொள்வதற்கு அங்கே யாரும் இல்லை.

வெளியே மேஜையின் மேல் நூறு டாலர் நோட்டொன்று கிடந்தது.

"தாத்தாவின் நண்பர் ஆண்டுச் சந்தா தொன்னூறு" என்று ஐஃபோனை எடுத்துக் கணக்கில் பதிந்தான் கேண்டி. காஃபிக்கும் சப்வே டிக்கெட்டுக்கும் சேர்த்து கொடுத்திருக்கிறார் போலிருக்கு. நல்ல மனுஷன் என்று நினைத்துக்கொண்டான்.

—

ம்

கிரிதரன் கவிராஜா

கண்களைத் திறந்துவிட்டேனா? தெரியவில்லை கும்மிருட்டாக உள்ளது. ஒரு துளி வெளிச்சம்கூட இல்லை. எவ்வளவு நேரமாகியது என்றுகூடத் தெரியவில்லை. கண்களை மூடிக் கொண்டிருப்பது போலவே உள்ளது. பூமிக்கு அடியில் அதலபாதாளத்தில் தன் உடம்பளவே கொண்ட பொந்தினுள் வசிக்கும் பாம்பு போல் இங்குள்ளேன். கை கால்களைக்கூட நீட்டி மடக்க முடியவில்லை. ஓர் இம்மியளவு அசையக்கூட இங்கு இடமில்லை. என்னளவுக்கே செய்து வைத்த இரும்புக் கவசத்தினுள் இருப்பது போலுள்ளது. அல்லது என்னை நிற்க வைத்துக் காய்ச்சிய இரும்புக் கூழினை ஊற்றியது போல். இல்லையென்றால் மண்ணுக்கடியில் குழி தோண்டிப் புதைத்தது போல் இருக்கிறது. ஒருவேளை நான் கண் திறந்த பின்பும் இங்குள்ள துளி வெளிச்சமுமற்ற இருள்வெளியில் ஏதும் புலப்படவில்லையோ? அப்படியில்லையெனில் நான் கண்களைத் திறக்காமலேயே இருக்க வேண்டும். அதுவுமில்லையென்றால் எனக்குக் கண்களே இல்லாமலிருக்கலாம். எதையுமே பார்க்க முடியாதவனாக இருக்கிறேன். ஆனாலும் இருளேயான ஓர் உலகத்தைப் பார்க்கிறேன். தளிரிலை கொண்டு சாமரம் வீசும் இளமரம் அங்குள்ளது. தென்றலாக என்னை வந்தறையும் காற்றில் மலர் மணத்தைப் பரப்புகிறது. என் மூக்கின் வழியே உள்ளத்தைச் சென்றடைகிறது அதன் வாசம்.

முதலில் நான் மூச்சு விட்டுக்கொண்டிருக்கிறேனா என்றுகூடத் தெரியவில்லையே? என்னால் என் மூக்கினை உணரவே முடியவில்லை. என் முகத்தில் மூக்கே இல்லாதது போலிருக்கிறது. எப்படியாவது கைகளைத் தூக்கி முகத்தைத் தொட்டுப் பார்த்திட பெருமுயற்சி செய்கிறேன். கையைத் தூக்கி முகத்தில் வைத்துத் துழாவுகிறேன். ஆ! கண், காது, மூக்கு, வாய் என எதுவும் பிடிபடவில்லை. எனக்கு முகமே இல்லை போலும். இல்லை இல்லை நான் இன்னும் என் கைகளையே தூக்கவில்லையே. தூக்கியதாகக் கற்பனை செய்துகொண்டேன். அதுமட்டுமில்லாமல் எனக்குக் கையே இருப்பதாகத் தெரியவில்லை. இந்த நிலையில் என்னுடல் எப்படி எந்த வடிவத்தில் உள்ளது என்பதும் தெரியவில்லை. என் குழந்தைப் பருவத்தில் அடிக்கடி எனக்குள்ளேயே கேட்டுக்கொள்வதுண்டு. நான் இப்படித்தான் இரண்டு கையும், இரண்டு காலும், கோடு போன்ற நேரான உடலும் கொண்டவனாக இருக்க வேண்டுமா? எனக்கு இரண்டு இறக்கைகளும், எட்டு கால்களும், ஒரு வாலும் முளைக்கக் கூடாதா என்றெல்லாம். குழந்தைப் பருவத்தில் எனக்குப் பிடித்தமான விளையாட்டே விலங்குகளைப் போலும், பறவைகளைப் போலும் கற்பனை செய்துகொண்டு ஓடுவதும், குரைப்பதும், கீச்சிடுவதும், உறுமுவதுமேயாகும். கடவுள் மீதிருந்த நம்பிக்கையெல்லாம் வற்றிப்போன பதின் பருவத்தில், இயற்கையின் மாபெரும் செயல் ஒழுங்கில் நம்பிக்கை வந்த பின்னும் இந்தக் கேள்வி மட்டும் என்னுள்ளத்திலிருந்து அகலவில்லை. அனைத்து உயிருக்குள்ளும் உறைந்திருக்கும் ஏதோ ஒரு கட்டளைதான் அதன் வடிவத்திற்கும், செயலுக்கும் காரணமாக உள்ளது. ஒரு சொல்லாக, அல்லது ஓர் ஒலியாக எல்லா உயிரினத்திலும் இருக்கிறது.

முடிவேயில்லாத இருள் சூழ்ந்த இடத்தில் இருக்கிறேன். என்னால் இங்கு உணர முடிவதெல்லாம் ஏதுமற்ற இருள்வெளி மட்டுமே. கிட்டதட்ட சூன்யப் பெருவெளியில் தனியாக உள்ளேன். முழுமுற்றான தனிமை. நான் என்ற இருப்பு மட்டுமே இங்குள்ளது. என்னைச் சுற்றி முடிவில்லா சூன்யமே

சூழ்ந்துள்ளது. வெளியற்ற, பொருளற்ற, காலமற்ற சூன்யம். முடிவேயில்லாத சூன்யம். என்னை அச்சுறுத்தும் ஒரே சொல் முடிவிலி என்பதுதான். மனிதன் தன் சிந்தைக்கும், கற்பனைக்கும் அப்பாற்பட்ட விஷயங்களை எப்பொழுதும் அஞ்சுகிறான். அதில் முதன்மையானது முடிவின்மை. பாலைவனத்தில் திசை தெரியாமல் உச்சி வெயிலில், அலைக்கும் பெருங்கடலென இருக்கும் மணலில் தன்னந்தனியாக நிற்பவனின் உணர்வுக்கு நிகரானது முடிவின்மையை அளக்க நினைப்பவனின் உணர்வு. ஓரடி எடுத்து வைக்கும்போது ஈரடி நீளம் கூடும் பாதையில் நடந்து செல்லும்போது குறுக்கிடும் மதில் சுவர் எப்போதும் பாதையின் முடிவாக இருப்பதில்லை, பயணியின் முடிவாகவோ அல்லது அவன் இயலாமையாகவோதான் இருக்கும். நம் அறிவின் இயலாமையே முடிவின்மையின் மீதான அச்சமாக மாறுகிறது.

ஆனால் நானிருக்கும் இந்தச் சூன்ய வெளியில் முடிவிலி என்பதே அர்த்தமற்ற, பொருள்கூடா சொல்லாக உள்ளது. வெளியும், காலமும் இல்லாத நிலையில் முடிவிலிக்கு இடமேயில்லை. நான்கூடக் காற்றில் கரைந்த மணம் போலச் சூன்யத்தில் கரைந்து விட்டிருக்கிறேனா? தொடுவதற்கும், உணர்வதற்கும் உறுப்புகளும் ஏன் உடலுமே கூட அற்ற நிலையில் வெறும் சிந்தனைகளாக, எண்ண ஓட்டங்களாக இருக்கிறேன். இந்தச் சூன்ய வெளியின் உள்ளமாக இருக்கிறேன் போலும். நானே சூன்யமாக இங்கு நிரம்பி ததும்பிக் கொண்டிருக்கிறேன். நான் மட்டுமேயான நிலை. முரண்பாடுகளும், எதிரீடுகளும் இல்லை. தனிமை மட்டுமே ஆட்சி செய்துகொண்டிருக்கிறது.

ஏதோ சத்தம் கேட்பது போலுள்ளது. உயிர் துறக்கும் வேளையில் உடல் கொள்ளும் வலியில் முனகுவது போன்ற ஒலி. எங்கிருந்தோ சொல்லப்பட்ட பொருள் கூடிய சொல் நெடுந்தொலைவு பயணித்துக் காற்றில் தன் பொருளைக் கரைத்த பின் வெற்றுச் சத்தமாக ஒலிப்பது போன்ற ஓர் ஒலி. அப்படியென்றால் சத்தத்தை எழுப்பக் கூடிய ஏதோ ஓர் இருப்பு இங்குள்ளது. மிக முக்கியமாக என்னைத் தவிர, என்னிலிருந்து

ம்

வேறுபடக்கூடிய இருப்பொன்று இங்குள்ளது. உயிருள்ளதோ? அல்லது உயிரற்றதோவான ஓர் இருப்பு, ஒரு கல்லோ? ஒரு துளி நீரோ? இல்லையென்றால் காற்றோ? நிச்சயமாக இங்குள்ளது. அதுமட்டுமில்லாமல் நான் இருப்பதற்கென்று ஓரிடம் உள்ளது. இந்த ஒலி இருக்க ஓரிடம் உள்ளது. அந்த ஒலி பயணிக்க காற்றும்கூட உள்ளது. எனில் இது சூன்ய வெளியல்ல, நானும் அதன் உள்ளமல்ல.

அந்தச் சத்தம் கொஞ்சம் கொஞ்சமாகப் பெருத்து தூலமான, தொட்டறியக் கூடிய பொருளென இருளில் அமைந்து விட்டது. கிணற்றுக்கடியில் சத்தமிட்டுக் கொண்டிருக்கும் தவளை கத்திக்கொண்டே மேலேறுவது போல் அதிகரித்துக் கொண்டேயிருந்தது. ஒருவேளை இந்த ஒலி நானே கற்பனை செய்து கொண்டதாகக்கூட இருக்கலாம். மாபெரும் தனிமையிலிருந்து தப்ப நான் கொண்ட விழைவின் ஸ்தூல வடிவமாக இந்த ஒலி இருக்கலாம். 'ம்...' என்று ஸ்பஷ்டமாக ஒலித்துக் கொண்டிருக்கிறது. என்னைச் சுற்றியிருக்கும் வெளியே இந்தச் சத்தத்தால் நிறைந்துள்ளது. குளிருக்கு அடக்கமாகச் சுற்றிக் கொள்ளும் போர்வை போன்று 'ம்' என்ற சொல்லால் சூழப்பட்டுள்ளேன். அடிக்கடி இதுபோன்ற சத்தங்களும், குரல்களும் எனக்குக் கேட்பதுண்டு. பொருளே இல்லாச் சத்தங்களும், பொருள் கொண்ட வார்த்தைகளும் மாறி மாறி ஒன்றோடொன்று கலந்து காதுகளில் ரீங்காரமாக ஒலிக்கும். சில சமயம் புதுப் புது வாசனைகளும், இந்தச் சத்தத்தோடு சேர்ந்து வரும். ஒவ்வோர் ஒலிக்கும் தனித்தன்மை கொண்ட ஒரு மணம் உண்டு. ஒவ்வொரு சொல்லும் அதற்கே உரிய பொருளுடன், ஒரு மணத்தையும் சுமந்து வரும். கல்லோடு கல்லுரசும் ஒலி சுட்ட மீனின் மணத்தைச் சுமந்து வரும், நீர் சுண்டும் ஓசை புதுக் கள்ளின் மணத்துடன் வரும். 'ம்' என்ற இந்தச் சத்தம் குருதியின் மணத்தை நிறைக்கிறது. வெட்டப்பட்ட காயத்திலிருந்து வழிந்தோடும் குருதியின் மணம், பலியான ஆட்டின் குருதி மணம், பிறந்த குழந்தையின் மீதெழும் கருவறையின் மணம். ஆம் கருவறையில் அமர்ந்திருக்கும் சிசுவின் மணமே இங்கு நிறைந்துள்ளது.

ஒருவேளை முழுமையாக இதெல்லாம் கனவில் நிகழ்வனவாகக்கூட இருக்கலாம். இது போல் கண்ணறியா இருள் சூழ்ந்த இடத்தில் இருப்பது போலவும், பொந்துக்குள் அடைப்பட்ட எலி போலவும், மூச்சு விடுவதற்கே திணறுவது போலவும் அடிக்கடி எனக்குக் கனவுகள் வருவதுண்டு. கிட்டத்தட்ட கருவறையில் உள்ள குழந்தை போன்ற உணர்வுடன் கூடிய கனவுகள். ஆனால் இவ்வளவு தெளிவான எண்ணவோட்டங்கள் கனவில் அமைவதில்லை அல்லவா? தெளிவான மனவோட்டங்கள் என்றுதான் கனவிலிருக்கும்போது தோன்றும், விழித்த பின்தான் அனைத்தும் அபத்தங்கள் என்று புரியும். கனவு காண்பவன் அதைக் கனவு என்றுணர்ந்த பின் விழித்துக்கொள்வான். அதன் பின் அவன் கண்டதெல்லாம் பொருளற்றவையாக மாறிவிடும்.

எப்பொழுதுமே நமக்கு ஏற்படும் கனவுகளுக்குக் காரணமாக அமைவது தூக்கத்தில் விழும் முன் நாம் எண்ணிய எண்ணங்களும், கண்ட காட்சிகளுமேயாகும். இந்த இருண்ட பள்ளத்தில் விழுவதற்கு முன் பார்த்தவற்றைத் தொகுத்துக் கொண்டிருக்கிறேன். சிசுவுடன் ஒட்டியிருக்கும் தொப்பூழ்க்கொடி போன்ற பழுப்புடன் நான் அந்த விண்கலத்துடன் பிணைக்கப்பட்டிருந்தேன். உயிர் வாயு ஏற்றப்பட்ட விண்வெளிப் பாதுகாப்புறையில் கோழிக்குஞ்சுப் போல் ஒடுங்கியிருந்தேன். என்னெதிரே மிகத் தொலைவில் சிறு கரும் புள்ளியென அதிருந்தது. மெதுவாக என்னை நோக்கி நகர்ந்து வந்து கொண்டிருந்தது. இல்லையென்றால் நான் அதை நோக்கிச் சென்று கொண்டிருக்கிறேன் என்று கூறலாம். எது மேல்? எது கீழ்? என்று அறிய முடியாத வெளியில் அந்தரத்தில் மிதந்து கொண்டிருந்தேன். திசைகளும், தரையுமற்ற இடத்திலிருந்து அச்சிறுகரும்புள்ளியைப் பார்த்திருந்தேன். இன்னும் சற்று நேரத்தில் இந்தப் பிரபஞ் சத்தையே விழுங்கிவிடும் எத்தனத்துடன் வீங்கிப் பெருத்துக் கொண்டேயிருந்தது. விண்வெளியின் ஸ்திரமின்மை என்னை அலைக்கழித்தது. மது உண்டவனைப் போலவும், விஷம் தலைக்கேறியவனைப் போலவும், எடையற்றவனைப்

போலவும், பெருவலி கொண்டவனைப் போலவும் போதையில் ஆடிக் கொண்டிருந்தேன். வெகு தொலைவிலிருந்து ஒரு நட்சத்திரக்கூட்டம் என்னைப் பார்த்துக் கண்சிமிட்டியது. அந்நட்சத்திரங்களிடையே பாலே வழிந்து ஓடிக்கொண்டிருப்பது போல வெள்ளை நிறம் பெற்றிருந்தது வெளி. விண்கலம் உமிழ்ந்த வெளிச்சத்தில் நின்றிருந்தேன். சிறு புள்ளியென்றிருந்த கருந்துளை எனக்கும் அதற்கும் இடையிலிருந்த தூரத்தை உண்டவாறு என்னை நெருங்கி வந்தது. அருகே வரவர அதன் அளவும் பெரிதாகியது. ஒரு கட்டத்தில் அதை முழுமையாகப் பார்க்க முடியாமலானது. அந்த வட்டவடிவத்தின் ஓரங்களைப் பார்க்க முடியாத அளவுக்கு என் கண் தொடும் தூரத்தையும் தாண்டி பெரிதாகிவிட்டது. கருங்கடலென என்முன் பேருருவம் பெற்று நின்றிருந்தது. அதிலிருந்து வெளி வந்த கதிர்வீச்சு என் சுற்றுப்புறத்தை உஷ்ணமாக்கியது. பாதுகாப்புறையின் வெப்பநிலையும், அழுத்தமும் அதனால் தாங்க முடியாத அளவுக்கு அதிகரித்துவிட்டிருந்தது. இன்னும் சற்றே நேரத்தில் அழுத்தம் தாங்காமல் வெடித்துச் சிதறிவிடும் நிலை ஏற்பட்டது.

கருந்துளையினுள்ளே சுருள் வடிவிலான நீண்ட பாதை போன்ற அமைப்பிருந்தது. சுருண்டு, சுருண்டு நீண்டுகொண்டே சென்றது. சுருள் வடிவம் கொண்ட ஆற்றினைப் போல் ஒழுகிச் சென்றது. சுருள் பாதையின் தங்குதடையற்ற வழியில் பாசிப் படிந்த கூழாங்கல்லில் கால் வைத்தவனைப் போல் வழுக்கிக்கொண்டே சென்றிடுவேன் என்று தோன்றியது. கடலின் மீது பறக்கும் சிற்றீசல் போலிருந்தேன். அழுத்தம் தாங்காமல் என் விண்வெளி பாதுகாப்புறையின் பாகங்கள் ஒவ்வொன்றாக உடைந்து, தனித்தனியாக ஈர்ப்பு விசையற்ற வெளியில் மிதக்கத் தொடங்கின. கடைசியாக என் தலைக்கவசமும் பிய்த்துக்கொண்டது. அழுத்தத்தில் என்னுடல் திசைக்கொன்றாக பிய்த்துக்கொள்ளும் போலிருந்தது. இன்னும் சில வினாடிகளில் கருந்துளையின் ஈர்ப்பினால் உள்ளிழுக்கப்படுவேன். இன்னும் சில சூர்யோதயத்துக்குப் பின் மொத்த பிரபஞ்சமுமே அதனுள் ஈர்க்கப்பட்டுவிடும். மரணத்தையன்றி வேறெதையும் எதிர்பார்க்க முடியாத

தருணத்தில் பரவசத்துடன் நூறு மனிதர்களின் வாழ்நாளிலும் அறிய முடியாத பேரறிதலுக்காக காத்திருந்தேன். புத்தன் போதிமரத்தடியில் அறிந்ததற்கிணையான, இயேசு சிலுவையில் அறிந்ததற்கிணையான ஓர் அறிதல்.

ஏதோ ஒரு பெருமிருகத்தின் கருவிழியைப் போல என்னை உறுத்து நோக்கியது அந்தக் கருந்துளை. உணர்ச்சிகளற்றவனின் கண்களைப் போல் நிச்சலனமாய்ப் பார்த்துக்கொண்டிருந்தது. சட்டமிடப்பட்ட ஓவியத்திலுள்ள பெண்ணிண் உறுத்தும் கண் பார்வை போன்றிருந்தது. நிதம் நிதம் வாழ்க்கை முழுதும் என்னைக் காண்காணித்துக் கொண்டிருந்த பார்வை போன்றிருந்தது. என்னுடைய ஒவ்வொரு செயலையும் கண்ட பார்வை. என் கீழ்மைகளையும், என் குற்றங்களையும், என் தனிமையையும், என் வெறுமையையும் அறிந்த ஒருவனின் பார்வையைப் போல் நெருக்கமானதாக இருந்தது. நான் அழும் போதும், ஆணவம் கொள்ளும் போதும், நான், நான் எனப் பிதற்றும் போதும் நானின்றி நீயல்ல என்பது போல் என்னை நோக்கிப் புன்னகைக்கும் கருமணிப் பார்வையாக இருந்தது. என்னுள் நானே கண்டிராத ஆழங்களில் ஒளி வீசும் பார்வையாய் இருந்தது. இப்போது பெருங்கருணை கொண்டவனின் கண்களின் ஈரத்துடன் என்னைப் பார்க்கிறது.

சேற்றில் வழுக்கி நீரில் விழுவனைப் போல அதன் மெல்லியப் பரப்பில் விழுந்தேன். குட்டியினைக் கவ்விக் கொள்ளும் தாய்ப் பூனையினைப் போல் என்னைக் கவ்வி உள்ளிழுத்துக்கொண்டதது. சுருள் வளைப் பாதையின் உச்சியிலிருந்து பயணிக்கத் தொடங்கினேன். சிறிது நேரம் மேலே ஏறுபவன் போலவும், சிறிது நேரம் கீழே இறங்குபவன் போலவும் உணர்ந்தேன். ஊசலில் ஆடுபவனின் உணர்வு ஏற்பட்டது. அங்கே உடலில்லாதவன் போல் உணர்தேன். ஆதியும், அந்தமுமற்ற விண்வெளியில் பயணித்தேன். ஒவ்வோர் அங்குலமாக பகுத்து அறிந்துகொண்டேன். பெரிதினும் பெரிதான நட்சத்திரங்களையும், சிறிதினும் சிறிதான அணுக்களையும் கண்டேன். வெளியும், காலமும் அளித்த

ம்

அனைத்து தடைகளையும் தகர்த்துக் கொண்டிருந்தேன். பெருவிடுதலை கொண்டவனானேன். உடலைக் கடந்து வெறும் மனமென்றாகிவிட்டேன்.

'ம்...' என்ற சத்தம் என் சிந்தையைக் குலைக்குமளவுக்குப் பெருகிவிட்டது. என் கேட்கும் திறனை முற்றழிக்க வேண்டும் என்றிருந்தது. என்னுள்ளேயே உருக்கொண்டிருந்த சத்தமெனில் நானென்ற இருப்பை அழித்துவிட்டு இல்லாமலாகிட வேண்டும். உடலென்று ஒன்றிருந்தால் தற்கொலையாவது செய்து கொண்டிருக்கலாம், உடலும் இல்லையே. எனில் நான் இந்தச் சூன்ய வெளியில் கரைந்து சூன்யத்துடன் சூன்யமாகிட வேண்டும். என்னிருப்பை முழுமையாகத் துறந்திட வேண்டும். ஆனாலும் சூன்யம் என்ற இருப்பாக எஞ்சுவேன் அல்லவா? நான் இல்லாமல் ஆவதென்பதே இயலாக் காரியமில்லையா? இருந்தாலும் இந்தச் சத்தத்தால் பாதிக்கப்படாத நிலையை அடையும் வாய்ப்புள்ளது.

ஆ! இந்த ஒலி என்னைக் கூறுபோடுமளவு பெருத்து விட்டதே? மானுடப் பெருந்திரளின் மனமாக, உணர்வாக என்னை உணர வைக்கிறது இந்த ஒலி. என்னுள் புதைந்திருக்கும் கோடிகோடி உயிர்த்திரளின் வாழும் விழைவை, குரோதத்தை, காமத்தை வெளிக்கொணர்கிறது. உயிர் கொண்ட, உயிரற்ற பொருண்மைகளின் தொகையை என்னுள் உணர்ந்தேன். சூலுற்ற பெண்ணிணைப் போல் பேருவகை அடைந்தேன். அகமே ஒழிந்தவனாகப் பிரம்மாண்டத்தின் பிரம்மாண்டமானேன். அதே சமயம் அணுவினும் சிறுத்தவனாகவுமிருந்தேன்.

ம்...என்ற ஒலி சடுதியில் என்னைப் பல துண்டங்களாக சிதறச் செய்தது. பாறைப்பரப்பில் சிதறிய நீர்த்துளிகளைப்போல் விரவிக் கிடந்தேன். சிதறடிக்கப்பட்ட உடனே துளிகளாய் நானிருக்க இடமுண்டானது. ஒன்றை ஒன்று பிரித்தறிய வடிவம் உண்டானது. ஒன்றிலிருந்து ஒன்றைச் சென்றடைய காலமுண்டானது. பெரும் பரவசத்துடன் ஒரு துளியிலிருந்து மற்றொன்றைப் பார்த்தேன். ஆடிப் பரப்பில் பிரதிபலிக்கப்பட்ட பிம்பங்களைப் போலிருந்த துளிகளில் அதிலிருந்து

இதையும் இதிலிருந்து அதையும் அறிந்தேன். அனைத்திலும் காமமென்றிருந்த அந்த ஒலி ஒன்றை ஒன்றிணைக்கவும், அதன் மூலம் புதியனவற்றை உருவாக்கவும் செய்தது.

—

கோதார்டின் குறிப்பேடு

கமலக்கண்ணன்

கோதார்ட் தன் தற்போதைய ஆய்வுப் பணியின் களசேகரங்கள், கவனநிலைகள், கவனமின்மைகள் அனைத்தையும் சேகரித்து வைத்திருந்த தன் குறிப்பேட்டைத் தினமும் போலவே இன்றும் திறந்து வைத்து வெறுமனே பார்த்துக் கொண்டிருக்கையில், அவருள்ளம் முதலை வயிற்றில் இறங்கும் மரித்த மானுடலென மெல்ல நழுவிக்கொண்டிருந்தது. மனநிலையிலிருந்து நழுவுதலே பல புதிய கருத்துகளையும், கருவிகளையும் உலகிற்குக் கொடையெனத் தந்துள்ளது; மாறாக மனநிலைகொள்ளல் அல்ல. மனநிலைகொள்ளல், மனக்குவியம், மனவொருமுகம் ஆகியவை மாணவர்களுக்கானது; மனநழுவுதல் கவிஞர்களுக்கும் அறிவியலறிஞர்களுக்குமானது. மனநழுவுதலிருந்தே மாபெரும் தத்துவங்களும், மகோன்னத காவிய கணங்களும், அறிவியல் கண்டடைதல்களும் நிகழ்வெடுக்கின்றன.

அவரது கண்டடைதல்களின் உட்சுவர்களில் மோதி ஒலித்து ஆர்வத்தைத் தூண்டிய, ராம்சேயின் வழக்கினை ஆய்வுக்குட்படுத்திய தன் குறிப்புகளை நோக்கியவாறு, தன் உள்முகப் பயணத்தின் தொடர்ச்சியில் நிகழ்ந்து, கரைந்து கொண்டிருந்தார். அவன் பள்ளியில் பாடங்களில் வெகு மெதுவானவனாக இருந்து வந்தான் குறிப்பாக கணிதத்தில். ஒவ்வொரு முறையும் அவனது கணித வகுப்பில், அனைவருக்குமான ஒரு ஜோக்கராக அவனுரு நிலைபெற்றிருந்தது.

தன்னை உயர்ந்த மாணவனாக கருதிக்கொள்ள எவரும் தன்னருகே ராம்சேயினைப் பொருத்திப் பார்த்துக்கொண்டால் போதும் என்ற கருத்து பொழுதொரு வண்ணமென வளர்ந்து, வகுப்பறையில், பள்ளியில் நிறைந்துவிட்டிருந்தது.

அவ்விளைவு அவனைத் தனியனாக ஆக்கிய கணந்தோறும், தனிமை அவனைத் தோல்வியுற்றவன் என்று அவனுக்கே சுட்டுவிரல் நீட்டி, தனிமையின் சுட்டுவிரல் மடங்கியதும் இரு கைகளென அவன் கழுத்தினை நெருக்கி, அவனை விழுங்கிடத் துடித்தது. அவனது ஐந்தாம் வயதில், அவனது பெற்றோருக்கேற்பட்ட மணமுறிவின் வலிகள் மெல்ல இதைச் சரியான தருணமெனப் பற்றி அவனை மேலும் அழுத்தியது. எதற்காகவோ, யார்யார் மீதெல்லாமோ கோபமும் ஆற்றாமையும் நுரைத்து அவனைத் தனக்குள்ளேயே மூழ்கடித்தது.

ஒரு வழியாக, ஆரம்ப காலத் தனிமையை அவன் உள்ளம் மெல்ல கடந்தது. தனிமை ஓடினால் துரத்திவரும் என இருந்து, துரத்தினால் பயந்தோடும் நிழலெனப் படிமாறிப் பின், நிழலென்பதாலேயே அவனுடனேயே இருந்தது; திகழ்ந்தது; அணைத்தது; குழைந்தது. பின், தனிமை அவனை அவனது குற்ற எண்ணங்களிலிருந்து, விடுவிக்கும் பாவனையில் அவனைக் கற்பனை உலகிற்கு அழைத்துச் சென்றது. அவன், நிகருலகில், நிகரிலா மகிழ்வையும், தன்னிச்சைகளின் விடைகளையும் கண்டது அவனைத் தனிமையின் நண்பனாகவே மாற்றியது. இந்த நட்பின், நீள்காலம், புதிய பரிட்சார்த்தங்களைச் செய்து பார்த்துக் கொண்டிருந்தது. அந்தப் புறச்சூழல் எப்போதும் போலவே சொல்லப்போனால், இன்னும் கூடுதலான காழ்ப்புடன் அவனைச் சிரிப்பிற்கானவனாகப் பயன்படுத்திக் கொண்டிருந்ததிலிருந்து, அவனை இளக்காரத்திற்கும், மனநோயாளியென எடுத்துக் காட்டுவதற்குமாகப் பரிணாம வளர்ச்சி பெற்றிருந்தது.

ராம்சேயின் பதினேழாம் வயதில், தன் தனிமையின் உத்தரவுப்படி, அவன் தன்னை வேகத்தின் ஆற்றலாய்க்

கருதிக்கொண்டிருந்தான். வேகமாக எதையும் செய்திட வேண்டுமென அவனுள்ளம் அவனைப் படுத்திக் கொண்டிருந்தது. வேகம் என்பது, தனது ஆழத்தில் ஊறுகின்ற ஒரு நதியென அகம்கொண்டான். அவன் தன் அகம் செல்லும் வேகத்தில் ஒரு வாகனம் வேண்டிப் பெற்றான். அதில் பயணம் செய்கையில், அவன் இன்னொருவனாக உருவம் கொள்வதைக் கண்டு வியந்தான்; பரவசமடைந்தான்; தற்காலிகமாகவேனும், விசும்பினையும், காற்றினையும் வெற்றி கொள்வதாய் மனமகிழ்ந்தான்.

மனசாட்சியின் படி நடப்பதெனப்படுவது எப்போதும், நன்மையைப் பெற்றுத் தராது. அது துயரத்தைப் பல சமயங்களில் உருவாக்கிவிடும். அவனது வேகம், பல நேரங்களில் ஆபத்தினைத் துவக்கப்புள்ளியாகக் கொண்டே தன்னை நீட்சித்துக் கொண்டிருந்தது. அவனது வாழ்வின் நீளத்தை எல்லாம் அந்த இரு சக்கர எந்திரப்பறவை அவனை ஏற்றிக்கொண்டு கடந்து கொண்டிருந்தது. அதன் மேல் நாளுமொரு புதிய இலக்கினைக் கொண்டு கடந்து சென்று கொண்டிருந்ததால் அவ்வெற்றியின் இனிமையில் மூழ்கி அந்தப் பேரிலக்கொன்றை அகம்கொண்டிருந்தான். ஃப்ரான்சின் காம்பி லேவல் சாலையினைக் கடும் வேகத்தில் தன் வாகனத்தில் கடந்திடவும், அதைக் கொண்டு தன்னகவெறியினைச் சற்றே தணித்திடவும் எண்ணம் கொண்டு அதுதரும் உத்வேகத்திலேயே சில நாட்களைக் கழித்தான்.

அச்சாலையின் தோற்றம் அதைச் சொர்கத்திற்கான வழியெனக் காட்டியது. அதன் மீது வேகத்தைப் பொழிவதே அதன் வனப்பினை முழுதும் அடைந்து வென்றெடுப்பதன் நிறைவைத் தரும். தன் பறவையைத் தட்டினான். அவனது அருந்திறன், அவனது அசைவுகள் இரண்டும் சேர்ந்து அவன் மோட்டாரினை அவன் அங்கமெனவும், அவன் எண்ணங்களை அதில் சேர்க்கும் நரம்பிழைகளென அவன் தோலடுக்கும் மாற்றிக் கொண்டிருந்தது. அவனது வேகமானி, மெல்ல சிகப்பைத் தொட்டு, அவனை மேலுமேலுமென உன்மத்தம் நோக்கி ஈர்த்துக் கொண்டிருந்தது.

அவன் பயணத்தில் உலகின் பால்கனியில் நடந்து கொண்டு, கீழே நுண்புற்களென மானுடர்களைப் பார்ப்பது போல நினைக்கத் தோன்றியது. பனி மெல்லிய படலமாகி, வெண்மங்கையின் மேலாடையென நிரம்பியும், விலகியும் அவனுக்குப் பெரும்கனவொன்றைச் சமைத்துத் தந்து கொண்டிருந்தது.

அவன் தன் வாழ்வின் கடினமான இலக்கொன்றைப் பூர்த்தி செய்திருந்தான். ஆம், அந்த உலகின் அழகும், ஆபத்தும் நிறைந்த சாலையை வெகு வேகத்தில் கடந்திருந்தான். மெல்ல தன் வேகத்தைக் குறைத்து காற்றோடு கை சேர்த்துப் பயணிக்கையில் அவன் கவசத்தின் உள்ளேயே கண்ணீரின் உரையாடல் நிகழ்ந்து கொண்டிருந்தது. அவன், தன் உள்ளச் சமவெளியைத் தொடும் முன்னரே, சமவெளியை அடைந்திருந்தான். அவனது வேகமானியின் சிகப்பினைத் தொடர்ச்சியாகத் தக்கவைத்துக்கொண்டே இருந்தான். அவன், தன் மனவெழுச்சியைத் தாங்க முடியாதவனாகித் தன் வாகனத்தின் மேலேயே ஏறி நின்று தன் கைகளை விரித்தான், ஏதோ பிரபஞ்சத்தைக் கட்டி அள்ள நினைப்பவன் போல.

அவன் தேவனாகி இருந்தான். அத்தனை எள்ளல்களையும், எரிச்சல்களையும் கடந்தவனாகி இருந்தான். அவனெதிரே மைய நதியில் இணையும் ஒரு கிளை நதியென, ஒரு சிறுசாலை வந்திணைந்தது. இவன் அதன் முகப்பைத் தொடும் நிச்சலனத்தில், சாலையின் மேலேயே ஊர்ந்து வந்திருந்த ஒரு பாரவண்டி அவனுடன் இதழ் சேர்த்தது. அதன் பின்னர், வலியைக் கடந்த வலியையும், ஆம்புலன்ஸ் ஒலியையும், சித்திரமெனத் தோன்றி மறையும் செந்நிறப் பின்னணியில் வெண்ணிற இறகென அசையும் தேவைகளையும் உணர்ந்து கொண்டிருந்தான்.

அவனைச் சூழ்ந்து அவனுயிரைப் பறிக்கக் காத்துக் கொண்டிருந்த உயிரிலிகளிடமிருந்தென, அவனைப் பாதுகாக்கும் முனைப்புடன் செவிலிகளும் மருத்துவர்களும்

பெரும் நகரத்தின் இயக்கமெனச் செயல்பட்டுக் கொண்டிருந்தனர். அவ்வசைவுகள் அனைத்தையும், ஒரு துளி விடாமல் முழுமழையிலும் நனைய இச்சைகொண்ட மழலை போல, தன் சுவர்ண முலாமிட்ட பேனாவினுதவியால், தன் குறிப்பேட்டில் வரைந்தும், சுருக்கெழுத்துகளிட்டும், எழுதியும் கொண்டிருந்த கோதார்ட் நிரம்பியிருந்த மை குருதியாய் வெளிவந்து கொண்டிருப்பதை அறிந்து நிலைத்தார்.

அவரால் அடுத்தேதும் குறிப்பெடுக்க இயலாதபடி, அவரை ஏதோ ஒன்று தடுப்பதுபோலிருந்தது. அவரை நெடு நேரம் அவரே கவனிக்காத போது, முகத்தில் எவ்வித உணர்வுகளுமற்று உற்றுநோக்கிக் கொண்டிருந்த நீல நிறக் கண்களுடைய செவிலி திடீரென அவரது சவரம் செய்யாத தாடையைக் கவ்வி, மயிர்க்கால்களை இழுத்து விழுங்கத் தொடங்கியதும், திடுக்கிட்டு விழித்தார்; உண்மையில், அது தன் தாடையில் கவ்விய நாகமெனக் கண்டதும், பயமெழுந்தாடி தன் உடலெங்கும் வெந்நீலமென மெல்ல சூழ்ந்து, அவரது மூளைக்குள் நிறமியெனத் தொட்டதும், தேற்கொடுக்கென கொட்டியதும், மூச்செழுச்சி கொண்டு தன் நினைவின் தளத்திற்கு வந்து, தன் குறிப்பேட்டை வெறித்துப் பார்த்து விலக்கி வைத்தார்.

நீரில் தன் முகத்தை அறிமுகப்படுத்தி, தன் மீது படர்ந்திருந்த ஆய்வின் நீட்சியால் உணர்ந்த களைப்பின் ரேகைகளைக் களைய முற்பட்டார். ஆய்வென்பது, ஒரு தொடர் நிகழ்வு, அதில் ஆர்வம் மட்டுமே ஒரு தூண்டுதல் என்றிருக்க முடியாது. தவ நிலையால் மட்டுமே அது நிகழும்; மனிதனைப் பற்றிய ஆய்வுகள் அதனினும் கடியது; மனித மனங்களைப் பற்றிய ஆய்வுகள் கடவுளைப் பற்றிய ஆய்வுகளை விடவும் சிடுக்குகள் நிறைந்தது. முகம் மட்டும் குளிர்வித்த, நீரின் போதாமையை உணர்ந்து இசைத்தட்டினை உருளவிட்டார். அது, அலைகளென மாறி, அவ்வறையையும் அவரையும் அணைத்துத் ததும்பியது.

கோதார்ட் அன்று முழுச்சவரம் செய்திருந்து தன் அகவையில் சற்று பின்னகர்ந்திருந்தது, ராம்சேயின்

மனச்சுமைகளை அவர் முன்னர் இறக்கிவைக்கச் சற்றெளியதாய் இருந்தது என்பதைக் காட்டும்விதமாக அவனே அன்று அவருக்கு முன்னதாகத் தன் உரையாடலைத் தொடர்ந்திருந்தான். "அன்று, அனைவரும் என்னை உயிர்பிழைக்க வைத்துவிட வெகுவாய் முயன்றிருந்தனர்" ராம்சே தொடர்ந்தான். "ஆனால், எனக்கோ இன்னும் சில நுண்காலத்தில், தன்னை நிச்சயம் இழந்துவிடுவேன் என்ற உறுதி மண்டைக்குள் வந்து சேர்ந்திருந்தது. அதை என் உள்ளுணர்வு முன்வைத்திருந்தது. உள்ளுணர்வுகள் எப்போதும் பொய் சொல்வதில்லை என்ற எண்ணம் என்னை ஒரு மெல்லிய கீறலென வெட்டிச் சென்றது; அதைத் தொடர்ந்து உடனேயே உள்ளுணர்வுகள் அனைத்துமே பொய் என்ற எண்ணம் மெல்ல எனக்கு வலுப்பெற்றது."

இடைநுழைந்த கோதார்ட், "ராம்சே! தங்களுக்கு ஏற்பட்ட 'உள்ளுணர்வுகள் பொய்' என்ற எண்ணம் எதை உங்கள் மனதில் சுட்டியது எனச் சற்றே குறிப்பாக உணர்த்தினால் மகிழ்வேன்" என்றார்.

"நிச்சயமாக, எனதருமை மனவியல் மருத்துவரே!" என்றவாறே தன் கைகளால் தன் உதட்டருகே துடைத்தவாறே, தன் எதிரே அமர்ந்திருந்த கோதார்டின் நாற்காலியைக் கவனித்துக்கொண்டே, தன் கைகளை ஒன்றோடொன்று பிணைத்து சிந்தித்தவாறே "வெகு நேரம் நடக்கையில் நம் மனம் நிற்பதை விரும்பும்; வெகு நேரம் நிற்கையில் நம் மனம் நாற்காலியைத் தேடும் இயல்பாக; வெகு நேரம் அமர்ந்திருந்தால் படுக்கையில் சற்று முதுகைச் சாய்த்து, துயில் கொள்ளலாம் என்று தோன்றும்; அன்று, நான் இருந்த நிலையில், படுக்கையில், உயிரினைச் சற்றே பிரியலாமென்று என் மனம் சொன்னது; அது எனக்குப் பேராறுதலாய்ப் பட்டது. மனம், நம்மை ஆட்கொண்டால் அது மரண யாத்திரை; மனத்தை வெல்வதே வாழ்க்கை."

"எனக்கு அன்று தேவைப்பட்டதெல்லாம் வாழ்க்கை அல்ல, ஆறுதல்! எனவே, நான் உயிரைப் பிடித்து இறுக்கி

என்னுடலோடு நிறுத்திக்கொள்ள முட்டிக்கொண்டிருக்காமல், என் அத்தையின் கதறலையும் தாண்டி மரணத்தை அணைத்துக்கொள்ளவே நசை கொண்டிருந்தேன். கோரமான இந்த உலகின் முன்பு என் இயல்புகளோடுடனே கூட நான் அநாதரவாய் வாழத் தலைப்பட்டேன்; அன்று, இருந்த வலியின் நிலையில், நான் உயிர் பிழைத்திருந்தாலும் நான் இழக்கப்போகும் அங்கங்களின் விளைவுகளையும் எண்ணியபோது, உலகின் விழிகள் என்னை நீள்நாக்குடன், வெறித்த விழிகளுடனுமே வரவேற்றன." வேகமாகப் பேசிக் கொண்டிருந்தான் ராம்சே உணர்ச்சிகளின்றி.

"ஒரு புள்ளியில் வெண்ணிறத் துணியில் ஊறும் நீரினைப் போல, திரையினை விலக்கி ஓர் அறைக்குள் செல்லும் உணர்வினைப் பெற்றேன். புரிந்தது அத்தனையும்; என்னை நோக்கி, பொறுமையுடன் காத்திருந்த, அத்தை இசபெல்லை நோக்கி சொன்னேன் 'அத்தை! நான் பேசுவது கேட்கிறதா. நான் இறந்துவிட்டேன். இனி, சென்று தங்கள் பிழைப்பைப் பாருங்கள்!' அதைக் கூர்ந்து நோக்கிய அவள், அதிரும் கோணலான உதட்டோரத்துடனும், விழியைப் பிழிந்து வழிந்து கொண்டிருந்த லாக்ரிமல் நீருடனும் என்னருகில் வந்து 'இல்லை, என் செல்லமே, தேனே, நீ இறக்கவில்லை, நீ பிழைத்துவிட்டாய்! விரைவிலேயே என்னுடன் வந்து சுகமாக வாழப் போகிறாய்' என்று சொன்னவாறே, பெருங்குரலெடுத்து அழத்தொடங்கினாள். அத்தனையும், என்னால் கேட்க முடிந்தாலும், 'எனக்குப் புரிகிறது, எப்படி இதயம் கழண்டோடித் தாவி வெளியேறும்படி அழுதாலும், மூளை வெடிக்குமளவிற்குத் துயர் கொண்டாலும், நான் இறந்துவிட்டேன் என்பதை நீங்கள் மாற்ற முடியாது அத்தை' என்று எனக்குள்ளேயே சொல்லிக்கொண்டேன் உணர்ச்சிகளற்று."

அவ்வளவுதான் என்பது போலத் தன் நாற்காலியின் முனையிலிருந்து தன்னை உள்ளிழுத்துக்கொண்டு, இலகுவாகச் சாய்ந்து அமர்ந்துகொண்டான் ராம்சே.

அவன் கூறிய அத்தனையையும் வியப்புடன் கேட்டுக் கொண்டிருந்த கோதார்ட் முழுக்கவே அவனது ஒன்றோடு

ஒன்று பின்னியிருந்த கைகளிலேயே தன் பார்வையைப் பதித்திருந்ததை உணர்ந்து உடன் தன் கைகளைக் கவனித்துத் தான் எப்போது அவனைப் போலவே நாற்காலி அமர்வின் முனைக்கு நகர்ந்து, தன் கைகளைப் பின்னிக்கொண்டோம் என்பதை எண்ணி வியந்திருக்கையிலேயே, தன் கைப்பிணைப்பில் இடது பெருவிரல் மேலே இறுதியாக இருப்பதைக் கண்டு, அவனுக்கு எந்தப் பெருவிரல் வெளியே இருந்திருக்கும் எனக் கேள்வி கொண்டு நினைவு மீட்டெடுக்க எவ்வளவு முயன்றும் இயலாமல் சிறுகுறுஞ்சோர்வுற்றார்.

மீண்டும் தன்னிலை மீட்டு, "ஆனால், நீங்கள் இன்னும் உயிரோடுதான் இருக்கின்றீர்கள்; அல்லவா? இல்லை, இன்னும் அதை நீங்கள் உணரவில்லையா?" என்று வினவினார். இந்தக் கேள்வியின் எதிரொலியெனத் தன் நெற்றியில் உண்டான சுருக்கங்களுடன் முதல் முறையாக எரிச்சலுடன் "இல்லை. இல்லை. நான் உயிருடன் இல்லை; ஏன் ஐயா, என்னை அவமதிக்கத்தான் என்னை அழைத்தீர்களா?" என்று அலறியவாறே அவரது பெயர்ப்பலகையைப் பார்த்து நுண்ணணுகி, "மிஸ்டர். ஜூல்ஸ் கோதார்ட்!" என்று சொற்தடுக்கி நின்றான். "மன்னிக்கவும், ராம்சே அவர்களே, நிதானமாக அமருங்கள், தங்களை நான் அவமதிக்கவில்லை; மாறாக புரிந்துகொள்ளவே விரும்புகிறேன். நீங்கள் உயிரோடிருப்பதாக நான் எப்போதும் இனி சுட்டமாட்டேன்." என்று தான் சொன்னதை இரண்டாம் முறை சொன்னதாகப் பொருள்படுமாறு அவனைக் கண்ணொடு கண்ணோக்கி மேலும், கீழுமென தலையசைத்தார்.

"உங்களோடு ஒரு குறிப்பினைப் பகிர்ந்துகொள்ள விழைகிறேன், நான் உங்களைப் பற்றிய குறிப்புகளை எடுத்துக் கொண்டு கனமான மனதுடன் கிளம்பிய பிறகு, தங்கள் சிகிச்சை நடைபெற்ற மருத்துவமனையிலேயே, தங்களுக்கும் மேல்தளத்தில் இருக்கும் கடைசி அறையில் இன்னுமொரு சுவாரசியமான நோயாளி இருப்பதை அறிந்து அவரைப் பற்றிய குறிப்புகளை எடுப்பதற்காக வந்திருந்தேன்; அவர் காத்தரீன், 38 வயது பெண்மணி; அவர் தீயில் சுடப்பட்டுத் தன் உடலின் முக்கிய

பாகங்களை மெல்ல மெல்ல திறமையான மருத்துவர்களின் உதவியால் பாதுகாத்துக்கொண்டு, உயிர்பெற்றெழுந்தவர்" கோதார்ட் தொடர்ந்தார்.

காத்தரீன், தன் உயிர் தன்னுடன் வந்து சேர்ந்ததுமே, முதலில் விழிதேடியது தன் கணவர் ஸ்டீவினைத்தான். தன் நா மீண்டும் மொழியின் சுவையை முதலில் அறிந்ததுமே அவள் சொன்ன வார்த்தை 'ஸ்டீவ்' என்பதைத்தான். அவர், தன்னை வந்து சந்திக்கவில்லை என்பதை அவள் அப்போது மறு மரிப்பிற்கீடாய் கருதினாள். மறுநாளே, அனைவரும் அவளைச் சுற்றி அமர்ந்திருந்தனர். அவளொரு, பெரிய கூட்டுக் குடும்பத்தின் ஓர் அங்கம்.

இதைச் சொல்லியதுமே நிமிர்ந்து நோக்கி, "ராம்சே, இதைச் சொல்வதன் மூலம், தங்களது தனிமையினை நான் ஏளனம் ஏதும் செய்ய விழையவில்லை; மாறாக, அந்தச் சூழலின் விவரணையைச் சொல்லத்தான் முயல்கிறேன்" என்றார் கோதார்ட்.

"தனித்தீவில், கரையொதுங்கியவனைக் கடலலைகளைவிட எவரும் ஏளனம் செய்துவிட முடியாது; நீங்கள் தொடருங்கள்" என்றுசுருக்கமானபதிலைத்தந்துராம்சேதான் அவரதுகூற்றினை ஆர்வமுடன் கவனிப்பதையும் அறிவித்துக்கொண்டான்.

கோதார்ட் தொடர்ந்து, "நானும், அந்தக் குடும்பத்தில் ஒருவரென ஓரத்தில் அமர்ந்திருந்தேன் என் நோக்கம் வெறும் குறிப்புகளெடுப்பது என்றபோதும், அவளைச் சூழ்ந்திருந்த அவளது குடும்பத்தாரது நோக்கம் என்னை மகிழ்வுறச்செய்தது. அனைவரும் சூழ்ந்திருக்க பாடல் பாடி, ஸ்டீவினை வரச் செய்து காத்தரீனுக்குப் பூங்கொத்து தரவைப்பதே அவர்களது எண்ணமாக இருந்தது. மெல்ல பாடல் தொடங்கியபோதே, காத்தரீன் முழுதும் புரிந்து கொண்டவளாய் பேரானந்தம் கொள்வதன் முற்றத்திற்கு வந்திருந்தாள். எங்கே தன் உயிரின் ஒரு பாதி; தன் வாழ்வின் சரிபாதி என்று நோக்கி இருந்தவளை நோக்கி அழகிய, சீரான நடையுடன் அணுகிக் கொண்டிருந்த

ஸ்டீவின் முகத்திலும் அதே அளவு காதலின் உக்கிரமும், மீள்வின் மகிழ்வும் நிலை கொண்டிருந்தது.”

அருகில் வந்து, தன் பூங்கொத்தினை அளித்த அவன் அவள் முகத்தினருகே வந்து அந்த செவ்வுதடுகளின் உலர்வை மாற்றிட வன்பாலையில் மழையென தன் உதடுகளை இணைத்திட நெருங்கினான். பளார் என வாளால் வீசியதென அவனை அறைந்து தள்ளினாள். ஒரே நொடியில், அவ்வறையின் அங்கங்கள் அனைவருமே மௌனத்தின் மேலாடையை அள்ளிப் போர்த்திக்கொண்டனர். அது இருளின் நிறத்திலிருந்தது; ஆனால், ஸ்டீவ் விடவில்லை, “மன்னித்துக்கொள், என்னுயிரே, நீ கண்கள் திறந்து என்னைத் தேடிக் கொண்டிருக்கையில் நான் பார்க்க முடியவில்லை என்று கோபித்துக்கொள்ளாதே” என்று சொல்லி மீண்டும் அவளை அணைக்கப் பார்த்தான்.

“நீ யார்?” என்றாள் சந்தேகமும் எரிச்சலும் கலந்த முகத்தோற்றத்தில்.

“...”

“என் கணவனைப் போலவே, உருவமிட்டிருக்கும் நீ யார்? சொல்! எங்க என்னோட ஸ்டீவ்? ஏன் எல்லாரும் இப்பிடி ஏமாந்தீர்கள். இது என் ஸ்டீவ் இல்லை; இல்லை, நீங்க எல்லாருமே சேர்ந்து என்னை ஏமாற்றுகிறீர்கள்! என் ஸ்டீவ என்னடா பண்ண, நாய் மகனே” என்றெல்லாம் சொல்லி காத்தரீன் தன் வாழ்வில் மீண்டும் துன்பத்தை நோக்கி ஒவ்வோர் அடியாக எட்டுவைத்துப் பயணித்தாள்.

“என்னிடம் குடும்பத்தாரும், ஸ்டீவும் அவர்கள் பரஸ்பரம் எடுத்துக்கொண்ட நிழற்படங்களைக் காட்டி, அவள் மனதில் ஏற்பட்டிருக்கும், பிரச்சினையைச் சரிசெய்து தரவேண்டுமாறு மன்றாடினார்கள்.” சொல்லி முடித்த ஜூல்ஸ் எழுந்து சென்று தன் அலமாரியிலிருந்து எடுத்து வந்த தன் (இருபதாம் தொகுதி என்று தலைப்பிட்டிருந்த) குறிப்பேட்டின், 25ம் பக்கத்தினைக் காட்டினார். அது காத்தரீன் பெய்ர்ட் என்ற தலைப்பில் பல புரியாத கலைச்சொற்களுடன் நிரம்பியிருந்தது.

“மனம் பல விதமான ஏமாற்றங்களைச் சந்திக்கிறது; பல விதமாக நம்மையும் ஏமாற்றுகிறது. யாரோ ஒருவர் வந்து நம் மனதைக் குழப்ப வேண்டியதில்லை; ஒருவரது மனம் என்பதைக் கணக்கில் கொள்ளும்போதும், அந்த மனதின் உரிமையாளனே யாரோ ஒருவனாகிவிடுகிறான்.”

“உண்மையில் உன் மனம் வேகத்தைச் சரியாகக் கணக்கிட்டும், அதை வென்றும் கடந்தும் செல்லும் தன்னுணர்வை நுட்பமாகப் பெற்றிருக்கிறது. இதுவே, கணிதப்பாடத்திற்கான அடிப்படை ஆற்றல்; ஆனால், உன் வாழ்வின் ஆதாரத்திலேயே, நீ கணிதத்தில் ஞான சூன்யம் என எப்படியோ உன் மனத்தால் நிறுவப்பட்டிருக்கிறாய். அதை, ஏற்காத மனத்தின் மனம் உன்னை ஒரு வேகமான வண்டியோட்டியாக மாற்றியிருக்கிறது – இன்னும் சொல்லவேண்டுமெனில், வெற்றிகரமான, வேக வண்டியோட்டியாக!” தன் வாழ்நாளின் மிக முக்கியமான தருணமாய் ராம்சேயைக் கருத வைத்துத் தன் உரையாடலின் முடிவிற்கு வந்திருந்தார் கோதார்ட்.

“நீ நேராக உன் அத்தை வீட்டிற்குச் சென்று, அவளோடு உரையாடு; மனத்தை வெல்ல நினைப்பதற்கு, அதைப் புரிந்துகொள்ள முனைவதே முதல் படி. அதை நிகழ்த்திப்பார்; அடுத்த வாரம், இதே நேரம் என்னை மீளச்சந்தி. நீ உயிரோடிருக்கிறாய் என்று நான் –முன்பே சத்தியம் செய்தது போல – இனி எப்போதும் சொல்லமாட்டேன்” என்றவாறு கதவினைத் திறந்துவிட்டு, இலகுவாக வெளியேறிச் சென்று கொண்டிருந்த ராம்சேயைப் பார்த்துவிட்டுத் தன் கதவுகளை மூடி உள்ளே தாழிட்டார் கோதார்ட்.

தன் வலது உள்ளங்கையில், பந்தினை மூடிக்கொண்டு, அரைச் சாய்வு நாற்காலியில் சாய்ந்து படுத்தவாறே, தன் மனநழுவுதலை முயன்று கொண்டிருந்தபோதே, உறக்கம் மெல்ல அவரைப் போர்த்தத் தொடங்கிடும் சில நுண்கணங்களுக்கு முன், தன்கனவுத் திரையில், வலது கையும், இடது கையும் பின்னிப் பிணைந்திருப்பதைக் கண்டபோது அது காத்தரீனின் கைகளெனப் பட்டது; அக்கைகளின் வலது பெருவிரல் வெளியே

இறுதி விரலாய் இருந்ததைப் பார்த்ததும், தன் கைகளிலிருந்து பந்து விடுபடுவதையும், அது கீழே இருந்த வெண்கலச் சட்டியில் உருண்டு எழும் சத்தத்தையும், அதிர்ந்தவராக உணர்ந்து, சட்டென்று விழித்தார். வேகமாய், தன் குறிப்பேட்டைத் தேடிக்கொண்டிருந்தார்.

அது கிடைக்காமல் போகும் தோறும் அவரது பதற்றம் பெருகியது; ஒரு புள்ளியில், நின்று நினைவுகொள்கையில், அதை ராம்சே எடுத்துச் சென்றிருக்கலாம் என்று புரிந்தபோது, அடிவயிற்றிலிருந்து பெருங்குரலெடுத்து கத்தினார். அவரது சத்தம் யாருக்கும் கேட்காதபடி, அவருடல் மட்டுமே துயில் கொள்ளத் தக்கவாறு அமைப்புடன் கூடியிருந்த அவரது அறையினைச் சுற்றி, நிலம் பெரும் பேராழியென சூழ்ந்து, விழுங்கிக் கொண்டிருந்தது.

—

தியானி கிபி – 2500

அஜீக்

காலத்தின் மீது சத்தியமாக மனிதன் பெரும் நஷ்டத்தில் இருக்கிறான்...

டிஜிட்டல் உலகின் நூறாவது ஆண்டிற்கு உங்களை வரவேற்கிறோம் எனும் கிண்கிணி(அலாரம்) அடித்ததும் கண்விழித்த சுடலை அருகில் இருந்த கறுப்புக் கண்ணாடியை சார்ஜில் இருந்து எடுத்து ஆன் செய்து அணிந்துகொண்டான். கருவிழிகளால் அசைத்து இயக்கும்படி வடிவமைக்கப்பட்டிருந்த அந்தக் கண்ணாடியில் உள்ள திரை காலை மணி ஏழு என்பதோடு அன்று செய்ய வேண்டிய செயல்களைப் பட்டியலிட்டுக் கொண்டிருந்தது. ஒவ்வொன்றாகப் பார்த்து வந்தவன் அனைத்தையும் ஒதுக்கிவிட்டு டிஜிட்டல் உலகின் நூறாம் ஆண்டு கொண்டாட்ட நிகழ்வுகளைப் பார்க்க ஆரம்பித்தான். முதலில் டிஜிட்டல் உலகம் உருவான வரலாறு வந்தது, உலக அரசுகளால் காகிதம் மற்றும் அதன் சம்பந்தமான அனைத்துவிதப் பொருட்களைத் தயாரிப்பதற்கும் உபயோகிப்பதற்கும் செய்யப்பட்ட தடை, வீடுகளில் காகிதம் மற்றும் அதன் சார்ந்த பொருட்கள் பயன்படுத்துவதற்கான தடை, பின் புத்தகங்கள், நாளிதழ்கள் அனைத்தும் ஒழிக்கப்பட்டது, தங்கள் மத நம்பிக்கைக்காக ரகசியமாய் காகிதம் தயாரித்தவர்கள் கைது செய்யப்பட்டுச் சிறையில் அடைக்கப்பட்டது, காகிதக் குப்பைகள் இல்லாத ஊர்கள் வடிவமைக்கப்பட்டது, பின்

அஜீக்

உலகமே காகிதப் பயன்பாடு இல்லா ஒரு நிலையை எட்டி டிஜிட்டல் உலகமாக அறிவிக்கப்பட்டது என அந்த வரலாறு கண்ணாடியின் திரையில் ஓடி முடிந்தது. அடுத்து டிஜிட்டல் உலகின் 100வது ஆண்டின் கொண்டாட்டமாக உலகில் உள்ள அனைத்து நாடுகளும் பழைய காகிதங்கள் கொண்டு சிறப்புக் கண்காட்சிகளுக்கு ஏற்பாடு செய்யப்பட்டிருப்பதும் மக்கள் பெரும் ஆர்வங்கொண்டு நேற்றைய இரவில் இருந்தே தங்கள் மகிழ்ச்சியை வெளிப்படுத்திக் கொண்டிருப்பதும் ஓடியது. அனைத்தையும் ஒரு மர்மப் புன்னகையோடு ஒதுக்கிவிட்டு கண்ணாடியைக் களைந்தான் சுடலை.

சுடலை டிஜிட்டல் நூலகத்தின் பொறுப்பாளனாக ஒரு கல்லூரியில் வேலை பார்த்துக் கொண்டிருந்தான். அந்த நூலகம்தான் அவனது வீடு அவனது உலகம் அனைத்தும். உலகம் டிஜிட்டலாக மாறிய பின் அனைத்தும் மெமரிகளாகவும் டேட்டாக்களாகவும் மாறிவிட்டிருந்தது. அவன் வேலை பார்க்கும் டிஜிட்டல் நூலகம் என்பது மூன்று பெரிய சர்வர்களையும் ஒரு பெரிய திரையும் கொண்ட சிறு அறையாக இருந்தது. அங்குதான் அவன் மாணவர்களுக்குத் தேவையான புத்தகங்களை வழங்குவது, நூல் ஆசிரியர்களுக்கும் மாணவர்களுக்கும் பாலமாக இருப்பது, துறை வாரியாக புத்தகங்களை ஒதுக்கீடு செய்வது எனச் சகல வேலைகளையும் செய்வான். இதுதான் அவனது அன்றாட வாழ்வாகவும் இருந்தது. சுடலைக்குச் சிறு வயதிலிருந்தே புத்தகம் படிப்பதில் ஆர்வம் இருந்தது. அது புத்தகங்கள் சார்ந்த துறையில் வேலை செய்ய வேண்டும் என ஆசையாகப் பரிணமித்து டிஜிட்டல் லைப்ரரி எனும் படிப்பைத் தேர்ந்தெடுத்துப் படிக்க வைத்தது. அதுவே பின்னர் இந்தக் கல்லூரிக்கு நூலகப் பொறுப்பாளர் வேலையில் சேர்வதற்கும் காரணமாக இருந்தது.

நூலகத்தில் வேலைக்கு வந்து சேர்ந்த புதிதில் ஆர்வத்துடன் நிறையப் புத்தகங்கள் படித்த சுடலைக்கு சில மாதங்களில் அலுப்புத் தட்ட ஆரம்பித்தது. மேலும் அவன் வீட்டினில் அனைத்து வசதிகளும் இருந்ததால் வெளியே செல்ல வேண்டிய

103

தேவையும் இல்லாமல் இருந்தது. ஒரு வீட்டுக்குள்ளேயே வாழ்ந்து கொண்டிருந்த சுடலை தன்னை அடுத்த படி நிலைக்கு முன்னேற்ற விரும்பினான். அது அவனை ஒரு புத்தகம் எழுத உந்தியது. இந்த முடிவுதான் அவனது வாழ்வை மாற்றப் போகிறது என அப்போது அவனுக்குத் தெரியாது. வன்முறை, விஞ்ஞானம், அறிவியல் காலப்பயணம் என அப்போது பிரபலமாக இருந்த அத்தனை நூல்களையும் படித்திருந்த சுடலை தான் எழுதப் போகும் ஒரு புத்தகம் முற்றிலும் வித்தியாசமாக இருக்க வேண்டும் என முடிவு செய்தான். முடிவு செய்து மூன்று மாதங்கள் ஆகியும் எதுவும் தோன்றாமல் இருக்கவே பதில்கள் எனும் வலைத்தளத்தை தொடர்புகொண்டு தனது பிரச்சினையைக் கூறினான். அது பல பதில்களைக் கொடுத்தது. அதில் ஒன்றுதான் எழுதும் தியானம்.

எழுதும் தியானம், சுடலை இதுவரை அறிந்திராத ஒரு விஷயமாக இருந்தது. வெளியவே செல்லாமல் இருந்த சுடலை எழுதும் தியானம் செய்து பார்க்கலாம் என நினைத்துக்கொண்டான். கையோடு குறிப்பிட்ட வலைதளத் முகவரிக்குச் சேரும் ஆவலை வெளிப்படுத்தி வீடியோ வடிவிலான தனது பயோடேட்டாவை அனுப்பி வைத்தான். டிஜிட்டல் உலகம் அமைக்க வேண்டும் என முடிவானபோது முதலில் அழிக்கப்பட்டது மை என்கிற வஸ்துதான். மையை அழித்துவிட்டாலே பிரிண்ட் எடுப்பதில் இருந்து எழுதுவது வரையான மொத்தக் காகிதப் பயன்பாட்டையும் கட்டுக்குள் கொண்டு வர முடியும் என்பதே ஆளுமைகளின் நோக்கமாக இருந்தது. காகிதத்தோடு பேனாக்களையும் சேர்த்தே நிறுத்தினார்கள். பள்ளிகளில் குரல் எழுத்தாகும் செயலி மூலம் குழந்தைகளுக்கு ஆரம்பகாலப் பாடங்கள் சொல்லிக் கொடுக்க ஆரம்பித்த பின் எழுதச் சொல்லிக் கொடுப்பது நின்றுவிட்டது. உலகில் உள்ள அனைவருக்கும் எழுதுவது என்றால் என்ன என்றே தெரியாமல் போய்விட்டது. சுடலைக்கும் எழுதத் தெரியாது. ஏதாவது திரையில் எழுத்து வடிவில் வேண்டும் என்றால் சொன்னால் போதும் பேச்சுகள் எழுத்து வடிவம் பெற்றுவிடும்.எழுதுவது என்கிற வார்த்தையை ஏதோ

புத்தகத்தில் படித்தது மட்டும் நியாபகம் இருந்தது சுடலைக்கு. எழுதுவது என்றால் என்ன என்றே தெரியாத அவனுக்கு எழுதும் தியானம் புதிதாகத் தெரிந்தது.

எழுதும் தியானம் அப்பொழுதுதான் ஆரம்பிக்கப் பட்டிருப்பதாக வலைத்தளம் காண்பித்தது. முகத்தில் மயிர்கள் இல்லாத ஒரு வளர்த்தியான மனிதன், முழு வெள்ளை ஆடை அணிந்து வந்து 'நான்தான் தியானி, எழுதும் தியானத்தை உலகத்திற்கு அர்ப்பணிக்க வந்திருப்பவன். எழுதுவது ஒன்றே மனதைத் திறக்கும் சாவி' எனக்கூறுவது போல் எழுதும் தியானத்தின் அறிமுக வீடியோ இருந்தது. மனதைத் திறக்கும் சாவி எனும் வார்த்தை சுடலையின் மனதில் நன்றாகப் பதிந்துவிட்டது. எனவேதான் உடனடியாகத் தனது பயோடேட்டாவை அனுப்பிவிட்டுப் பதில் வரக் காத்திருந்தான். சரியாக ஒரு வாரத்தில் வெள்ளை ஆடை அணிந்து நேரில் வரச் சொல்லி பதில் வந்தது. ஒரு மாற்றத்திற்குத் தயாராகிவிட்டவன் போல வெள்ளை ஆடைகளை அணிந்து குறிப்பிட்ட முகவரிக்குச் சென்றான். அது ஒரு தனி வீடாக முழு வெள்ளை நிறத்தில் இருந்தது. ஏற்கெனவே அனுமதி பாஸ்வேர்ட் அனுப்பப்பட்டிருந்ததால் அதைக் கொண்டு வீட்டினைத் திறந்து உள்ளே சென்றான். ஒரு சிறிய அறை இருந்தது. அந்த அறையில் ஒரு பெட்டியும் அதற்கு மேல் இருந்த ஒரு திரையில் டிஜிட்டல் எலக்ட்ரானிக் பொருட்களை அதனுள் போட்டுவிட்டு உள்ளே செல்லுமாறும் அறிவிப்பு ஓடிக் கொண்டிருந்தது. அவனிடம் இருந்த ஒரே ஒரு பொருள் அவனது கண்ணாடி மட்டுமே. அதைக் கழட்டிப் பெட்டியில் போட்டுவிட்டு உள்ளே சென்றான். உள்ளே ஜன்னல்கள் ஏதும் இல்லாத நீண்ட வெள்ளை நிற அறை இருந்தது. அந்த அறையின் ஒரு கோடியில் ஒரு திரையில் 'ஏதும் பேச வேண்டாம். கவனித்தால் போதும்' என்ற வாக்கியம் ஓடிக் கொண்டிருந்தது. சுற்றிப் பார்த்த சுடலைக்கு ஏதோ ஒரு வெள்ளைக் குடுவைக்குள் மாட்டிக் கொண்டிருக்கிறோமா எனும் சந்தேகம் ஒரு வினாடியில் பயமாக மாறி அவனது இரத்த ஓட்டத்தை அதிகப்படுத்தியது. திரும்பி விடலாமா என

யோசித்த அந்த நேரத்தில் முகத்தில் மயிர் இல்லாத அந்த மனிதன் சிரித்த முகத்தோடு சுடலைக்கு நேர் எதிரில் சுவரோடு சுவராக இருந்த ஒரு வெள்ளைக் கதவை திறந்து கொண்டு வந்தான். அங்கு ஒரு கதவு இருந்தது என்பதே அப்போதுதான் புரிந்தது சுடலைக்கு. ஏதும் பேசாமல் நின்றான் சுடலை. சுடலையின் பயத்தை உணர்ந்துகொண்ட அந்த மனிதன் ஓர் அரும்புன்னகையோடு சைகையாலேயே சுடலையைத் தன் அருகில் வரச் சொன்னான். தயங்கியபடியே சென்றான் சுடலை.

சுடலை அவனை நெருங்கியதும் அந்த மனிதன் சுடலையின் கண்ணை நோக்கிச் சில நொடிகள் பார்த்துவிட்டுப் பின் சுடலையைச் சுற்ற ஆரம்பித்தான். இரண்டாவது சுற்றில், சுற்றிக்கொண்டே மெதுவாக அதே நேரத்தில் உறுதியான குரலில் “விதைக்க விதைக்கத்தான் விளையும் நிலம். அது போல எழுத எழுதத்தான் திறக்கும் நம் மனம். டிஜிட்டல் உலகில் அனைவரும் நம் முன்னோர்கள் நமக்கு அருளிய எழுதுவது எனும் தியானப் பயிற்சியைக் கை விட்டதால்தான் குறுகிய மனம் கொண்டு, வாழ்க்கையை அனுபவிக்காமல் காலம் கடந்து செல்லவும் பூமியைக் கடந்து செல்லவும் முயற்சி செய்து பொழுதுகளை வீணடிக்கிறார்கள். மேலும் இந்த வாழ்வு நம் மனதை விரிவுபடுத்தி மகிழ்ச்சியாக வாழப் படைக்கப்பட்டிருக்கிறது என்பதை மறந்துவிட்டார்கள். நமக்கு மகிழ்ச்சியான வாழ்வு வேண்டுமெனில் நம் சிந்தனை பெரிதாக இருக்க வேண்டும். நம் சிந்தனை பெரிதாக வேண்டுமெனில் நமக்கு இந்த எழுதும் தியானம் அவசியம்” என சுற்றிக்கொண்டே சொல்லி வந்தவன் இதோடு நிறுத்திவிட்டு, “எழுதுவது என்றால் என்ன தெரியுமா?” எனக் கேட்டான். தெரியாது என வாயால் சொல்ல முனைந்த சுடலையைப் பேசாதே என சைகையால் நிறுத்தி சைகையால் சொல்லச் சொன்னான்.

தெரியாது என்பது போலத் தலையை ஆட்டினான் சுடலை.

பின் சுடலையைப் பார்த்தவாறே நேராக நின்று பேச ஆரம்பித்தான் தலையில் மயிர் இல்லாதவன். “நான் தியானி,

பல தலை முறைகளுக்கு முன்னாள் இந்த எழுதும் தியானத்தை மனிதர்கள் மறந்துவிட்டார்கள். ஆனால் நமது முன்னோர்கள் அருளிய இந்தத் தியானத்தை எக்காரணம் கொண்டும் விட்டுவிடக் கூடாது என்பதற்காகவே என் குடும்பம் யாருக்கும் தெரியாமல் ஒவ்வொரு தலைமுறைக்கும் கடத்திக்கொண்டு வந்தது. இப்போது அதை உலகிற்கு அறிமுகம் செய்ய வேண்டிய கட்டத்தை அடைந்துவிட்டோம். நான்தான் இப்போது எனது பரம்பரையில் எழுதத் தெரிந்த கடைசி மனிதன். அநேகமாக உலகிலும் எழுதும் தியானம் தெரிந்த கடைசி மனிதனும் நானாகவே இருப்பேன். அதனால் உலகிற்கு இந்த அற்புதத்தை வழங்கி மனித குலத்தை ஒரு பரவச நிலைக்கு அழைத்துச் செல்வது என முடிவெடுத்துவிட்டேன். அதோடு மனிதர்கள் டிஜிட்டல் உலகில் மூழ்கிவிட்டனர். அவர்களை அதிலிருந்து மீட்டு மனதை மாற்ற இந்தத் தியானத்தை உலகம் முழுதும் பரப்ப வேண்டும். இது காலத்தின் கட்டாயம். இதுதான் காலத்தின் சத்தியம்." எனப் பேசி முடித்தான் தியானி.

சுடலைக்கு முதலில் இருந்த பயம் விலகி ஆர்வம் ஏற்பட்டது. பரவசம் என்கிற ஒரு சொல் அவனது முழு கவனத்தையும் தியானியின் மேல் செலுத்த வைத்தது. அந்த வசீகர முதல் பேச்சிலே தன் மொத்த மூளையும் செயல்பட ஆரம்பித்ததைப் போல உணர்ந்தான். ஏதும் பேசாமல் அமைதியாக மேலும் அவரைப் பேசச் சொல்வது போலப் பார்த்தான். தியானியும் எதும் பேசாமல் குழந்தையைப் பார்ப்பது போல ஓர் அரவணைப்புப் பார்வையை அவன் மேல் செலுத்தினான். சிறிது நேர மௌனத்திற்குப் பின் சுடலையைத் தரையில் அமரச் சொல்லிவிட்டு தியானி உள்ளே சென்று ஒரு மணல் நிரப்பிய சதுரக் கண்ணாடிப் பெட்டியை எடுத்து வந்து சுடலைக்கு முன்னால் வைத்தான். சுடலை மிகுந்த ஆர்வத்தோடு பார்த்தான். அதில் மணல் நிரப்பப்பட்டிருந்தது.

தியானி, தன் விரலைகளைக் காட்டி "இந்த உலகின் மிகப் பெரிய பொக்கிஷம் இந்த விரல்கள். இதைக் கொண்டு நாம் செய்த விஷயங்கள் எவ்வளவோ உள்ளது. நம் முன்னோர்கள் இப்போது மாதிரி விண்கலங்களைக் கொண்டு வானத்தில்

சண்டை போடாமல், கையினால் ஆயுதம் ஏந்தி எதிரி மனிதர்களைக் கொல்வார்கள். அவ்வளவு சக்தியை இந்தக் கை கொண்டிருந்தது" என தியான நிலையில் கூறினான்.

இதைச் சொல்லும்போது சுடலை கொஞ்சம் பயந்துதான் போனான்.

தொடர்ந்தான் தியானி, "இந்தக் கைகளுக்கு அவ்வளவு சக்தியும் இந்த விரல்களில் அவ்வளவு வலிமையும் இருந்தது, காரணம் நாம் எழுதும் பழக்கம் கொண்டிருந்ததால்தான். பேனா என்கிற ஒரு கூர்மையான ஆயுதம் இருந்தது. அதில் மை நிரப்பி காகிதம் என்கிற ஒரு வஸ்துவில் எழுதுவார்கள். அந்தக் காலத்தில் புத்தகங்கள் அப்படித்தான் எழுதப்பட்டன" என மனித குல வரலாற்றைச் சொல்லிக்கொண்டே சென்றான் தியானி. சுடலைக்கு மிக ஆச்சரியமாகவும் மந்திரக் கதைகள் கேட்பது போல ஆர்வமும் பெருக்கெடுத்தது. தியானி அந்தக் கண்ணாடிக் குடுவைக்குள் இருந்த மணலில் தன் கை விரலால் படம் வரைவதைப் போல 'க' எனும் ஓர் எழுத்தை எழுதினான். ஆர்வத்துடன் தியானியின் கைகளையே பார்த்துக் கொண்டிருந்தான் சுடலை. ஓவியம் வரைவதைப் போல அவரின் விரல் அந்த எழுத்தை இலாவகமாக எழுதியதைக் கண்டு வியந்தான். பின், அன்றைய வகுப்பு முடிந்தது எனவும் அடுத்த இரண்டு நாளைக்கு அந்த எழுத்தின் மேல் கையை வைத்து காலை மற்றும் மாலை வேளைகளில் எழுதும் தியானத்தைத் தொடரும்படியும் கூறினான் தியானி. அன்றைய தினம் வெகு நாளைக்குப் பின் நல்லபடியாக அமைந்ததில் பெரும் மகிழ்ச்சியாக வீடு திரும்பினான் சுடலை.

இரண்டு நாட்களுக்குப் பின் மீண்டும் அந்தக் கண்ணாடிப் பெட்டியைச் சுமந்து கொண்டு தியான வகுப்பிற்குச் சென்றான். எந்த உணர்ச்சிகளும் இல்லாமல் அந்த வெள்ளைக் கதவை திறந்துகொண்டு தியானி உள்ளே நுழைந்தான். மீண்டும் அதே போன்ற ஓர் உரையை நிகழ்த்தினான். அதில் பௌர்ணமி பற்றிய சிறப்புகள், எழுதும் தியானத்தால் ஏற்படும் நன்மைகள் போன்றவை சிறப்பம்சமாக இருந்தன. தியானி பழைய எழுத்தை மணலில் இருந்து அழித்துவிட்டு வேறு சில எழுத்துகளை

எழுதி, "பௌர்ணமி அன்று முழுதுமாக விழித்திருந்து மணலில் எழுதியிருக்கும் எழுத்துகளின் மேல் உன் கைகளைக் கொண்டு எழுதும் தியானம் செய்து வந்தால் இன்னும் உனக்குத் தெளிவான மனம் உண்டாகும். அது உன்னைப் பரவசப்படுத்தும்" எனக் கூறி அனுப்பி வைத்தான் தியானி. சுடலை இரண்டு வகுப்புகளிலும் ஏதும் அவரிடம் பேசவில்லை. அவரை அவனுக்கு மிகவும் பிடித்துவிட்டது. அவர் சொல்லும் எல்லாம் தன் நன்மைக்கு என்று நினைத்துக்கொண்டான். இப்போது அவனுக்கு எழுதுவதை விடவும் மனிதர்களுக்கு இந்த எழுத்துத் தியானத்தை எப்படிக் கொண்டு சேர்ப்பது எனும் சிந்தனை வலுப்பட ஆரம்பித்தது.

மொத்தமாக ஏழு வகுப்புகள் முடிந்திருந்தன. சுடலை சில வார்த்தைகளை எழுதவும் பின் பழங்கால மனிதர்களின் வாழ்க்கை முறைகள் பற்றியும் அறிந்திருந்தான். எட்டாவது வகுப்புக்கு அறையின் உள்ளே நுழைந்தவன், அங்கிருந்த 'பேச வேண்டாம்' எனும் டிஸ்பிளே போர்ட் இல்லாதிருப்பதைக் கண்டு இன்று தியானியிடம் பேசலாம் என நினைத்துக்கொண்டான். சிறிது நேரத்தில் தியானி உள்ளே நுழைந்தான். வழக்கமான உரைகளுக்குப் பின் எழுதும் தியானம் முடிந்து அன்றைய வகுப்பு இறுதிக் கட்டத்தை எட்டியது. வெகு நேரமாய்ப் பேச ஆவலுடன் இருந்த சுடலை "நன்றி தியானி" எனும் தன் முதல் வார்த்தையைப் பேசினான். "நானும் வரேன் போறேன். நீங்க சொல்றத செய்றேன். ஆனா நீங்க என்னயப் பத்தி எதும் கேட்கவே இல்லையே ஏன்?" என மெதுவாகக் கேட்டான்.

சிறிய சிரிப்பொன்றை உதிர்த்துவிட்டு, "நான் உன்னை நம்பவில்லை. நான் என் எழுதும் தியானத்தை நம்புகிறேன். அது எல்லாரையும் உண்மையாளர்களாகவும் பரவசம் அடையக் கூடியவர்களாகவும் மாற்றும் என எனக்குத் தெரியும். இதோ நீ செய்து வந்த பயிற்சி வேலை செய்ய ஆரம்பித்துவிட்டது. இது நாள் வரை பேசாத நீ இன்று பேசுகிறாய். இதுதான் ஆரம்பம். இப்போது சொல் உன்னுடைய பிரச்சினை என்ன?" என தெளிவான குரலில் கேட்டான் தியானி. கொஞ்சம் திக்கித்தான்

போனான் சுடலை. அவனுக்கே அப்போதுதான் தோன்றியது 'நாம இதனாலதான் பேச ஆரம்பித்தோமா' என்று. இருந்தும் மெதுவாக அவனைப் பற்றியும் தான் எழுத நினைக்கும் புத்தகம் பற்றியும் அதற்குத் தடையாக இருந்த விஷயங்கள் பற்றியும் தெளிவாக எடுத்துக் கூறினான். எதுவும் சொல்லாத தியானி நாளை வரும்படியும் இனி இந்தக் கண்ணாடிப் பெட்டி தேவை இல்லை. அதை இங்கேயே வைத்துச் செல்லும்படியும் கூறினான். பெட்டியை வைத்துவிட்டு வீடு திரும்பிய சுடலை தியானியிடம் பேசிய பின் பெரும் சுமை ஒன்று குறைந்ததாய் நினைத்துக்கொண்டான்.

மறுநாள் வகுப்பிற்குச் சென்ற சுடலை வெள்ளையாக இருந்த அந்த அறையில் முதல் முதலாகக் கருநிறப் பலகை ஒன்று இருப்பதைப் பார்த்தான். தியானி வந்தான். ஆரம்பக் கட்ட பயிற்சி முடிந்தது எனவும், இனி மணலில் எழுதும் தியானம் செய்யத் தேவையில்லை என்றும், அன்று முதல் குச்சி கொண்டு அந்தக் கரும்பலகையில் எழுதும் தியானம் செய்யவும் சொல்லித் தந்தான். ஒரே மாதம் அனைத்து எழுத்துகளையும் வேகமாக எழுதப் பழகிக்கொண்டான் சுடலை. ஆனால் சுடலை எழுதும் எழுத்துகள் அழகாக இல்லாமல் அலங்கோலமாக இருந்ததால் தான் தியானம் நன்றாகச் செய்யவில்லையோ என்னும் மன வருத்தத்திற்கு ஆளானான். எனவே இடையில் ஒருநாள் அதைப் பற்றி தியானியிடமும் கேட்டுவிட்டான். "வீட்டிற்குச் சென்று தியானம் செய்யும் பொழுது வெள்ளை ஆடை இல்லாமல் வேறு ஆடை அணிந்து தியானம் செய்தாயா?" என பதிலுக்குக் கேட்டான் தியானி. ஆமாம் என்பது போலத் தலையை ஆட்டினான் சுடலை. "வெள்ளை ஆடை அணிந்து தியானம் செய்தால்தான் எழுத்து அழகாக வரும், எனவே, இனி இப்போது செய்வதைவிட இரண்டு மடங்கு அதிகமாக வெள்ளை ஆடை அணிந்து எழுதும் தியானம் செய். உன் தியானம் நேர்த்தி ஆகி, உன் எழுத்துகள் அழகாக வரும்" என்றான் தியானி. அப்படியே செய்ய ஆரம்பித்தான் சுடலை. பலன் கிட்டியது.

ஒரு மாதத்திற்குப் பின் சுடலையை அழைத்த தியானி, "உன்னுடைய இறுதி வகுப்பு இது. நீ இந்த எழுத்து தியானம்

மூலம் பெரும் புகழ் அடைவாய். ஆனால் அது மனித குலத்தின் நன்மைக்காக இருக்க வேண்டுமே தவிர எக்காரணம் கொண்டும் தீங்கு விளைவிப்பதாய் இருக்கக் கூடாது. ஏற்கெனவே சொல்லிய அறிவுரைகளை எப்போதும் ஞாபகம் வைத்துக்கொள். இந்த எழுதும் தியானம் மனிதக் குலத்தை மேம்படுத்துவதற்கு மட்டும்தான்" எனக் கூறி ஒரு கண்ணாடி பாட்டிலைக் கொடுத்தான் தியானி. புனிதப் பொருளைப் பெறுவது போல் பெற்றுக்கொண்ட சுடலை அதை உற்றுப் பார்த்தான். அதில் மையும் புறாவின் ஓர் இறகும் இருந்தது. "இதைக் கொண்டு ஒரு பெரிய துணி பண்டலில் உன் எழுத்துப் பணியை ஆரம்பம் செய்" எனக் கூறி வாழ்த்தி அனுப்பி வைத்தான் தியானி.

வீடு வந்த சுடலை அன்று நிம்மதியாகத் தூங்கினான்.

டிஜிட்டல் உலகின் 100வது ஆண்டிற்கு உங்களை வரவேற்கிறோம் எனும் கிண்கிணி(அலாரம்) அடித்ததும் கண்விழித்த சுடலை அருகில் இருந்த கறுப்புக் கண்ணாடியை சார்ஜில் இருந்து எடுத்து ஆன் செய்து அணிந்துகொண்டான். கருவிழிகளால் அசைத்து இயக்கும்படி வடிவமைக்கப்பட்டிருந்த அந்தக் கண்ணாடியில் உள்ள திரை காலை மணி 7 என்பதோடு அன்று செய்ய வேண்டிய செயல்களைப் பட்டியலிட்டுக் கொண்டிருந்தது. ஒவ்வொன்றாகப் பார்த்து வந்தவன் அனைத்தையும் ஒதுக்கிவிட்டு டிஜிட்டல் உலகின் நூறாம் ஆண்டு கொண்டாட்ட நிகழ்வுகளைப் பார்க்க ஆரம்பித்தான். முதலில் டிஜிட்டல் உலகம் உருவான வரலாறு வந்தது, உலக அரசுகளால் காகிதம் மற்றும் அதன் சம்பந்தமான அனைத்துவிதப் பொருட்களைத் தயாரிப்பதற்கும் உபயோகிப்பதற்கும் செய்யப்பட்ட தடை, வீடுகளில் காகிதம் மற்றும் அதன் சார்ந்த பொருட்கள் பயன்படுத்துவதற்கான தடை, பின் புத்தகங்கள், நாளிதழ்கள் அனைத்தும் ஒழிக்கப்பட்டது, தங்கள் மத நம்பிக்கைக்காக ரகசியமாய் காகிதம் தயாரித்தவர்கள் கைது செய்யப்பட்டு சிறையில் அடைக்கப்பட்டது, காகிதக் குப்பைகள் இல்லாத ஊர்கள் வடிவமைக்கப்பட்டது, பின் உலகமே காகிதப் பயன்பாடு இல்லா ஒரு நிலையை எட்டி டிஜிட்டல் உலகமாக அறிவிக்கப்பட்டது என அந்த வரலாறு கண்ணாடியின் திரையில் ஓடி முடிந்தது. அடுத்து டிஜிட்டல்

உலகின் 100வது ஆண்டின் கொண்டாட்டமாக உலகில் உள்ள அனைத்து நாடுகளும் பழைய காகிதங்கள் கொண்டு சிறப்புக் கண்காட்சிகளுக்கு ஏற்பாடு செய்யப்பட்டிருந்தது, மக்கள் பெரும் ஆர்வங்கொண்டு நேற்றைய இரவில் இருந்தே தங்கள் மகிழ்ச்சியை வெளிப்படுத்திக் கொண்டிருப்பதும் ஓடியது. அனைத்தையும் ஒரு மர்மப் புன்னகையோடு ஒதுக்கிவிட்டுக் கண்ணாடியைக் களைந்தான் சுடலை.

எழுதும் தியானத்தைக் கொண்டு தன் சிறுகதையை எழுத ஆரம்பித்தான். காலத்தின் மீது சத்தியமாக மனிதன் பெரும் நஷ்டத்தில் இருக்கிறான் என ஆரம்பித்து அவனுக்கும் தியானிக்கும் இடையிலான உறவையும் எழுதும் தியானம் எனும் கலையின் சிறப்புகளையும் கூறுவதாகத் தனது முதல் சிறுகதையை ஒரு முழு துணி பண்டலில் மையையும் புறாவின் இறக்கையும் கொண்டு எழுதினான். மறக்காமல் அதைச் சொல்லித் தன் டிஜிட்டல் மெமரியில் பதிவு செய்தும் வைத்துக்கொண்டான். இரண்டு முறை படித்துப் பார்த்த பின் தனக்குத் தானே சபாஷ் என சொல்லிக்கொண்டு எங்கு எப்படி அனைவருக்கும் கொண்டு சேர்ப்பது எனச் சிந்திக்க ஆரம்பித்தான். உலகின் முதன் முதலில் எழுதும் தியானம் மூலம் எழுதப்பட்ட புத்தகம் எனக் கூறி ஒரு தேதியைக் குறிப்பிட்டு அன்று முதல் இதைப் பார்க்க விரும்புகிறவர்கள் தன் கல்லூரிக்கு வருமாறு விளம்பரப்படுத்தினான். அந்தக் குறிப்பிட்ட தேதியில் டிஜிட்டல் நூலகத்தில் ஒரு கண்ணாடி அறையை உருவாக்கி அங்கு தன் துணிப்புத்தகத்தைக் காட்சிப்படுத்தியிருந்தான். முதல் இரண்டு நாட்களில் பத்துக்கும் குறைவான நபர்களே பார்த்துச் சென்றனர்.

தியானப் பயிற்சி செய்த காலத்தில் ஒரு நாள், "முழு பரவச நிலையை அடைவது எப்படி?" எனத் தியானியிடம் கேட்டான் சுடலை.

"பரவச நிலையை நாம் அடைய முடியாது. ஆனால் எழுதும் தியானம் மூலம் நாம் பெரும் பயன்கள் நம்மைப் பரவச நிலைக்கு அழைத்துச் செல்லும். இந்த எழுதும் தியானம் உனக்குக் கண்டிப்பாக ஒரு நாள் பரவச நிலையைக் கொடுக்கும்,

அன்று நீ ஒரு மகத்தான புத்தகத்தை எழுதுவாய்" எனத் தீர்க்கமாகப் பதில் சொல்லியிருந்தான் தியானி.

இந்த சம்பாஷணைகளை நினைத்துப் பார்த்தவன் 'நிச்சயம் பரவசம் கிடைக்கும்' என்னும் தியானியின் வார்த்தைகள் மேல் மதிப்பு கொண்டு அமைதியாக இருந்தான். மூன்றாம் நாள் அந்தக் கல்லூரி மாணவர்களில் சிலர் வந்து பார்த்துவிட்டு அதைப் பற்றி சுடலையிடம் கேட்டுச் சென்றனர். அன்றிலிருந்து கொஞ்சம் கொஞ்சமாக பிரபலம் அடையத் தொடங்கியது, அவனது துணிப்புத்தகமும் எழுதும் தியானமும். கிட்டத்தட்ட அடுத்த ஒரு வாரத்தில் உலகம் முழுதும் பரவியது. உலகின் முதல் எழுதும் தியானம் மூலம் எழுதப்பட்ட புத்தகம். அவனது சிறுகதையைவிட அந்த எழுதும் தியானம் மனிதர்களிடம் மிக வேகமாகப் பரவியது. பலர் எதிர்த்தனர். இது நம்மைப் பின்னோக்கி இழுக்கிறது என எழுதும் தியானத்திற்கும் சுடலைக்கும் எதிராக அனல் பறக்கும் வாதங்கள் கிளம்பின. மக்களின் முழு ஆதரவு எழுதும் தியானத்திற்குக் கிடைத்தது. சுடலை, தியானியை உலகிற்கு அறிமுகப்படுத்தினான்.

எதிர்ப்புகள் எதையும் கண்டு கொள்ளாமல் சுடலையும் தியானியும் இணைந்து மிகப் பெரும் ஆசிரமம் ஒன்றைக் கட்டினர். அங்கு எழுதும் தியானம் அனைவருக்கும் சொல்லிக்கொடுக்கப்பட்டது. சுடலை முழு பரவச நிலையில் தன் மகத்தான புத்தகத்தை எழுத ஆரம்பித்தான்.

—

நிறமாலைமானி

பெரு. விஷ்ணுகுமார்

மூப்பட்டகம் எப்போதும் நிறங்களைப் பிரித்துக்காட்டுவது என்று கூறுவதைவிடப் பகுத்துக்காட்டுவதெனக் கூறுதல் பொருந்தும். மேசையின்மீது காலப்பரிமாணத் திசையானது மூன்றெனக் காட்டி அமர்ந்திருக்கிறது. அதன் ஒவ்வொரு விளிம்பிலும் மனித இனம் தன் பரிணாமத்தின் முன்னெடுப்பைக் கடந்துசெல்ல முயல்கிறது, விளிம்பு வளைவில் ஈடுபட்ட ஓர் ஒளிக்கதிரென.

பரிதியின் மனைவிக்கு இரு கால்களும் வெவ்வேறு உயரம் கொண்டவை. அடியெடுத்துச் செல்கையில் அவளின் வலது கால் நீளமாக இரண்டு அடி தொலைவு உந்திச்சென்றால், அவளது இடது கால் ஓர் அடி அளவுக்கு மட்டுமே உந்த முடியும். பிறவிக் குறைபாடு என்று தெரிந்தேதான் தாரணியை மணந்துகொண்டான்.

அதிகாலை வழக்கம்போல் தான் பணிபுரியும் கல்லூரியின் ஆய்வகத்திற்குச் செல்கிறான். வைகறையின் வீசு பனியில் இருள் அணைவதற்கு முன்பாக, பகல் தன் அடர்த்தியைக் கூட்டிக் காட்டும் வல்லமை கொண்டது. அந்திமச் சாயலை எவ்வித உறுத்தலுமின்றிப் பார்த்துக்கொண்டிருப்பது இவனின் அநாமதேயக் கற்பனை. உண்டாகும் மனக்கிளர்ச்சியில் தவிர்க்க இயலாத உபகாட்சிகள் பறவைகளாய் மிதந்து கொண்டிருந்தன. அதிகாலை இருளில், அவன் தன் நிழலைத் தோளில்

வைத்துத் தூக்கிப்போவதுபோல் தெரிகிறது. காற்றடி காலம் காற்றாடிகளின் காலம். தன் முகம் முழுவதும் சுழன்றும் வடிவம் மாறாது நின்றுகொண்டிருப்பதைப்போலவே காற்றாடியின் வயது, சுழன்றும் இளமை மாறாது உறைந்துபோனது. காற்றாடியை எடுத்துக்கொண்டால் பருவ காலத்தைப் பொறுத்தும், காற்றின் மோதும் அளவு பொறுத்தும் மாறுவது இயல்பு. ஆனால் காற்றாடியின் மையம் மனித ஆன்மாவைப் போலானது. அதன் பொருண்மை மாறாதிருக்கும்வரையே தனது மையத்தைப் பற்றியவற்றை மாற்ற இயலும்.

மையம் › சுழலும் காலம் › விளைவுகள்

ஆன்மா › உடலின் இயக்கம் › செயல்

ஆய்வுப்படி ஒளியொன்றால் மட்டுமே சுயமாகத் தனது மேனியின் நிறத்தை மாற்றிக்கொள்ளவல்லது. அதற்குப் பிறகு வரலாற்றில் பச்சோந்தியைக் கூறலாம். இனக்கலவரம் நடக்கும்போதெல்லாம் அதில் தப்பித்த விலங்கினங்களில் நிறத்தையே மாற்றிப் பிழைக்கும் பச்சோந்தியொன்றுதான் கொல்லப்படாதது. அதிகாலையின் இருளும் அவ்வாறே அவனிடம் தனது மூச்சடைப்பை வழியெங்கும் கூறிக்கொண்டே வர, ஆய்வகத்தின் கதவு பெரிய சப்தமோடு அறையைத் திறந்துகொண்டது. இருக்கும் எல்லாச் சோதனைக் கருவிகளையும் உயிரூட்டிப் பார்ப்பது அவனது வழக்கம். மிகவும் பிடித்தமான நிறமாலைமானி போர்த்தியிருந்த அதன் நிழலை விலக்கி தன் நிர்வாணத்தை அப்பட்டமாகக் காட்டியது.

உற்றுப்பார்க்கும் பார்வையோடு கண்ணுக்குள்ளே வந்து கூடடைந்துகொள்ளுமளவு செறிவு கூடியிருந்தது. எனக்கொன்றும் தெரியாது வேண்டுமென்றால் உள்ளே வந்து சோதனையிட்டுக்கொள் என்று உண்மையாகத் தாராள மனதுடன்தான் கூறுகிறது முன்பைவிடச் சற்று ஒளி கூடியிருந்த சோடியம் விளக்கு.

கடந்த இருபத்தைந்து வருடங்களாக இந்தக் கருவிகளே கதியென்று கிடக்கும் பரிதி தனக்கு நேர்ந்த சோதனையான

எண்ணத்தை வெளிக்கொணரும் நிகழ்வினால் இப்படியொரு விளைவைச் சந்திக்க நேரிடுமென அவனே எதிர்பார்த்திராதது. இதுவரையில் அவன் சந்தித்த சில தீவிரமான மன அழுத்தம் ஒருவேளை இப்படியொரு முடிவிற்கு தள்ளியிருக்கக்கூடும். இவ்வறையில் இதுபோன்ற சம்பவம் இதற்கு முன்பு நடந்ததாகத் தெரியவில்லை. நிறமாலைமானி முன்பாகப் பல வருடங்களாய்ப் பயன்படுத்திவந்த அதே முப்பட்டகத்தில் மெல்லுருவாக மேசையின் முதல் அடுக்கிலிருந்து எடுத்த நிறமாலைமானியின் மேசைமீது வைத்தான். அது லக்னோ கதிரியக்க ஆய்வகத்தில் பயன்படுத்தப்பட்டுப் பிற்பாடு குறைந்த விலைக்கு விடப்பட்ட ஏலத்தில் அதை வாங்க வற்புறுத்தியதும் இவன்தான். இந்த மேசையும் கிட்டத்தட்ட அதைப்போலத்தான், ஏதோவொரு பெரிய பல்கலைக்கழகத்தில் பயன்படுத்தி இரண்டாம் தரமாக ஏலத்தில் எடுக்கப்பட்டது. இப்போது பெரும்பாலான கல்லூரிகளில் ஏலத்தில் எடுத்த கருவிகளைக்கொண்டு ஆய்வகச் சோதனைகள் மேற்கொள்ளப்படுவதென்பது அதிகம் தெரியாத ரகசியம்.

யாரும் யூகிக்காத கணம் நிறமாலைமானியின் தொலைநோக்கிக் கண்ணாடியில் தூக்கிட்டுக்கொண்டது போல் முன்பின்னென அலைவுறுகிறது பெண்டுலம். அந்தப் பெண்டுலத்தைப் பார்க்கும்போதெல்லாம் தனது மனைவியின் நினைவு மேலெழும் அவனுக்கு, சுறுக்கிட்ட கழுத்து முழுவதும் அழுத்தாமல் துடிதுடித்தாவது பாதி உயிர் எஞ்சியிருந்ததுபோலத்தான் நினைத்துக்கொள்வான். ரணமுற்றடங்கிய அவள் உடலின் பெருவிரலுக்குத் தரை பல மணிநேரம் தொலைவிலிருந்தது. இன்று பரிதியோடு யாருக்கும் தெரியாமல், அவனது இந்த விபரீதச் சோதனைக்கு உடன்பட ஆய்வகத்துக்குள் நுழைத்திருக்கிறாள் தாரணி. சத்தமிட்டு நடந்து பழகிய அவளின் கால்கள் தெரியாமல் அருகிலிருந்த ஒளியியல் நீர்மத்தைத் தட்டிவிட (நிறமாலைமானியின் "அளவுகோலில்" குவிமையப்படுத்தப் பயன்படும் ஒருவிதத் திரவம்) ஒரு பெருங்கிணற்றின் அடர்த்தி குறும் குப்பியில் அமர்ந்திருந்து பின்பு சாய்ந்து விழுந்து தரையில் சிந்தியது.

நீர்மம் நிச்சயம் ஓசையிட்டிருக்காது. அத்தகைய இழிவான நாக்கு அதற்கில்லை. எதற்கெடுத்தாலும் கூச்சலிடுவது, அகக்குரலுக்கு ஒலியூட்டுவதென்று சித்த வெளியில் உலவும் மனிதர்களின் அதிகப்பிரசங்கித்தனம். அவர்களைப் போன்றவர்கள்தான் இதுபோன்ற நனவெளியில் பருப்பொருட்களின் ஓசைகளை அதிலும் நீர்மத்தின் ஓசையைக் கேட்க அதை ஒரு குப்பிக்குள்ளிட்டு நிரப்பி வைப்பர்.

தனது கடைசி நம்பகத்தன்மையென தூக்கிலிடப்பட்ட தம்பதியருள் தாரணி உதவிக்கு அழைத்தது என்னமோ உண்மைதான். கடையில் ஈயக் குண்டுகளை கயிற்றில் கட்டி அது ஊசலாடுவதைப்போலத் தொங்கிக்கொண்டிருந்தனர்.

தாரணியின் கால்கள் சரிசமமாக வளர்ந்ததல்ல. இடது காலைவிட வலது கால் ஒரு திருகளவு அதிகம். நொண்டி நொண்டியே நடக்கும் தனது மனைவியின் உயர அளவைச் சரிசெய்யக் கோரி முயலாத மருத்துவக் குறிப்புகள் இல்லை. தற்போது அவளது உயரம் குறைந்த இடதுகாலின் எலும்பில் கிருமித் தொற்று வேறு பரவ ஆரம்பித்திருக்கிறது. சரிசெய்வதற்கு லட்சக்கணக்கில் ஆகுமென்பதால் நிலைகுலைந்து போனான் பரிதி. இதுவரை அவளது கால்கள் ஊனமுற்றதென்ற எண்ணமேயில்லாது வாழ்ந்து வந்தவன், எப்போதும் அந்த ஆய்வகக் கருவிகளைப் பற்றியே சிந்தித்து வந்தவனுக்கு இம்மாதிரியான சிக்கல் பிரளயத்தை உண்டுபண்ணியது. உண்மையில் முப்பட்டகத்திலிருந்து வெளியேறும் மின்காந்த ஒளிக் கற்றைகளின் அலைநீளம் கூட ஒரே அளவில் இருப்ப தில்லைதானே என்று தனக்குத்தானே சமாதானம் செய்து கொண்டவன்தான் என்றாலும் கருவிகளோடே சஞ்சரித்துக் கொண்டிருக்கும் பரிதிக்கு வேறுவழியில்லை. அவனுக்கு அன்று தோன்றிய அந்த விநோதமான எண்ணம் யாதெனில், பிறவிக்குறைபாடான அவளது கால்களை நிறமாலைமானி கொண்டு சரிசெய்து விடலாமென்ற யோசனைதான். தாரணியின் உடல் எப்போதும் புவியச்சுக்கோட்டிலிருந்து 10° சாய்ந்திருப்பது சரியல்லவென்றும், அவளுக்காகப் போராடி

ஆய்வகத்தில் பழையது என்று வீசப்பட்ட ரசமட்டத்தை எடுத்து சரிசெய்து எடுத்துவந்த பரிதி மேசையின்மீது தாரணியை நிற்க வைத்து அவள் கால்களை அளவெடுக்கத் துவங்கினான். ரசமட்டத்தால் அளவிட்டு உயர மாறுபாடு சரிசெய்யும்வரை அவளது கால்கள் அசையாமலிருக்க வேண்டும். நிச்சயம் அது ரணவேதனை.

தாரணிக்கு இதில் நம்பிக்கையே இல்லை. இது இயற்பியல் ஆய்வகத்திலேயே வேலை செய்தவொருவனின் வெற்றுப் பைத்தியக்காரத்தனமென்று கூறுவாள். அவள் கிட்டத்தட்ட தனது வாழ்வின் வெறுப்பு கணத்திற்கு அதிகமாகப் பழகியிருந்தாள். இதுவரை இரண்டு முறை அவள் தற்கொலைக்கு முயன்றதும்கூட அவனை இதுபோலக் கிறுக்குத்தனங்களுக்குத் தூண்டியிருக்கலாம். ஆனால் ஒருவேளை இத்திட்டம் வெற்றியடைந்தால் கால் ஊனமான பலபேரை இம்முறை கொண்டு சரிசெய்யலாம்தானே. நிறமாலைமானிக்கு நேராக விட்டத்தில் கயிற்றைக்கொண்டு ஆதரவாக மானியின் மேசையில் தன்னிரு கால்களை நீட்டிய படி நின்றாள்.

மேலும் சலிப்புற்றவள் தன் கால்களை மேசையின் விளிம்பில் தொங்கவிட்டு தொலைவில் தெரிந்த பெண்டுலத்தை எட்டி உதைக்க பிரயச்சித்துக்கொண்டிருந்தாள்.

இது பெண்டுலம் தானே...

ஆமாம்... நீ தூக்கு மாட்டிக்கொள்ள முயன்றதிலிருந்து இதைப் பார்க்கையில் உன்நினைவுதான் வரும்...

அவள் சத்தம் அதிகம் கேட்காதபடிச் சிரித்தாள்.

அவன் எரிச்சலடைந்து ப்ப்ச்ச் என்றான்.

அறை அமைதியில் திளைத்தது.

மறுநாள் ஒரே அறையில் அவர்கள் ஒரே மாதிரி தற்கொலையுண்ட அதிர்ச்சியைவிட அவர்கள் இங்கு எப்படி நுழைந்தனர் என்றகேள்விதான் இங்கு அனைவரிடமும் இருந்தது. பரிதியை ஆய்வகத்தின் பொறுப்பாளர் வேலையிலிருந்து நீக்கி இரண்டு மாதங்கள் ஆகியும் அவன் இரண்டொரு முறை இங்கு

வந்து, அந்த விலையுயர்ந்த முப்பட்டகத்தைத் தான் தெரியாமல் உடைத்துவிட்டதாகவும் இனி இந்தத் தவறு நடக்காதென்றும் கெஞ்சிப்பார்த்தான். ஆனால் நிர்வாகம் மசியவில்லை.

பிறகு ஆய்வகத்தினை விட்டுப்பிரிய மனமின்றி கருவிகள் குறித்தே சிந்திக்கத் துவங்கினான். குறிப்பாகத் தனக்குப் பிடித்தமான நிறமாலைமானி குறித்து. நீள வெளியில் திரியும் ஒளியெனும் பேராற்றல் தனது விழுதுகளால் நிழல் பரப்பிப் பூமியை ஆட்கொள்ளும் அற்புதத்தை 30 கிலோ கருவியில் கண்டறியும் சூத்திரம் அதில் முக்கியமானது. அதைப் பிரித்து அல்லது பகுத்துக் காண்பிக்கும் முப்பட்டகம் சரியான உயரத்தில் அதாவது மேசையானது பூமியில் நிறுத்துவதைப்போலச் சமமட்டமாய் இருக்க வேண்டும். இன்றேல் ஒளி மறைந்து அதன் நிழலே பெருகுவது எஞ்சும். ஆக ரசமட்டம் கொண்டு மேசையைச் சமப்படுத்துவதன் மூலம் அதன்மேல் நிற்க வைத்த தனது மனைவியின் கால்களின் உயரமும் சம உயரளவு சரிசெய்யப்படும் என்பதே அவனது எண்ணம்.

மேசையின்மீது தொங்கிய மனைவியின் கால்கள் அப்படியே உறைந்தது. மேலும் தாரணி சற்று எடை அதிகம் என்பதால் கயிறு அவிழ்ந்துகூடக் கீழே விழலாம்.

நிறமாலைமானி ஒவ்வொரு பௌதிக ஆய்வகத்திலும் வளர்க்கப்படும் செல்லப்பிராணி. அதன் கண்கள் மிக அருகில் உள்ளவற்றையும் தெளிவாக்கிக் காட்டுமளவு நுண்ணோக்குப் பிம்பக் கோளங்களாகும். அதன் முதுகில் வைத்து அளவிடும் முப்பட்டகத்தை, கொலை நடந்த இடத்தை நோக்கிச் செல்லும் மோப்பநாயைப்போல நிறமாலைமானி தன் தொலைநோக்கியால் நின்ற இடத்திலிருந்தே நம்மைத் தேடி அழைத்துப்போகும். தொலைவு பெரும்பாலும் ஒரு பூதாகரமானவொன்றாக நம்ப வைத்தே நாம் வளர்க்கப்பட்டிருக்கிறோம். தொலைவு என்பது ஏதுமற்ற வெளி. இன்னமும் கூறினால் ஏதுமில்லாதிருப்பதே தொலைவுக்கான அடையாளமாகும். தற்போது கூர்மையப் புள்ளியில் தாரணி தொங்கும் மிக முக்கியமாகநுண்ணோக்கியின் வழித்தடம் தூர அளவுகளைப் பற்றிச் சொல்லும் ரகசியப் போக்கிடம்.

நின்று எரியும் சோடியம் விளக்கு அறையை மஞ்சளாகக் காட்ட தாரணி சாகும்போதும் மஞ்சள் பூசிக் குளித்திருந்தாள். அதைத் தன் கணவனின் முகத்திலும் பூசி விளையாடியிருக்கிறாள். இப்போது அறை முழுதும் தனிமை பேச்சற்றுக் கிடக்க எதையோ சொல்ல எத்தனித்த மின்விசிறியையும் அணைத்துவிட்டார்கள்.

யாருக்கும் தெரியாமல் ஆய்வகத்துக்குள் அழைத்துவந்து நிறமாலைமானியின் சிறிய மேசையில் கால்கட்டைவிரலால் நிற்க வைத்துவிட்டு மேலே விட்டத்தின் கம்பியில் கட்டப்பட்ட கயிற்றைப் பிடித்தபடி சோடியம் விளக்கின் ஒளியில் நிற்கிறாள் தாரணி.

இப்போது அவள் நிற்கும் இடத்திற்கு நட்டநடு நேராக நிறமாலைமானி மோப்பம் பிடிக்கிறது 0°-180° என்ற கோணத்தில். மிகவும் தேர்ந்தெடுத்த அளவுகளால் பரிதி நிறமாலைமானியின் தொலைநோக்கியை இயக்குகிறான். கயிறானது தாரணியின் கழுத்தை ஒட்டித் தெரிவதால் அவள் தூக்கிட்டுத் தொங்குவது போல் தெரிந்தது. சாளரத்தின்வழியே உள்ளேகும் பகல் வெளிச்சம் மேசையின் விளிம்பில் தாரணியைப்போல் நிற்கிறது ஆனால் மங்கலாக.

இங்குதான் தொலைநோக்கியின் யதார்த்தச் சிக்கல் வெளிப்படுகிறது. அதாவது தாரணியை நோக்கினால் பகல் மங்கலாகத் தெரிவதும் பகலை நோக்கினால் தாரணி மங்கலாவதும் விஞ்ஞானக் கவிதைக்குள் மொய்க்கும் புரிந்துவிடாத விவரணைகளாகும். இப்போது நிறமாலைமானி வலதுபக்கமாகத் திரும்புகிறது. விளக்குக்குள் கவனம்கொள்ளும் அதன் உடல் 312°4'-132°19' கோணத்தில் நிற்கிறது. எதேச்சையாய் அளவிடுகையில் அவள் பிடித்துக்கொண்டு நிற்கும் கயிற்றை நுண்ணோக்கிப்பார்க்க அவனுக்கோ பேரதிர்ச்சி.

சிதிலமுற்ற தொலைநோக்கியின் கண்ணாடியின் வழியே குவியப்படுத்துவதில் நேர்ந்த பிழையால் அக்கயிறானது 'இரண்டாகத்' தெரிந்தது. அச்சுஅசலாக ஒரே மாதிரி இருப்பதோடு இரண்டு கயிறும் ஒரே முனையில் கட்டப்பட்டு 80cm தூரத்தில் தொங்குவதாக நம்ப ஆரம்பித்தான். தனது

தாரணியோடு உடன் மற்றொரு கயிற்றில் தொங்குவது யாரெனவும் ஐயமுற்றான். யோசிப்பதற்கு நேரமில்லை. அது தான்தான் எனவும் பயந்துபோய்த் தன்னைக் காப்பாற்ற வேண்டுமெனில் அவ்விரண்டு கயிற்றை ஒன்றாக மாற்ற வேண்டி, தொலைநோக்கியின் அளவுருவைச் சரிசெய்யத் துவங்கினான். ஆனால் அவையாவும் அவன் அறியாத செய்முறை. தனது முழு ஆய்வும் முடியும்வரை அவளது விரலும் கழுத்தும் மேசையில் பளு தாங்குவது சிரமமானதென்று அறிந்தும்கூடத் தனது ஆய்வைத் தொடர்ந்தவன், தாரணியும் தன் கால்களைச் சரிசெய்ய உதவியதால் தன்னோடு சேர்த்து உண்டாகியிருக்கும் மற்றொரு கயிறால் தனது கணவன் இறந்துபோவதை விரும்பாதவள் வலி மொத்தத்தையும் பொறுத்துக்கொண்டு அசையாது நின்றாள். எவ்வளவு முயன்றும் இரண்டாக மாறிய கயிற்றை மீண்டும் ஒன்றென மாற்ற இயலவில்லை. தொலைநோக்கியின் சிதிலமுற்ற கண்ணாடியால் உண்டாகியிருக்கும் மாயக் கயிற்றை அறுத்தெறியவும் இயலாதது என்பது கூடுதலான சிக்கல்.

பரிதி திகைத்து நிற்கிறான். குறித்துவந்த அளவுகளில் ஏதோவொரு பிழையிருக்கலாம். ஏனெனில் சம்பந்தமே யில்லாமல் இருவரும் ஒரே முனையில் கட்டப்பட்ட வெவ்வேறு கயிற்றில் ஆனால் ஒரே மேசையில் நிற்பது எதார்த்தத்திற்கு மாறானது. அதாவது பரிதியும் தாரணியும் ஒரே முனையில் தொங்கிக்கொண்டிருக்கிறது. இருவரின் கயிறும் எப்படி ஒரே மாதிரி இருக்க முடியும். எல்லாம் இந்தத் தொலைநோக்கியைத்தான் குறைகூற வேண்டும். கயிறு திரிப்பவர்களுக்குத் தெரியும். எப்படி ஒரு ரேகை போல மற்றொரு ரேகை உருவாக முடியாதோ, ஒரு ரேகை திரித்த கயிற்றின் முடிச்சைப்போலவே மற்றொரு கயிற்றையும் திரிக்க இயலாது. அவ்வாறே திரித்தாலும் பின்னல் வரிசையாவது மாறுமே தவிர அச்சு அசலாக இருப்பது அபூர்வம். ஒளித்துகளைச் சகட்டுமேனிக்கு உமிழ்ந்துகொண்டிருக்கும் சோடியம் விளக்கோ எதற்கும் அசைவதாயில்லை. வலிதாங்க இயலாது வேகமாக அசையும் அவளது கால்களுக்கு நேரே ஒளித்தம்பம் மிதந்துகொண்டிருக்கிறது.

பின்பு அவன் சற்றும் தாமதிக்காமல் நிறமாலைமானியின் கழுத்தைத் திருப்பி இடதுபக்கம் பார்த்தது 71°2' - 254°30' கோணத்தில். இந்த முறை அதைவிடச் சிக்கலுற்ற வினோதம் என்னவெனில் முன்பே கூறியது போல, நிறமாலைமானியில் குவியப்படுத்துவதில் நேர்ந்த பிழையினால் (focusing) அந்த ஒற்றைக் கயிறு இரண்டாக மாறியிருந்ததில், தாரணி தொங்கிய கயிற்றைப் போல் மற்றொரு கயிறானது உருவாக்கப்பட்டதால், அந்தப் புது கயிற்றில் தொங்கிய பரிதியும் தாரணியைப்போல மாறியிருந்ததைக் கண்டு அவன் நம்ப இயலாத அதிர்ச்சிக்கு ஆளானான். ஆம் அவனது மனைவியின் கால்களைச் சரிசெய்ய வந்தவன் கடைசியில் தனது கால்களும் அவளைப்போல் உயரம் மாறுபட்டிருக்கிறது. ஆனால் அவனுக்கு அப்படியே நேரெதிராக வலது காலைவிட இடதுகால் ஒரு திருகளவு உயரமாக மாறியிருந்தது. எல்லாம் அந்தச் சிதிலமுற்ற தொலைநோக்கியின் கண்ணாடியால் நேர்ந்த விளைவு. கண்ணாடி தோற்றுவிக்கும் பிம்பம் எப்போதும் நிஜத்திற்கு எதிரானதென்பதால் இந்த நிலை.

பரிதிக்குத் துக்கம் கலந்த பயம் நெஞ்சை அடைத்தது. அச்சு பிசகாமல் நின்றுகொண்டிருக்கும் தாரணியோ, நான் வேண்டுமானால் இறங்கிக்கொள்கிறேனே. எனது கால்கள் சரிசெய்யப்பட வேண்டாம். எனக்கு இந்தப் பிம்பமே போதுமானது என்கிறாள். இவன் ஆத்திரமுற்றுக் கத்தத் துவங்கினான் (சத்தம் அதிகமானால் யாரேனும் வந்துவிடக்கூடுமென்பதை உணர்ந்து கம்மிய குரலிலே திட்டினான்). நீ உபத்திரமுற்றவள். உன்னால் நானும் நொண்டியாகிவிட்டேன் என்க, அவள் நின்ற இடத்திலிருந்தே அழத் துவங்கினாள். பிறகு பொறுமையானவன் தனது செயலுக்கு மன்னிப்பு கேட்டபடி ஆய்வைத் தொடர்ந்தான்.

அவனுக்கு ஒன்று தோன்றியது. அவளுக்கு வலதுகால் நீளமாக இருந்ததும், இவனுக்கோ இடதுகால் நீளமாக மாறியதும் ஒருவகை எதேச்சையன்று. தாரணியும் பரிதியும் திருமணம் செய்துகொண்டதற்கான காரணம் இப்போதுதான் விளங்கியது.

அதாவது நிறமாலைமானியின் மேசையில் வைக்கப்பட்ட முப்பட்டகத்தை ரசமட்டம்கொண்டு சரிசெய்வதைப்போலத் தாரணியின் கால்களைச் சரிசெய்வதாக தனது கால்களையும் சரிசெய்ய முயன்றிருக்கிறான். தற்போது தாரணியின் ஊனத்தைச் சரிசெய்வதென்பது இதுநாள்வரை மறைந்திருந்த இவனது ஊனத்தையே சரிசெய்வது போன்றதாகும். கோணலான அதாவது வளர்ச்சியற்ற கால்களைத் தான் நேசிக்கும் நிறமாலைமானியின் மூலம் சரிசெய்துவிடலாமென்று நினைத்திருந்த கணக்கு பிழைதப்பி எங்கெங்கோ இட்டுச் செல்கிறது. ஆனால் அவனது தவறு என்னவெனில் அவனுக்குக் கால்களைச் சரிசெய்வதற்கு முன்பு சோடியம் விளக்கிலுள்ள ஒளித்தம்பத்தைக் கண்டறியவேண்டுமென்பதை மறந்திருந்தான். ஒளித்தம்பத்தை ஒருவேளை கண்டறிந்திருந்தால் நிறமாலைமானியின் முதுகை விரும்பம்போல் வளைத்து விளையாடியிருக்கலாம். ஆனால் அவ்வாறின்றி அந்தப் பிசங்கிய மனநிலையிலேயே அவன் நுண்ணோக்கியில் முப்பட்டகத்தை வைத்திருக்க வேண்டும்.

நின்றுகொண்டிருந்த தாரணியின் கால்களை சோடியம் விளக்கு படும்படி நீட்டச்சொன்னான். நிறமாலைமானியை இழுத்து இடதுபக்கம் கொண்டுபோனவன் 340°10'-160°20' கோணத்தில் வைக்க இரு கால்களும் தெரிந்தது. தாரணியின் நீண்டு வளர்ந்த வலதுகாலை நிலையாக வைத்து உயரம் குறைந்த இடதுகாலை மெதுவாக முப்பட்டகத்தைச் சுற்றி நீளச்செய்தான். அது சோடியம் விளக்கொளிரும் நுண்ணோக்கியல் மட்டத்தில் மீள்தன்மை கொண்டதால் வலதுகால் குறிப்பிட்ட cm வரை நீண்டு பின்பு மறுபடியும் பழைய நிலைக்கே வந்துவிடுகிறது. ஆனால் ஒரு குறிப்பிட்ட புள்ளியில் நீளும் காலானது ஒரு நொடி நின்று பின்பே பழைய நிலைக்குச்செல்வதை அறிந்துகொண்டவன் எவ்வளவு நீளம் வரை நீளுகிறதென குறித்துக்கொண்ட பின் அந்த அளவோடு நிறுத்திக்கொண்டு தன் மனைவியைப் பார்த்தான். தாரணிக்கும் தன் கால்கள் எப்படித் தன்னையறியாமல் அளவு மாறுகிறது என்று புரியாமல் திகைத்துக்கொண்டிருந்தாள்.

அவளை மேசையைவிட்டு இறங்கக் கூற, தாரணியால் நம்ப முடியவில்லை. தன்னிரு கால்களும் ஒரேயளவில் மாறியிருந்தது. களிப்பில் துள்ளிக்குதித்தாள்.

அவன் ஏதோ சொல்வதுபோலிருந்தது. அதெல்லாம் அவள் காதுகளில் நுழையவில்லை. இதுவரை தன்னை ஊனம் என்று ஏளனப்படுத்திய கண்களை இந்த நிறமாலைமானி வழியே பார்க்கச் சொல்ல வேண்டும் போலிருந்தது. ஆனால் இதில் மிகமுக்கியமான விதிமுறையானது கால்கள் நிலைபெறும்வரை நிறமாலைமானியின் கழுத்தை அதே கோணத்தில் வைத்திருக்க வேண்டும் என்ற உண்மையை அறிந்திராத பரிதி தனது கால்களையும் கையோடு சரிசெய்துவிடலாமென, மீண்டும் கோணத்தை மாற்றி மானியைப் பழைய நிலைக்குக் கொண்டு வந்தான்.

அந்நேரம் மனதால் துள்ளிக் குதித்துக்கொண்டிருந்தவள் உண்மையாகவே துள்ளிக்குதிக்க முற்பட்டு மீண்டும் மாறிவிட்ட சமமற்ற கால்கள் ஒன்றுக்குப்பின் ஒன்றாகத் தரையிறங்க பொத்தென அவள் விழுந்ததும்தான் இருவருக்கும் தெரிந்தது, கால்கள் மாறிடாது அதே நிலையிலிருப்பதை. அந்த ஏமாற்றத்தை அவ்விருவராலும் தாங்கிக்கொள்ள இயலவில்லை மற்றும் ஏற்றுக்கொள்ளவே முடியவில்லை. தாரணி வீறிட்டு அழத்தொடங்கினாள். சத்தமிட்டு அழுவதால் யாராவது ஆய்வகத்துக்குள் வந்துவிடலாமென்றும், அவ்வாறு நேரிட்டால் நாம் இருவரும் சட்ட விரோதமாக நுழைந்திருக்கிறோம் சப்தமிட்டு காட்டிவிடாதே எனத் தன் மனைவியைச் சமாதானப்படுத்தினான். இயலாமையிலிருந்து சிலநொடிகள் மீண்டெழுந்து கால்கள் புதிதாக உலகமே உவகையில் மிதந்தவள் இந்த ஏமாற்றத்தை ஏற்றுக்கொள்ளாத அவளுக்கோ ஆத்திரம் பொத்துக்கொண்டு வந்தது. சமாதானமாகிக் கண்ணைத் துடைத்தாளேயொழிய அவன் மேற்கொண்டு கூறியது எதையும் அவள் கேட்கவில்லை.

சரி இந்தமுறை எனது கால்களை வைத்துச் சோதித்துப் பார்ப்போம் என்று அவன் கூறியதும் எப்படி இந்த மானியை இயக்க வேண்டும் என்று அவன் சொல்லிக்கொடுத்ததையும்

அரைகுறையாக கேட்டுக்கொண்டிருப்பவள் சித்தப் பிரமை பிடித்தவளாய்ச் சென்று நிறமாலைமானியின் முன்பு நின்றாள். இப்போது நிறமாலைமானியை இடது பக்கம் கொண்டு செல்ல வேண்டும் (ஏனெனில் பரிதிக்கு இடதுகாலே நீளமானது) ஆனால் தனது உயரம் குறைந்த வலது காலையே நினைத்துக்கொண்டிருந்தவள் வலது பக்கமாய்த் திருப்பினாலும் பரவாயில்லை. கோணத்தை மாற்றி 160°20'-340°10' என்று வைப்பதற்கு பதிலாக 340°10'-160°20' என்ற கோணத்தில் வைத்துத்தொலைத்தவள் அதேபோல அளவுருக்களைச் சரிசெய்ய முயலுகையில், தனது கால்களே அவள் கண்முன் தோன்றியது.

தன் வலதுகாலை எண்ணியபடி நீட்டிக்கச் செய்துவிட்டு ஆய்வை முடித்து அவரை மேசையைவிட்டு இறக்கும்போதுதான் அவளுக்கு நினைவுக்கு வந்தது. தன் கணவனுக்கு ஏற்கெனவே உயரமான வலதுகாலை மேலும் உயரமாக்கியிருந்ததை இருவரும் கவனித்தனர். அவ்வளவுதான்.

"கடவுளே உன்னைவைத்துக்கொண்டு..."என்று அவன் அடிப்பதற்குக் கையோங்கினான். தன்னால் தன் கணவனின் கால்களை மேலும் ஊனமாக்கிவிட்டதை அறிந்து விம்மி அழ ஆரம்பித்தாள். அவளைத் திட்டவும் முடியாமல் முன்பைவிட ஊனமாகிவிட்ட தன் கால்களால் நிற்கவும் முடியாமல், இவ்வளவு தூரம் முயன்றும் தனது பரிசோதனை இப்படி ஒரு விளைவைச் சந்தித்ததாலும், அவனும் உணர்ச்சி விசும்ப அழத்தொடங்கினான்.

வெறியுற்றவாறு ஆய்வகத்திலிருந்த எல்லாக் கருவிகளையும் (நிறமாலைமானியைத் தவிர) அடித்து நொறுக்கினான். கிருமித் தொற்று நாளுக்கு நாள் அதிகமாகிக்கொண்டே வர, இனி உயிர் வாழ்வதற்குச் சாத்தியங்களே இல்லாத நிலையை எட்டியிருக்கும் தாரணியையும் அவளைக் காப்பாற்ற வேறு வழியேயில்லாத பரிதியும் பிரம்மை பிடித்தாற்போல் வெகுநேரம் தலையில் கை வைத்து அமர்ந்திருக்க, செய்வதறியாது விழித்த இருவரும் காற்றில் ஆடிக்கொண்டிருந்த கயிறுகளை ஒருசேரப் பார்த்தனர். இருவரும் அழுது முடித்தபோது இருளாகியிருந்தது. பின்பு இருவராலும் கயிற்றில் எடை கூடியது.

நிறமாலைமானி எந்தவித மாற்றமுமின்றி அதேபோல் ஒளிர்ந்துகொண்டிருக்கிறது.

விசாரணையில் முதல் கட்டமாக இருவரின் மரணத்தைத் தாண்டி, தொங்கும் அவர்களின் பிணத்திற்கு நேர் கீழாக கிடக்கும் நிறமாலைமானியின் நுண்ணோக்கியினைச் சரிசெய்துகொண்டு தலைக்குமேல் உள்ள தாங்கியின் சின்ன அளவுருவைச் சோதனையிட்டனர். உடைந்து ஒட்டவைக்கப்பட்ட முப்பட்டகம் மானியின் மேசையில் அப்படியே யாரும் தொடாதபடி நிற்கிறது. நடந்த விளைவுகளை ஓரளவு யூகித்துவிட்ட அதிகாரியால் பரிதிக்கு இந்த யூகம் எப்படித் தோன்றியிருக்கக்கூடுமென வியந்துபோனார். மேற்கொண்டு கையுறையோடு ஆய்வைத் தொடர்ந்த அவர்கள், யாரும் செய்திடாத ஒரு புது சோதனையை எவ்வாறு அவன் செய்திருப்பான் என்று யூகிக்கத் தொடங்கினர்.

புலனாய்வு அதிகாரியின் விரலில் கீழே சிந்தியிருந்த அவ்வொளியியல் திராவகம் கண்ணைக் கூசச் செய்தது. இவ்வளவு நேரம் தேடியும் கிடைக்காத தடயங்களை எண்ணி, கணங்களை முறைத்ததற்குக் கடிகாரம் வெறியோடு அடுத்தடுத்த நொடிகளைத் தாண்டிப் போனதுதான் மிச்சம். விளக்கிற்குள்ளிருக்கும் ஒளித்தம்பத்தைக் கண்டறிவதுதான் ஒரே வழி என்றெண்ணியவர், பரிதியால் கடைசியாக வைக்கப்பட்ட கோணத்திலேயே இருந்த மானியின் தொலைநோக்கியின் வழியே நோக்கினார்.

சட்டென பொறிதட்டியதுபோல வேகமாகப் பரிதி வைத்திருந்த இரண்டு பக்கக் கோணங்களையும் கூட்டி அதை இரண்டால் வகுத்துப் பார்த்தார். 60°14’ என்று விடை வந்தது. எதையோ கண்டறிந்ததாய் அவர் முகத்தில் சோடியம் ஒளியில் பிரகாசம் கூடியது. இப்போது நிறமாலைமானி வழியே தெரிவது ஒளித்தம்பமே. ஆனால் அவர் முகம் இவ்வளவு அதிர்ச்சியுறக் காரணம் அங்கு தெரிவது இரண்டு ஒளித்தம்பம் என்பதால். ஒன்றுக்கொன்று அடர்த்தியாகச் சற்றிடைவெளியில் நிற்கும் அத்தம்பங்கள் எதன் அறிகுறி அல்லது எதற்கான குறியீடு என்று குழம்பினார். ஏனெனில் இதற்கு முன்பு பார்த்த

அத்தம்பதியருக்கு ஒன்று மட்டுமே தெரிந்திருக்க இவனுக்கோ இரண்டு ஒளிக்கற்றை தெரிவது குறிப்பிடத்தக்கது. அதிகாரி பரபரப்புடன் மறுபடியும் அத்தம்பங்களைப் பார்த்தவர் கண்கள் விரிய நெஞ்சில் கைவைத்து அமர்ந்துவிட்டார். ஏனெனில் அவ்வொளித்தம்பங்களில் கீழ்ப்பகுதியில் ஒன்றில் ஒளி கூடியும் மற்றொன்றில் ஒளி மங்கியும் தெரிந்தது. பிறகுதான் இவருக்குப் புரிந்தது. சோடியம் விளக்கினால் உண்டாகும் ஒளித்தம்பங்கள் என்பவை மேசையில் முப்பட்டகத்தோடு ஏற்றி வைக்கப்படும் ஆன்மாவின் பிரதிபலிப்பு என்று.

அருகிலிருந்த சோதனையாளர் வினவினார்,

ஆக, பரிதி செய்த தவறு யாதெனில் முப்பட்டகத்தின் விதி அறியாது, தொலைநோக்கியால் இரண்டு ஒளிக்கற்றையாக மாற்றியதுதானா...?

ஆம். ஒளிக்கற்றை எப்போதும் உடலில் உலவும் ஆன்மாவைப்போல் ஒன்றாக இருப்பதே விதி.

புரியவில்லை. விளக்கமாகக் கூறுங்கள்.

ஒரு விளக்கினுள்ளாக இரு திரிகளை ஒரே சமயத்தில் ஒளிரூட்ட முயன்றால், இறுதியில் அவ்விரண்டும் ஒரே அடர்த்தியாக மாறுவதைப்போலானது.

ஆக முன்னே தெரியும் அவ்விரண்டு ஒளித்தம்பங்களும் இறந்து தொங்கும் அவ்விரண்டு பேரைக் குறிப்பதாக அறிந்து கொண்டனர்.

அவனுக்குத் தோன்றியது, ஒருவேளை இவ்விரண்டு ஒளிக்கற்றையையும் ஒன்றாக இணைத்தால், ஒருவேளை தனித்தனியே இறந்துதொங்கும் இருவரும் ஒரே கயிற்றில் தொங்குமாறு கொண்டுவரலாம். அவ்வாறு கொண்டு வருகையில் ஒரு கயிற்றில் ஒருவர் தான் தூக்கிட்டுக்கொள்ள முடியுமென்ற உலக நியதிப்படி இறந்தது ஒருவர்தான் என்று நம்பவைக்கலாம். இதன் மூலம் யாரேனும் ஒருவரைக் காப்பாற்ற இயலுமல்லவா என்று கணக்கு போட்டு முடித்ததுமே படபடப்பில் இவர்களுக்கு வியர்க்கத் துவங்கியது. இது எத்தகு பெரும் கண்டறிதல் தெரியுமா. புலனாய்வு அதிகாரிகள் படபடப்பில் மும்முரமாகினர்.

உடனே சோதித்துப் பார்க்க தலைப்பட்ட அவர்கள், தொங்கும் இரண்டு உடல்களுக்குமிடையேயான இடைவெளியை அளந்துகொண்டனர். பின்பு இரண்டு ஒளித்தம்பங்களுக்கு இடையேயான தொலைவையும் அளந்துகொண்டனர். அளவுருக்களைக் குறித்துக்கொண்ட சோதனையாளர் நிறமாலைமானியின் தொலைநோக்கியால் தொங்குமிந்த இரு உடல்களையும் அதாவது அத்தம்பங்களை நோக்கினார். முப்பட்டக மேசையை சோடியம் ஒளியிலிருந்து விலகு திசையில் சற்று நகர்த்திவிட்டு நுண்ணோக்கியின் திருகுவைத் திருக்கிக்கொண்டே தொலைநோக்கியின் வில்லையை நகர்த்த இரண்டு தம்பங்களும் ஒன்றையொன்று நெருங்கியோடி வர, உடல்களும் ஒன்றுக்கொன்று அருகில் வந்தன. அவையிரண்டும் வர வர இவர்களின் உயிர் நாடி முதுகுத்தண்டில் ஏறியமர்ந்துகொண்டு குத்துகிறது. தனித்தனியாக இறந்துவிட்ட கணவனும் மனைவியும் தம் உடல்கள் ஒன்றையொன்று நெருங்கி தம்மில் ஒருவர் உயிர் பிழைக்கப்போவதை அறியாமல் பிணமென அசைவற்றுக்கிடந்தனர். இன்னும் கொஞ்சம்தான்.

யாரோ கதவு தட்டும் ஓசை கேட்டது. ஆனால் அவர்களுக்குக் கேட்கவில்லை. அதோ இணைத்துவிட்டனர். இரண்டு கீற்றுகளும் இணைந்துவிட்டன. மேசையில் இப்போது இரட்டை ஆன்மாவின் பிரதிபலிப்பை சோடியம் வெளிச்சத்துள் அவர்கள் காண்கின்றனர். இரண்டு தம்பங்களும் ஒன்றிணைந்து அடர்த்தியாக ஒன்றெனத் தெரிந்தன. முதுகில் அமர்ந்து குத்திய உயிர் நாடி இப்போது ஓங்கிக் குத்தக் குத்த, அத்தகு உணர்ச்சிப் பிரவாகத்தோடு திரும்பிப் பார்த்தான். எவ்வித மாற்றமுமின்றி பின்னால் இரு உடல்களும் ஒரே மாதிரியான கயிற்றில் தொங்கியவர்கள் இப்போது ஒரே கயிற்றில் தொங்குகின்றனர். ஒரு சுருக்கில் இரு கழுத்தும் இறுக்கப்பட்டு இரு உடல்களும் தொங்குகின்றன. அப்போதுதான் யோசித்தனர், இரு கயிற்றிலிருந்து ஒரு கயிறாகினாலும், அதற்கு இரு உடல்களைத் தாங்குமளவு பலம் இருக்குமா என்று யோசித்து முடிக்கும் முன்பே, இரு பிணங்களின் எடை ஊதித் தாங்க முடியாத கயிறு அறுந்தது. அந்நேரம் மற்றொரு முறை கதவு தட்டும்

ஓசை கேட்டது. நடக்கும் அதிர்ச்சியான சம்பவத்தில் இந்த முறையும் அவர்களுக்கு எதுவும் கேட்கவில்லை. வெளியே தட்டிக்கொண்டிருந்த கல்லூரியின் ஆசிரியர் ஒருவர் சட்டென கதவை வேகமாக தள்ளிக்கொண்டு உள்ளே நுழைந்தார்.

அப்போது கதவையொட்டியிருந்த மேசையில் வைக்கப் பட்டிருந்த ஒளித்திராவகங்கள் நிரப்பப்பட்ட இரு குப்பி தடுக்கி ஆய்வக அறை முழுதும் கீழே சிந்தி தரையில் கொட்டியபின் அவ்விரண்டும் ஒன்றாகக் கலந்துபோயினர். மேலும் அத்திராவகம் சோடியம் ஒளியில் பார்ப்பதற்குச் செந்நிறத்தில் குருதியைப் போலிருந்தன.

—

பல்கலனும் யாம் அணிவோம்

ரா. கிரிதரன்

அக்கா, அக்கா?

ம்...சொல்லு

புது வருடத்தீர்மானம் ஏதாவது எடுத்திருக்கியா?

ஆமாம்

என்னது?

என் கண்மணியை விட்டுப் பிரியமாட்டேன்னு!

***

என் இமைக்குள் கண் உருள்வதை உணர்ந்தபோது தூங்கி எழுந்ததை அறிந்தேன். இரண்டு நாட்களுக்கு முன் கண்ணுக்குள் செலுத்திய சிறிய நுண்ணிகள் பாப்பாவை விரியச்செய்திருந்தன. நாற்பத்தெட்டு மணி நேரத்தில் கண்ணைத் திறந்துவிடலாம் எனச் சொல்லியிருந்த டாக்டர் ரே இன்னும் சிறிது நேரத்தில் கிளம்பச் சொல்லிவிடுவார். இதுக்குச் சந்தோஷப்படுவதா எனத் தெரியவில்லை. வீட்டில் விநாஸ் காத்துக்கொண்டிருப்பான் எனும் நினைப்பே பொங்கி எழச்செய்தது. கண்ணீர் கட்டுக்கடங்காமல் என்னை மீறி வழிந்தது. தானாகக் கண்ணைத் துடைக்கச் சென்ற கையை ஆல்ஃபா பிடித்திழுத்துக் கண்ணிலிருந்து நீரை இழுத்துக்கொண்டது.

மிகக்கச்சிதமான இழுவை. கண் சிமிட்டுவது போல வேகமாக நீர் காய்ந்துவிட்டது. நான் எழுந்து ஓட முற்படும் எண்ணத்தைக் கஷ்டப்பட்டு அடக்கிக்கொண்டேன். விநாஸை நினைத்து என்னைக் கட்டுப்படுத்திக்கொண்டேன்.

"அவளைப் பாருங்கள். முகத்தில் தசை துடிக்கிறது" அம்மா என்னை வைத்த கண் வாங்காமல் பார்த்து நின்றாள். கண்ணீர் கரைந்து சென்ற தடம் அவளது கன்னத்தைப் பளபளப்பாகக் காட்டியது.

"சரோ..." அம்மாவைச் சமாதானப்படுத்திய அப்பாவின் மிருதுவான குரலைக் கேட்டபின்னும் எழ இயலாத என் மீது மிகுந்த ஆத்திரம் வந்தது.

என் கண்கள் இதுவரை மனிதர்கள் கண்டிராத வண்ணங்களையும் பரிமாணங்களையும் காட்டும். இதுவரை மனிதர்கள் கண்டது வெறும் பொம்மலாட்டப் படங்கள் மட்டுமே. முப்பரிமாணங்கள். மரத்தைக் காணும்போது பச்சையின் பல ஆழங்களையும் மரப்பட்டைகளின் ரேகைக்கோடுகளையும் பப்பாளிப்பழம் போல என்னால் துல்லியமாக உணர முடியும். இவையனைத்தும் டாக்டர் ரே என்னிடம் சொன்னவை.

"டாக்டர், வீட்டுக்கு அழைத்துச்செல்ல முடியுமா?" அப்போது அறைக்குள் நுழைந்த டாக்டர் ரேயிடம் அம்மா கேட்டாள்.

கண்கள் மெல்லத் துடிப்பை அதிகரிக்க முயன்றபோது நான் கட்டுப்படுத்திக்கொண்டேன். நான் எழுந்ததை அவர்கள் அறியக்கூடாது. உடனடியாக அந்த எண்ணம் எத்தனை முட்டாள்தனமானது என்பதை உணர்ந்தேன். ஆயிரமாயிரம் மைல்கள் கடந்து, கிட்டத்தட்ட காலத்தை முன்னோக்கிக் காணும் கண்களை அடைந்திருக்கும் இயந்திரமான ஆல்ஃபாவுக்கு நான் எழுவதற்கு முன்னரே என்னை எழச்செய்யும் மின் தகவல் போய்ச்சேர்ந்திருக்கும்.

முன் ஒரு நாள் அப்பாவுடன் புராதனமான கோயில் வளாகத்துக்குச் சென்றபோது, "மயக்கும் கண்களைப் பாருடா. எப்படிச் செருகிக்கிடக்கு பார். தூங்கறான்னு நினைச்சியா? மனசு அப்படியொரு விழிப்போடு இருக்கு" என்பார். "மனசா?" "ஆமாம்" எனச் சொன்னவர் என் கண்களை நேராகப் பார்க்கவில்லை. மனசு என்பது புராணப்பொருள். இன்றைக்கு மனசுக்குள் இருக்கும் பல அடுக்குகளுக்கு இடையே செய்தி பகிர்ந்துகொள்ளும் விதம் பற்றி எல்லாருக்கும் தெரியும். அப்பாவிடம் கேட்டால், அந்தச் செய்திகளை முழுமையாகத் தெரிந்துகொண்டால்கூட மனதைப் பற்றி முழுமையாகத் தெரிந்துகொள்ள முடியாது என்பார். மனசு எனப் பேசுவதுகூடப் பழைய பாணி ஆகிவிட்டது. பல தலைமுறைகளுக்கு முன்னர் வாழ்ந்த மூத்தக்கிறுக்கர் வரிசையில் உங்களைச் சேர்த்துவிடுவார்கள்.

"இன்னும் சில நாட்கள் இவள் இங்கே இருக்க வேண்டும். ஜனனிக்கும் எங்களுக்கும் தேவையான சில பரிவர்த்தனைகள் செய்ய வேண்டியுள்ளது" என்றார்.

ஆழ்நிலை உறக்கத்தில் இருந்தபோதும் என் முகத்தில் சந்தோஷம் பரவியது. விட்டால் கட்டிலிலிருந்து குதித்துப் பத்து முறை மருத்துவமனையைச் சுற்றி குட்டிக்கரணம் அடித்திருப்பேன்.

"உங்க மகளுக்கு..மன்னிக்கவும் மகனின் தகவல் இணைப்புகள் எங்க வோர்டக்ஸோடு சேரவில்லை. வோர்டெக்ஸ் தயாராக உள்ளது. முதல் முறை அதனுடன் இணையும் கான்சியஸ்னஸ் முழுமையாகச் சேர்ந்த பின்னரே தகவல் பரிமாற்றத்தைத் தொடங்க முடியும். இன்னும் ரெண்டு நாட்கள் ஆகும் என நினைக்கிறேன்" ரே யோசித்துப் பேசுவது போல ஒவ்வொரு வார்த்தையாக மெதுவாகப் பேசினார்.

"இங்கு கொண்டுவருவதற்கு முன்னர் இணைப்பைச் சரி பார்த்திருக்க முடியாதா?" அம்மாவின் குரல் கோபத்தைக் காட்டியது.

"பொதுவாக வீட்டிலிருக்கும்போதே சோர்ஸின் மூளையிலிருக்கும் தகவல்களை வோர்டெக்ஸ் பகுக்கத் தொடங்கிவிடும்", மன்னிப்பு கேட்கும் தொனியில் ரே பேசினார் "இப்போதெல்லாம் ஆல்ஃபாக்கள் மனிதர்களுடன் ஜோடியாக வேலை செய்கின்றன. அதனால் தாமதம் இருக்கலாம்".

தூரத்திலிருந்து சிம்பன்சிகளின் சிரிப்பொலி பலமாகக் கேட்டது. என் இடது கண் துடித்தது.

டாக்டர் ரே ஆல்ஃபா தகவல் மையத்தின் மூத்த விஞ்ஞானிகளில் ஒருவர். எல்லா நிகழ்வுகளையும் போல ஆல்ஃபாக்கள் தாமதமாகவே தீவுக்கு வந்து சேர்ந்திருந்தன. இயந்திரங்களுக்கென நகரங்கள் உருவான பின்னர், தேவை ஏற்பட்டாலொழிய மனிதர்கள் வாழும் பகுதிகளுக்கு அவை வருவதில்லை.

கடல்கொண்ட நிலம் வரித்துச்சென்றதை கிழக்காசியத் தீவுகளில் கொட்டித்தீர்த்தபின் இருநூறு ஆண்டுகளுக்குப் பின் வந்த மற்றொரு பெரிய கடற்கோள் இந்நிலத்தைத் தாய் நிலத்திலிருந்து பிரித்திருந்தது. பருவப்பெண்ணின் முகக்கொப்புளம் போல இந்தியாவுக்கும் இலங்கைக்கும் இடையே மேலெழுந்தது இந்தப் புது மதுரை எனும் தீவு. அசுர உணவுக்குப் பின் இயற்கை கை உதறிய பல மண்மேடுகள் ஆழங்களிலிருந்து மேலெழுந்து புதுத் தீவுக்கொத்துக்களாக உருவாயிருந்தன. அத்துடன் ஆழத்திலிருந்து வந்த புது உயிரினங்களும். இங்கிலாந்தின் டார்வின் ஆராய்ச்சி மையத்திலிருந்து வந்த ஆய்வாளர்களுடன் ஆல்ஃபா இயந்திரங்களின் புது உலக நிறுவனமும் இணைந்து இத்தீவுகளில் தோன்றிய புது கனிமங்களையும், ஆழ் கடல் பிராணிகளையும் ஆய்வு செய்தனர்.

விக்டோரியா ஆய்வு மையமும் ஆஸ்திரேலியா அரசும் இணைந்து உருவாக்கிய முதல் ஆல்ஃபாக்கள் கிட்டத்தட்ட இருநூறு வருடங்களுக்கு முன்னர், அதாவது இருபத்து இரண்டாம் நூற்றாண்டின் இறுதியில் பியோர்டோ ரீக்கா திட்டக்குழுவின் மேற்பார்வையில் விளைந்தவை. ஆல்ஃபாக்கள்

மனிதர்களால் மனிதர்களுக்காக உருவாக்கப்பட்ட இரண்டாம் தலைமுறை இயந்திரங்கள். அதற்கு இரு நூற்றாண்டுகளுக்கு முன்னர் உருவான நம்பிக்கை இயந்திரங்கள் (அ) உதவி இயந்திரங்களின் அடுத்த தலைமுறை.

கிட்டத்தட்ட உலகின் அனைத்து அறிவுஜீவிகளும் ஒன்று கூடி எடுத்த இயந்திரப்பிரகடனம் ஐசக் அசிமோவின் மூன்று விதிகளுக்குப் பின்னர் அடுத்த தலைமுறை உயிர் பற்றிய மனிதச் சிந்தனையில் பெரிய மாற்றத்தை உருவாக்கியது.

1. மனிதர்கள் உருவாக்கும் இயந்திரங்கள் இப்பிரபஞ் சத்தைப் பாதுகாப்பான இடமாக மாற்றும் விதிக்குக் கட்டுப்பட்டவை.

2. இயந்திரங்கள் மனிதனின் அடுத்தகட்டம். ஜடப் பொருளான உடலின் எல்லைகளைக் கடப்பதற்காக மட்டுமே மனிதனால் உருவாக்கப்படுபவை. மனிதனுக்கு மாற்றாக அல்ல.

3. இயந்திரமும் மனிதனும் ஒன்றை ஒன்று சார்ந்தவை. எப்போதும் அவை மற்றொன்றை அழிக்க முடியாது.

டாக்டர் ரே கிளம்பியதும் நான் தூங்கவேண்டும் என்பதற்காக அம்மாவும் அப்பாவும் கிளம்பிவிட்டனர். அம்மா வாசலை அடையும்வரை என் அறை இருந்த திசையைத் திரும்பிப்பார்த்தபடி நடந்திருப்பாள். எனக்காவது அறிவியல் இருக்கிறது, அவளுக்கு உங்க ரெண்டு பேர் மட்டுமே உலகம் என அப்பா அடிக்கடி சொல்லுவார். நானும் அப்பாவைப்போலத்தான் அறிவியலில் மட்டும் ஆர்வம் உள்ளவள் என நினைத்துக்கொண்டிருந்தேன் தம்பி விநாஸ் வரும்வரை.

விநாஸ். என் தம்பியானாலும் வயது வித்தியாசத்தினால் நான் அவனுக்கு இன்னொரு அம்மா என அம்மா சொல்லுவாள். ஆனால், எனக்கென்னவோ பத்து வயது வித்தியாசம் என்பது ஒரு வயதாகக் குறைந்திருந்தாலும் விநாஸ் என் கண்மணிதான் என நினைப்பேன். அவன் பிறந்த பின்னர் நான் தனியாக இருந்த நினைவே இல்லை. கடந்த ஒரு நாளாக இப்படிச் சிறைக்கூடம்

போலிருக்கும் மருத்துவமனையில் கிடப்பதுதான் நான் இந்தப் பத்து வருடத்தில அவனை முதல் முறை பிரிந்திருப்பது.

என்னால் தூக்கத்தில்கூட மூன்று விதிகளையும் சொல்ல முடியும். அப்பாவுடன் அடிக்கடி இதைப்பற்றி விவாதித்திருக்கிறேன்.

"அது எப்படி நம்மைவிட அதிகமாகச் சிந்திக்கும் இயந்திரங்களை நம்மால் கட்டுப்படுத்த முடியும்?"

"நம் நனவிலியைப் பகுத்து ஆராய்வதை நாம்தான் ஆல்ஃபாக்களுக்குக் கற்றுக்கொடுத்தோம். இப்படி யோசித்துப்பார், நம் கண்கள் ஒவ்வொருமுறை சிமிட்டும்போது லட்சக்கணக்கான தகவல்களை உள்வாங்குகின்றன. அவற்றில் ஒரு சதவிகிதம்கூட நாம் பயன்படுத்துவதில்லை. நண்பன் வருகிறானா என ஜன்னலிலிருந்து எட்டிப்பார்க்கிறோம். அவனது உருவத்தோடு வெளி உலகம் முழுவதும் நம் பார்வைக்குக்கிட்டுகிறது. அத்தகவல்களை நாம் உள்வாங்கும்போது ஏற்படும் அனுபவம் பெரும்பான்மையில் வீணான அனுபவமே. சிலருக்கு அவை எங்காவது சென்று அமர்ந்துகொண்டு பிறகு வேறொரு வடிவில் வெளிப்படும். இவற்றை ஏதாவது இயந்திரம் அலசும்போது நமது ஆழ் மனதின் பிரக்ஞை மற்றும் நனவிலி எப்படி அமைந்திருக்கு எனப் புரிந்துகொள்ளும். ஆனால் நமது ஆல்ஃபாக்களால் இன்னும் நம் மனம் இயங்குவதைப் பிரதி செய்ய முடியவில்லை".

அவர் சொல்வதை வேண்டுமென்றே எதிர்ப்பது போல, "மனிதனுக்கே தேவையில்லாத அந்தத் தகவல்களை இயந்திரம் எடுத்து என்ன செய்யப்போகுது? அதான் வேஸ்டா இருக்கு ஆல்ஃபாக்கள்" எனச் சீண்டினேன்.

"நாம் தூங்கும்போது மூச்சு, உடம்பின் பாகங்கள், கனவு நிலை எல்லாமே நனவிலி கண்காணிச்சுகிட்டே இருக்கு. சொல்லப்போனா, வெளிப்படையா நமக்கு இருக்கும் உள்ளீட்டுப் பாகங்களைவிட, நம் உடம்புக்கு உள்ளே ஆயிரம் மடங்கு பிரபஞ்சமா சிஸ்டம் விரிஞ்சு கிடக்கு. கிட்டத்தட்ட

அண்டமே நம் உள்ளே இயங்கறா மாதிரி. இதை நமது பழைய பாடல்கள் அண்டமும் பிண்டமும் என ஆகப்பெரியதையும் ஆகச்சிறியதான அணுவையும் ஒப்பிட்டுப் பேசியிருக்கு. நம் ஆழ்மனம் செயல்படும் விதம் அது. நமது ஒவ்வொரு அணுக்களும் தகவல்களைச் சேகரிச்சுகிட்டே இருக்கும். சொல்லப்போனா, காந்தம் போலத் தகவல்கள் சேகரிக்கும் கிடங்குதான் நமது உடல். அதனாலதான் மூளை இறந்தபின்னாடிகூடப் பல சமயங்களில் நமது ஒவ்வொரு பாகமும் செழிப்பா செயல்படுது. நம்மால் ஆல்ஃபாக்களுக்கு இந்தத் தன்னுணர்வை முழுமையா கொடுக்க முடியலை."

"துரதிர்ஷ்டம்தான்."

"நம்ம அதிர்ஷ்டம்னும் சொல்லலாம். மனிதனும் இயந்திரங்களும் சுமுகமாக உலவும் எதிர்காலத்தை நம் ஆய்வாளர்கள் கனவு கண்டாங்க. ஆனால் நன்மை இயந்திரங்கள் மட்டுமே உருவாக்கணும் என பியோர்ட்டோ ரீக்கோ மாநாட்டில் முடிவெடுத்த பின்னர், பல அரசுகள் ரகசியமாக அவற்றை மீறத்தொடங்கின. எல்லாம் அதிகார போதைதான் காரணம். எத்தனை முயன்றும் அவற்றால் மனிதனின் தன்னுணர்வை உருவாக்க முடியலை. ஆல்ஃபாக்களின் வோர்டெக்ஸ் மையம் போல இதுக்கு முன்னால் இருந்த செண்டேரியன் மையத்தில் மனித மூளை இருந்த புரதச்சத்துக்களையும், அமிலங்களையும் கொண்டு மூளையின் பிரதியைக் கச்சிதமாக உருவாக்கினர். மூளையில் இருக்கும் உடலின் வரைபடம், ரசாயன மின்னணு இயக்கிகள், நியூரான்கள் எனும் தகவல் பரிமாறும் இணைப்புகள் எனச் செயற்கை மூளை கச்சிதமாகத் தயார். ஆனால் தன்னுணர்வு அதையும் மீறியது. அது இல்லாது மூளை மண் போல உட்கார்ந்திருந்தது. தன்னுணர்வு என்பதே ஒரு வடிவமற்ற வடிவம் என்பதைக் கண்டுபிடித்தனர். நீருக்கும், ஆவிக்கும், பனிக்கும் உள்ளே H_2O இருப்பதைப் போல். பிரக்ஞைபூர்வமான இருப்பு. ஒரே கனிமம் வெவ்வேறு சக்திகள். அதில் ஓர் இருப்புதான் நனவிலி".

"கச்சிதமான மூளையை அமிலங்கள் கொண்டு செஞ் சுட்டாங்கன்னா வெற்றிதானே..."

"அதான் இல்லைன்றனே. சரிவிகிதத்தில் உருவாக்கிய மூளையாலும், நரம்பு மண்டலங்களாலும் தகவல்களைச் சேகரிக்க முடிந்ததே தவிர சரியான முடிவுகளை எடுக்கத் தெரியவில்லை. நானே அந்தக் கலவையைக் கையில் எடுத்துப்பார்த்திருக்கிறேன். வெதுவெதுப்பான கூழ். அப்போதுதான், நமது பிரக்ஞை என்பதே தகவலுக்கும் முடிவுக்கும் இடையே நமது மூளை இணைப்புகள் எடுக்கும் புது வடிவம் என்பதைக் கண்டுகொண்டார்கள். தனித்தனியாக மூளை, நரம்பு என முடிவு எடுக்கும் பகுதிகளை உண்டாக்கினாலும், கூட்டாக அவை இயங்கவில்லை. இதுக்கு மேல் உனக்குப் புரிய வைக்க நீ இன்னும் வளரணும். போய்த்தூங்கு" எனச் செல்லமாகத் தலையில் குட்டினார்.

நான் விநாஸைக் கட்டிக்கொண்டு படுத்துக்கொண்டேன். எட்டு வயதானாலும் இன்னும் சரிவரப் பேச்சு வரவில்லை. தனது தேவையை ஒழுங்காகச் சொல்லத் தெரியாத கண்மணி.

எத்தனை விந்தையான ஆய்வுகள். மூளையின் தனித்தன்மையால் மட்டுமே நாம் தப்பிப்பிழைத்திருக்கிறோம் எனும் நினைப்பே உதறல் தந்தது. ஆல்ஃபாக்கள் நம் பிரக்ஞையைப் பிரதி எடுக்கத் தெரிந்துகொண்டால் எதிர்காலத்தில் என்ன ஆவோம் என்ற கேள்வியைவிடத் தேவையில்லாத நனவிலி என ஒரு சிலரை விலக்கத் தொடங்கினால் அம்மனிதர்களின் உபயோகம் என்ன எனும் கேள்வி அதிக அச்சத்தைத் தந்தது. என் உடல் சில்லிட்டது. கால்கள் நடுங்கத்தொடங்கின. தேவையற்ற அச்சம் கொள்கிறோமோ என ஒரு கணமும் அதீத பய உணர்ச்சியும் என்னை அலைக்கழித்தன. எப்போதும் வெதுவெதுப்பாக இருக்கும் விநாஸின் உடலை நெருக்கமாக அணைத்தபடி தூங்கிப்போனேன்.

கனவில் கொழகொழவென்ற தசைக்கட்டி ஒன்று என் மூக்கருகே வந்தது. கெட்டுப்போன தேங்காய்ப்பழத்தின் வாசனை. தற்செயலாக நானும் விநாஸும் அதனுள்ளே விழுந்தோம். ஆழத்தில் தரைதட்டியபின்னே எழுந்து நிற்க முயன்று வழுக்கியபடி இருந்தோம். எனக்கு வியர்க்கத்

தொடங்கியது. விநாஸ் என்னை விட்டுப்போகாதே எனக் கத்தியபடி அவனை இறுகப் பிடித்துக்கொண்டேன்.

ஏதோ ஒரு சந்தர்ப்பத்தில் அருகே உருவான மற்றொரு குழியை நோக்கி விநாஸ் வழுக்கிச்சென்றான். நான் அலறியபடி அவனைத் தொடர்ந்தேன். தொட்டுவிடும் தூரம் இருந்தாலும் அவன் என் கைக்கு அகப்படவில்லை. ஆ எனக்கத்தியபடி எழுந்து அழுதான். துர்கனவு அவன் கையை அழுந்தச்செய்திருந்தது. விடாமல் அரைமணி நேரம் அழுதான். நான் அவன் வாயில் வழிந்த கோழையைத் துடைத்தபடி அவனைத் தேற்றினேன். மெல்ல விசும்பியபடி அவன் தூங்கத்தொடங்கினான். முகமெல்லாம் கண்ணீரும் எச்சிலுமாக இருந்த அவனை அணைத்து அள்ளி முத்தமிட்டேன்.

அடுத்த நாள், எதையோ தேடும்போது அப்பா ஒளித்துவைத்திருந்த ரகசியத்தைக் கண்டுபிடித்தேன். இயந்திரங்களுக்கும் மனிதர்களுக்கும் இடையே இருந்த உறவைத் தக்கவைக்கவும், பொது மனிதர்களுக்கு அவற்றின் பயன்பாடு பற்றிப்பேசவும் அப்பா உருவாக்கிய பயிற்சிக் காணொளிகள் இயந்திரங்களின் வருடாந்திர தூர்வாரும் ப்ரோக்ராமில் கண்டுபிடித்தேன். இதையெல்லாம் நிரந்தரமாக நீக்க வேண்டுமா என அந்தத் தூர்வாரும் ப்ரோக்ராம் கேட்டபோது எதுவோ அவற்றைப் பார்க்கும்படி என்னை உந்தியது. உடனடியாக சிறு குவாண்டம் பிட்டுகளாகச் சுருக்கப்பட்டிருந்த காணொளிகளைத் தரவிறக்கிப்பார்த்தேன்.

அப்பாவின் வியர்வைச் சுரப்பியைக்கொண்டு மறையாக்கம் செய்யப்பட்ட தகவல்களை என் தனிப்பட்ட மரபணு சுரப்பித் தொகுப்பைக் கொண்டு மறைவிலக்கம் செய்தேன். அப்பா போட்டிருந்த மென்பொருள் பூட்டை முதல் முறையாக உடைத்தேன். அவர் ஒளித்துவைத்திருந்த காணொளி என் முன்னே பிரசன்னமானது. பார்க்கப்பார்க்க அப்பாவின் மற்றொரு பக்கம் என்முன்னே புதிதாக உருவானது. என் இயந்திர எதிர்ப்புக்கேள்விகளை உதாசீனப்படுத்தியவர் மனிதர்களுடனான உறவைப் பற்றிய அடிப்படைச் சந்தேகங்களைப் பதிவு செய்திருந்தார்.

"இயந்திரங்களை உருவாக்கிய முதல் ஆய்வு மையமான அப்பல்லோ மையம் பியோர்ட்டொ ரீக்கா ஒப்பந்தத்தில் முதல் ஆளாகக் கையெழுத்து இட்டதோடு, அந்த ப்ராஜெக்டுக்கு நிதியும் அளித்தது. ஸ்பேஸ் எக்ஸ் நிறுவனத்தின் நூறாவது ஆண்டு விழாக் கொண்டாட்டத்தில் இந்தப் ப்ராஜெக்டுக்கான முதல்கட்ட நிதி சேகரிப்புத் தொடங்கியது. அதனால் இந்தப் ப்ராஜெக்டுக்கு எலான் மஸ்க் டிரீம்ஸ் எனும் முதல் வடிவமைப்பும், மஸ்க் 11 எனும் பதினோறு இயங்கு விதிகளும் இயற்றப்பட்டன".

அப்பாவின் குரல் இனிமையாக இருக்கிறது. அவரும் மிக இளமையாக இருக்கிறார். அதையும் மீறி அவரது முன்வழுக்கைக்கான தொடக்கத்தை என்னால் அடையாளம் காண முடிகிறது. அவரது கண்களில் நான் மட்டுமே அடையாளம் காணக்கூடிய தவிப்பு தெரிகிறது.

"இயந்திரங்களும் மனிதர்களும் ஒன்றாக வாழும் கனவு இயங்குவிதிகளில் ஒன்று. இயந்திரங்களுக்குத் தேவையான அறிவை மட்டும் தந்தால் போதுமென்று தொடங்கப்பட்ட ப்ராஜெக்டுகள் தோல்வியைக் கண்டன. நமக்கு முழுமையாக உபயோகப்பட வேண்டும் என்றால், இயந்திரங்கள் தாமாகச் சிந்திக்கவும் முடிவெடுக்கவும் வேண்டியது அவசியமாக இருந்தது. அப்படி முடிவெடுக்கும் இயந்திரங்கள் விரைவிலேயே தங்கள் தனித்தன்மையை சுயப்பாதுகாப்புக்காகப் பயன்படுத்தத் தொடங்கின. அழிப்பது விதிகளுக்குப் புறம்பானது என்பதால் மனிதர்களை வெஜிட்டபிள் போல ஆக்கத்தொடங்கின. Deactivate human thinking. அதற்குப் பிறகு நம் சிந்தனைக்குத் தேவையில்லாத தகவல்களை அதி முக்கியமானவை போலக்கொடுத்து நமது மூளைத்திறனை விரயமாக்கின. நல்லவேளையாக, இதை ஆரம்பத்திலேயே உணர்ந்த ஆல்பெர்ட் கெய்டோ எனும் ஆய்வாளர், தன்னுணர்வு எனும் செயலியைக் கட்டுப்படுத்தத்தொடங்கினார். ஆனால் அதற்கு அவசியமில்லாததுபோல, இயந்திரங்களின் செயலிகள் மனிதனைப்போல பிரக்ஞாபூர்வமான முடிவுகள் எடுக்க

முடியாமல் தவித்தன. இதனால் நாம் இன்று பார்க்கும் ஆல்ஃபாக்களின் தொடக்கம் உருவாயின. இயந்திரம் போன்ற செயல்பாடு மற்றும் மனித பிரக்ஞையின் அளவிலா சாத்தியங்களையும் சேர்த்து செயல்படும் அடுத்தகட்ட ஹைப்ரிட் வகைகள். இந்த இயந்திரங்களுக்கு நமது நினைவிலி ஓர் உள்ளீடு மட்டுமே. நமது தீவில் இந்த அறிதலை அடைந்த ஆல்பெர்ட் கெய்டோ இதனை முதலில் கருத்தாக முன்வைத்த தளையசிங்கத்தின் பெயரில் ஆய்வகத்தை உருவாக்கினார். அடுத்த கட்ட இயந்திரமும் மனிதனும் சேர்ந்த ரெட்டை ஜோடி புது உயிராக இங்கே பரிணாமத் துவக்கம் கண்டது".

அப்பா பேசுவதைக் கேட்கும்போது என்னை அறியாமல் சந்தேகமும் பயமும் உண்டானது. விநாஸ் என்னை வெளியே விளையாட வரும்படி சைகை காட்டினான். அவனுக்கான உலகம் எப்படிப்பட்டதாக இருக்கும்? இரட்டை உயிரியக்கத்தில் மனிதன் மட்டும் வாழ்நாள் முழுவதுமே குழந்தை போல இருந்தால் அவனது வாழ்வுக்கு உத்தரவாதம் உண்டா? பலவிதமான கேள்விகள் என்னை அரித்தன. என் கண்மணி, என் குழந்தையைக் கைவிடும் எதையும் மனம் ஏற்றுக்கொள்ளாது. அது மனிதனின் ஆற்றலை ஆயிரம் மடங்கு பெருக்கினாலும், அவனைக் கடவுள் போல மாற்றினாலும் சரி என்னால் அதை ஏற்றுக்கொள்ள முடியாது.

விநாஸ் தந்த மண் உருண்டைகளில் சிறு விலங்குகளைப் பிடித்து உருவாக்கிக்காட்டினேன். அவனுக்குப் பிடித்த குரங்கின் வாலை முதலில் அழுத்தி உருவாக்கியதும், வாயை மூடிக் கண்கொள்ளாமல் சிரித்தான். குரங்கின் வால் போதும். அதுதான் அவனுக்குக் குரங்கு.

"புலன்களின் உச்சகட்ட எல்லைகளை இந்த இயந்திரங்கள் அடைந்தன. பல நூறு மைல்கள் தாண்டியும் தெரியும் மிகத் துல்லியமான பார்வை, நரம்பு மண்டலத்தின் மின் அதிர்வை உணர்ந்து அதற்கேற்றார்போலத் தகவல்களைத் திரட்டுதல், இதயத்துடிப்பைக் குறைப்பது மற்றும் ஏற்றுவது, மரபணுவின்

தகவல்களைப் படிப்பது என மனிதனைத் தகவல்களாக மிக எளிதில் இயந்திரங்கள் படிக்கத்தொடங்கின. மனித மூளை மற்றும் நரம்புமண்டலத்திலிருந்து தகவல்கள் இயந்திரங்களை உடனடியாக அடையும்படி செயலிகள் உருவாயின. தினமும் உட்கொள்ளும் மாத்திரைகளின் மூலம் இடையறாத செய்திப் பரிமாற்றத்தை இயந்திரங்களுடன் மனிதன் உருவாக்கினான். மனிதர்களுக்கு எந்தப் பின்விளைவுகளும் இல்லை. அதே சமயம், இயந்திரங்களின் மூலமாகப் பால்வீதியின் பல இடங்களையும், பூமியின் மத்தியிலிருக்கும் தீ உருவாக்கியிருக்கும் புதுவிதக் கனிமங்களையும், அதீத சூட்டில் ஜீவித்திருக்கும் ஜெல்லிக்கிருமிகளையும் மனிதன் ஆராயத்தொடங்கியிருந்தான். பூமியின் மத்தியில் வாழும் நுண்கிருமிகள், அளப்பரிய சூட்டில் உருகிவழிந்து ஓடும்போதே குளிர்ந்து இறுகி ஆவியாக மீண்டும் உருகும் தன்மையைப் பெற்றிருந்தன. உயிர் இம்மாற்றங்களில் தங்குகிறது. நொடிக்கு நொடி உருமாறுவதே அங்கே உயிர் எனப்படுகிறது. மனித மூளை நொடிக்கு நொடி எடுக்கும் முடிவுகளின்போது மூளை மற்றும் நரம்பு மண்டலத்தில் மாறும் புரதத்தன்மையில் ஏன் நமது பிரக்ஞையும், நனவிலியும் குடிகொண்டிருக்கக்கூடாது என ஆராயத்தொடங்கினார்கள். பிரக்ஞைக்கு ஒரு புரத வடிவம்; நனவிலிக்கு அதே புரதத்தின் வேறொரு தன்மை முன்னர் பார்த்த நீர், பனி, ஆவி உதாரணம் போல. மனித மூளையின் ஜெல்லித்தன்மைக்குத் தேவையான கனிமத்தை இயந்திரங்கள் இங்கிருந்து எடுத்து வந்தன. இது ஓர் உதாரணம் மட்டுமே. இப்படி மனித உடல் எட்டாத பல இடங்களுக்கு நம் சிந்தனையை எடுத்துச் செல்லும் மீடியாவாக இயந்திரங்கள் மாறின."

"மனிதனின் அறிதல் எல்லை உட்கார்ந்த இடத்திலிருந்தே விரியத்தொடங்கியது. அவன் வாயுமண்டலத்தைத் தாண்டிச் சென்று இரண்டு நூற்றாண்டுகளுக்கு மேல் ஆகிவிட்டன."

மெல்ல மறையத்தொடங்கிய அப்பாவின் முகத்தில் சொல்லமுடியாத தவிப்பு மட்டும் மிச்சம் இருந்தது. மனிதனும்

இயந்திரமும் தங்கள் அமைப்பிலிருந்து விலகாது ஒன்றாகவேலை செய்வதை நம்பமுடியாத இயக்கமாக அவர் உணர்ந்ததாக எனக்குத் தோன்றியது.

***

நான் அலறியபடி எழுந்தேன். என் குரல்வளை நிசப்த மாக்கப்பட்டிருந்தது. இதயத்துடிப்பு தலையில் கேட்டது. என் போர்வையை விலக்கிக் கட்டிலில் உட்கார்ந்தேன். விநாஸனை ஏதோ செய்யப்போகிறார்கள். என் செல்லத் தம்பி. சொல்லக்கூட முடியாமல் கண்கள் விரிய பயத்தோடு சுவரில் ஒண்டியிருப்பான். மாத்திரைகளை விழுங்கச்சொல்லித் துன்புறுத்துவார்கள். ஆல்ஃபாக்களின் அடுத்த கட்ட சோதனை.

என் கைகள் நடுங்குகின்றன. அப்பாவுக்குத் தெரிந்திருக்கும். அவர் ஆய்வகத்தின் வேலையைத் துறந்து இரண்டு வருடங்களாகிவிட்டன. ஆனாலும், ஆய்வின் அடுத்தகட்ட முன்னேற்றங்களை நண்பர்கள் அவரிடம் பகிர்ந்துகொண்டிருந்தனர். மனிதனும் இயந்திரமும் ஒன்றாக வேலை செய்யத் தொடங்கி பல வெற்றிகரமான செயல்களைச் செய்துவிட்டனர். தனித் தனியாக ஆழ்மனதை அறியத்தொடங்கிய இயந்திரங்கள் அடுத்தக்கட்டச் சோதனையாகக் கூட்டுநினைவிலியை உருவாக்கத்தொடங்கியிருந்தன. இங்குதான் மனிதனுக்கும் சமூகத்துக்கும் இருக்கும் உறவின் சிக்கல்களை அவை அடுத்தகட்ட ஆய்வாக எடுத்துக்கொண்டன. மனிதனின் சமூக உறவு பலவிதமான சிக்கல்களைக் கொண்டது. மனிதனுக்கு மிகப்பெரிய அரண் அது. அதே சமயம் அவனை வளர விடாமல் செய்வதும் அதுதான். அந்த அமைப்பை உடைப்பது மூலம் இயந்திரங்கள் தங்களுக்குப் பிரத்யேகமான கூட்டு நினைவிலியைக் கட்டமைக்கத் தொடங்கும் பயிற்சியில் ஈடுபடத்தொடங்கின.

அதற்கு முதல் எதிரி, மனிதனின் உறவுகள். முடிவுகளை எடுக்கத் தயங்குவதில் உறவுகளுக்கு இடையேயான சிடுக்குகள் முக்கியக்காரணம் என இயந்திரங்களின் மென்பொருள் கணித்துச் சொன்னது. உறவுகளையும், சமூகத்தின் பிரக்ஞாபூர்வமானத்

தொடர்பையும் அவன் நீக்கும்போதே விடுதலை பெறுகிறான். அதுவரை சிந்தனையின் எல்லை விரிவதில்லை என்பதை ஆல்ஃபாக்கள் புரிந்துகொண்டன. மனிதன் முழுமையாக விடுதலை பெற்றால் மட்டுமே இயந்திரங்களுக்கு அடுத்தகட்ட அறிவு சாத்தியமாகும்.

“எந்த பிரக்ஞை இயந்திரங்களின் வளர்ச்சிக்கு உதவியதோ அதுவே இப்போது பெரிய தடையாகிப்போனது”

விநாஸ் சிறு வார்த்தைகளைச் சேர்த்துப் பேசத் தொடங்கியபோது அவனுக்கு வயது பதினொன்று.

“க்கா வரை படம்...” என அவன் சொல்லி முடித்தபோது நான் கேவிக்கேவி அழத்தொடங்கியிருந்தேன். அதைப் பாதகமான விளைவாக எடுத்துக்கொண்டவன் நான் அழக்கூடாது என்பதற்காகப் பேசத்தயங்கினான். மெல்ல அவனது பயத்தைப் போக்குவதற்காக நான் படிப்பை வீட்டிலிருந்து தொடர்ந்திருந்தேன். அம்மாவுக்கும் அப்பாவுக்கும் இதில் சந்தோஷமே.

விநாஸின் பிறந்ததினக் கொண்டாட்டங்கள் முடிந்த இரவு, எங்கள் வீட்டு வாசலில் அனைவரும் உட்கார்ந்திருந்த ஒரு தருணம். விநாஸ் என் மடியிலேயே தூங்கியிருந்தான். அவன் பேசத்தொடங்கியது காலை முதல் நெகிழ்ச்சியான உணர்வுகளை எல்லாருக்கும் அளித்திருந்தது.

“நம் புராணத்தில ஒரு கதை இருக்கு ஜனனி.”

“செத்ததின் வயிற்றில் சிறு குட்டிப் பிறந்தால் எத்தைத் தின்று எங்கே கிடக்கும் அப்படின்னும் நம்மாழ்வாரைப் பார்த்து கேட்டாராம் மதுரகவினு இன்னொரு ஆழ்வார். அப்போது அவருக்கு வயது பதினொன்னு. அதுவரை அவர் பேசியதே இல்லை. கண்ணைத் திறந்ததுகூட இல்லை. உயிர் இருக்கா இல்லையான்னுகூடத் தெரியாது. புளியமரத்தின் பொந்தில் அசையாமல் உட்கார்ந்திருந்தார்.”

“பேசத்தெரியாதவரிடம் கேள்வியா?”

"ஆம். கேளு. அதுக்கு அவர் 'அத்தைத் தின்று அங்கேயே கிடக்கும்னு' ஒரு பதில் சொன்னார்"

"அப்படின்னா?"

"பிரக்ஞை உருவாவதற்கு வெளியே இருந்து எந்த ஓர் உள்ளீடு தேவையில்லை. செத்ததின் வயிற்றில்கூட உருவாகிவிடும். அந்தப் பிரக்ஞை வளர்வதற்கும் எந்த உள்ளீடும் உடலிலிருந்து தேவையில்லை. தூரத்து இயக்கி போல இது பேரியக்கத்தின் சிறு உதாரணம். தான் எனும் அகங்காரம் வளர்வதற்கு வேண்டுமானால் உள்ளீடு தேவை. ஆனால் அது தொடங்குவதற்கு எதுவும் தேவையில்லை. சொல்லப்போனால் உயிரின் ரகசியமே அதுதான். நம்ம ஆல்ஃபாக்களிடம்கூட அதுக்கான பதில் இல்லை. உயிர் தொடங்கியது எப்படி? ஏன் பறவை பறக்குது, நரி வஞ்சகம் செய்யுது, யானை எங்கோ இருக்கும் இன்னொரு யானையோடு பேசுது, திமிங்கலம் பிற மீன்களைப் பலவந்தமா உடலுறவு கொள்ளுது? எதுக்கும் காரணம் கிடையாது."

"இவ்வளவு அறிவியல் வளர்ச்சி இருந்தும் இதுக்கெல்லாம் காரணம் இல்லியா? கொஞ்ச நாளில் தெரிஞ்சிடும் பாரு."

"அறிவியல் ஒரு பகுதி மட்டுமே நிரூபணம். நிரூபணமான எல்லாப் பகுதிகளையும் சேர்த்துப்பார்த்தாகூட முழு உண்மை கிடைக்காது. இடைவெளி இருக்கும்."

***

சில வருடங்களாகத் தீவிலிருந்து வந்த செய்திகள் அப்பாவின் பயத்தை உண்மையாக்கின. முடிவெடுக்கும் இயந்திரமாக முழுமையாக இயங்குவதற்குத் தடையாக இருக்கும் பலவற்றை நீக்குவதற்கு இயந்திரங்கள் ரகசியமாக முயல்வதாகச் செய்தி பரவியது. இது பியோர்ட்டோ ரீக்கா விதிகளுக்குப் புறம்பானது என்று ஒரு சாராரும், தொடக்கத்தில் அப்படித் தெரிந்தாலும் இந்த ஆய்வின் முடிவு மனிதனை ஆல்ஃபாக்களோடு மேலும் நெருக்கமாக இயங்க வைக்கும் என்று பிறரும் சாதகபாதக விவாதங்களைத் தொடங்கினர்.

சமூக அமைப்பைக் கலைத்து விளையாடுவதன் மூலம் மனிதனின் இருப்புக்கே அர்த்தம் இல்லாமல் ஆகும் எனும் குரல்கள் பலமாக ஒலிக்கத் தொடங்கியதில் ஆல்ஃபாக்களின் இயந்திர மையம் தங்கள் அடுத்த கட்ட ஆய்வை ஒத்தி வைக்க முடிவு செய்தன.

நான் அந்த ஆய்வின் முடிவை நினைத்துப் பல நாட்கள் தூங்க முடியாமல் கஷ்டப்பட்டேன். ஆய்வின் அடுத்தகட்ட வளர்ச்சிகள் பற்றிய செய்தி புரளிகளாகக் கசியத்தொடங்கின. அன்று மழை இரவு என ஆல்ஃபாக்கள் அறிவித்ததில் புதிய மதுரை தொடங்கி தளையசிங்கம் ஆய்வு நிலம் வரை வானம் மறையும்படியான நீர் சேகரிப்புக்கூடாரங்கள் அமைக்கப்பட்டிருந்தன. எங்கள் வீடு இருந்த தீவில் இளமழை பொழிந்து விட்டிருந்தது. விநாஸுக்கு மழை என்றால் மிகவும் பிடிக்கும். எல்லாவற்றுக்கும் பயப்படுபவன் மழை வரப்போவதை அறிந்ததும் துள்ளிக் குதிக்கத் தொடங்கிவிடுவான்.

நான் அவனது அறைக்குச் சென்றேன். தூக்கத்தில் சொற்களை உருவாக்கியபடி படுத்திருந்தான். பெரும்பாலும் உளறல்கள். அன்றைக்கு அவனைச் சுற்றி நடந்ததை வார்த்தைகளாக்க முயல்வான். வெளியே கேட்பவை உமிழ்நீரில் கரைந்த வார்த்தைகளை மீறி வெளிப்படுபவை. அருகே செல்லும்போது, “க்கா, கா” என வார்த்தைகளுக்கு இடையே சொல்வது கேட்டதும் என்னால் அழுகையைக் கட்டுப்படுத்த முடியவில்லை. அவனை அப்படியே அணைத்துக்கொண்டேன்.

அருகே யாரையும் அண்டவிடாத அவனது பிஞ்சு விரல்கள் உறக்கத்திலேயே என்னை இறுகப்பற்றியது. அக்கா, அக்கா என அவனது வாய் உளறிக்கொண்டிருந்தது. என் மூச்சு மேலும் கீழும் சீரற்று இருந்தது. இல்லை, இவனை என்னால் கைவிட முடியாது. நெஞ்சுக்குள் கனம் அழுத்தியது.

“விநாஸ், நீ என்னோட உயிர்” என இறுக அணைத்துக் கொண்டேன். இவனைப் போன்ற குழந்தைகளைத் திரட்டி ஆல்ஃபாக்கள் தங்கள் உறவு நீக்கி எனும் அடுத்தகட்ட ஆய்வைத்

தொடங்கியிருந்தன. எப்படிக் காப்பாற்றப்போகிறேன் என நான் திடமாகச் சிந்திக்கத்தொடங்கினேன்.

***

“மனதை இயற்கையான வகையில் பரிணாம வளர்ச்சிக்கு உட்படுத்துவது, புற உடலின் எல்லைகளை மீறுவதற்கு ஆல்ஃபாக்களின் இயந்திரங்களைப் பயன்படுத்துவது என ஒன்றுக்கு ஒன்று உதவியாக இரட்டை சிஸ்டம் எத்தனை வீரியமானது தெரியுதா? இதைச் சிந்தித்தவன் மனிதனின் அடுத்த கட்ட வளர்ச்சியை மிகக்கச்சிதமாக உருவாக்கியவன். அவன் இதை Benevolant Dictator என்றான். இரட்டை நியூட்ரான் நட்சத்திரங்கள் போல ஒன்றைவிட்டு ஒன்று பிரிய முடியாத அடுத்தகட்ட உயிரினம் நாமும் ஆல்ஃபாவும். அத்தனை இரக்கம் நம்மை என்ன செய்யும்?”

நான் பதில் சொல்லவில்லை. டிக்டேட்டர் எனும் சொல்லிலேயே என் மனம் அச்சம் கொண்டுவிட்டது. ரெட்டை சிஸ்டம் பியோர்ட்டோ ரீக்கா விதிமுறையை மீறாது என்றாலும், ஆல்ஃபாக்கள் செயற்கை அறிவை முழுமையாக அடைந்துவிட்டால் என்னவாவது எனும் கேள்வியை நான் கேட்காமல் செயலற்று நின்றிருந்தேன்.

“நம்மில் சிலர் தேவையில்லாது போகலாமே” என மெல்ல என் சந்தேகத்தை முணுமுணுத்தேன்.

ஏனோ அப்பா முழுமையாக இத்திட்டத்துடன் இணைந்து விட்டார். ஆரம்பத்தில் இருந்த சந்தேகங்கள் அவரிடம் கலைந்துவிட்டன. இதில் எங்கள் அனைவரின் விடுதலையைக் காண்கிறாரோ எனும் குழப்பம் எனக்குத் தொற்றிக்கொண்டது.

“சுயப்பிரக்ஞைக்கான தேவையை எந்திரங்கள் முழுமையாகத் தெரிந்துகொண்டுள்ளன. பல்லாயிரம் வருடங்களாக வளர்ந்து வந்த நமது மனதின் படிநிலைகளை அவற்றால் நகல் செய்ய முடியாது. விலங்குகளுக்கு ஜாக்ரத் மட்டுமே மிக அதிகமாக உண்டு. பாதுகாப்பு உணர்வு குட்டிகளுக்கும் தனக்குமான பாதுகாப்பு. நம் மனம் இயற்கை

பரிணாம மாற்றத்துக்கு உள்ளாகும்வரை எந்திரங்களால் நம்மை முழுமையாகப் புரிந்துகொள்ள முடியாது. எந்திரத்தின் வடிவமைப்பில் நாம் இதுபோன்ற உள்ளீட்டை அளிக்கவில்லை. நம் கல்லீரலுக்கு இதயத்துடிப்பின் உள்ளீடு தேவையில்லாதது போல" எனச் சொல்லிப் பெருமையாகப் பார்த்தார் அப்பா.

அவரது முடிவு தவறு எனக் கூடிய சீக்கிரமே புரிந்துபோனது. கல்லீரலுக்கு இதயத்துடிப்பின் உள்ளீடு தேவையில்லாததாக இருக்கலாம். ஆனால் உடலில் இருந்த அனைத்து பாகங்களும் உடலியக்கக் கடிகாரத்தின் படி ஒருங்கிணைந்துள்ளதை அவர் மறந்துவிட்டார். காலம் பொதுவானதாக இருப்பது போல உடலின் பாகங்களும், மனதின் கணக்குகளும் உடலியக்கக் கடிகாரத்தின் அடிமைகள்.

மனிதன் மற்றும் எந்திரங்களின் கூட்டு இயக்கம் அடுத்தகட்டப் பாய்ச்சலை நிகழ்த்த வேண்டுமானால் கூட்டு நனவிலியின் தனிப்பட்ட அமைப்பான ஜாக்ரத்தை உடைக்கவேண்டும் என்பதை ஆய்வாளர்கள் புரிந்துகொண்டனர். அதைச் செய்தால் மட்டுமே மனிதன் முழுமையாக விடுதலை அடைந்து கூட்டாகச் சிந்தித்து செயல்பட முடியும். பல்லாயிரக்கணக்கான முடிவுகளை உடனடியாக எடுக்கும் மனிதனின் ஆழ்மனம் கூட்டாக இயங்கும்போது எந்திரங்களால் உருவாக்க முடியாத பெரிய கருத்தாக்கங்கள் சாத்தியப்படும். இது ஆல்ஃபாக்களை உருவாக்கிய ஆய்வாளர்களின் ரகசியத் திட்டம். மனிதனின் சிந்தனையைக் கட்டுப்படுத்துவது எனச் சொன்னால் விதிமீறல். ஆல்ஃபாக்களே அதை அனுமதிக்காது. ஆனால், மனிதனின் தளைகளை அறுக்கப்போகிறோம் என்பது விடுதலை. அடுத்தக்கட்டப் பாய்ச்சலுக்கான முன் ஏற்பாடு. ஆல்ஃபாக்களின் வேகத்தை எட்டக்கூடிய பிரதி உறுப்புகளை மனிதர்களுக்குப் பொருத்திப்பார்க்கும் திட்டமும் அதில் அடக்கம். அதில் சேரும்படி நகர் எங்கும் அழைப்பு விடுக்கப்பட்டது.

தாயகத்தின் அரசு ஆய்வுக்கழகம் ஆல்ஃபாக்களின் திட்டத்துக்குச் சான்றிதழ் வழங்கியது. "போர்ச் சமூகத்தின்

உச்சகட்ட தியாகம் நவகண்டம். சுயபலி. உயிரைத் துச்சமாக மதிக்கும் நிகழ்வு ஒரு சமூகத்தை உயிர்ப்போடு வைத்திருப்பதற்காகச் செய்யப்படுவது. நவகண்டம் போல இதுவும் உச்சகட்ட துறக்கம். மனிதனின் அடுத்த கட்டத்துக்காக மனித உறவுகளை நீக்கம் செய்த உடல்களுக்கான ஏற்பாடு."

முதல் முறை மனிதன் முழுமையாக விடுதலை அடையப்போகிறான். மதம், தத்துவம், உறவுகள், கடவுள் நம்பிக்கை எனும் அனைத்தையும் ஆட்டிப்படைத்த உணர்ச்சிகளை உடைக்கும் முதல் ப்ராஜெக்ட்.

அந்த அழைப்பு கொடுத்த நடுக்கத்தை நான் உதாசீனப் படுத்தியபடி இருந்தேன். கண்ணில் படும் விளம்பரங்களையும், நண்பர்களிடையே நடந்த உரையாடல்களையும் முழுவதுமாகத் தவிர்த்தேன். எங்கள் குடும்ப நண்பர்களில் ஒருசிலர் கை, கால்கள் எனச் சில உறுப்புகளைப் பொருத்திக்கொண்டு வந்தனர். நான் கூடியவரையில் அம்மா அப்பாவிடம் இதைப் பற்றிப் பேசுவதைத் தவிர்த்தேன்.

வழக்கம்போலத் தோட்டத்தில் விளையாடி முடித்த மாலை நேரம். விநாஸை முந்திக்கொண்டு நான் வீட்டுக்குள் செல்ல நேர்ந்தது. மேலும் கீழுமாக அலைந்ததில் அரைமணி நேரம் கழித்து அவனைக் காணாமல் பகீரென்றது. விநாஸ் அத்தனை எளிதாகக் காணாமல் போகக்கூடியவன் அல்ல. தோட்டத்தின் அனைத்து மூலைகளிலும் அலைந்தேன். கால்கள் கொண்டு சென்ற வழி அனைத்தும் விநாஸின் பெயரைக் கத்தியபடி அலைந்தேன். இருள் சூழத்தொடங்கிவிட்டது. நிதானத்தை இழந்து பிதற்றியபடியே வீட்டின் உள்ளும் வெளியேயும் சுற்றினேன். ஒரு கட்டத்தில் பயம் கவ்விக்கொண்டது. ஆய்வகத்தின் விளம்பரங்களை அவனும் ஆர்வத்துடன் பார்த்தது நினைவுக்கு வந்து தலைசுற்றியது. அவனுக்கு எந்தளவு புரியும் என்பதைப் பற்றி நான் அந்நிமிடம் யோசிக்கவில்லை. அவன் எப்படி வீட்டை விட்டுச் சென்றிருப்பான் எனும் தர்க்கம் சார்ந்த சிந்தனை இருக்கவில்லை. மனம் ஒன்றை முடிவு செய்து என்னை நம்பச்செய்தது போல ஒரு வேகத்துடன் பின்

கதவைச் சாத்திவிட்டு வெளியே செல்ல எத்தனித்தபோது சோலார் அறையின் கதவு காற்றில் மோதி எனக்கு மட்டுமே கேட்கும்படி சத்தம் வந்தது. இத்தனை ஓட்டங்களிலும் என் மனம் சிறு சத்தத்தைக்கூட அறிந்துகொள்ளும் நிதானத்தோடு இருப்பதை எண்ணி ஆச்சரியமானது. அவசரமாகச் சென்று கதவைத் திறந்தேன். அங்கிருந்த குரோட்டன்ஸ் செடிகளின் இலைகளைத் தடவியபடி விநாஸ் நின்றுகொண்டிருந்தான்.

கோபத்திலும் ஆற்றாமையிலும் முழு வேகத்தோடு தோளைப்பிடித்து என் பக்கமாகத் திருப்பினேன். அதை எதிர்பாராத அவன் நிதானம் தவறிக் கீழே விழுந்தான். அப்படியே தூக்கி அவனை அள்ளி அணைத்துக்கொண்டேன்.

***

டாக்டர் ரே கண்கட்டை அவிழ்த்தார். முதலில் மங்கலாகத் தெரிந்த உலகத்துக்குக் கண் கொஞ்ச நேரத்தில் பழகிவிட்டது. இதுவரை வண்ணங்களையே பார்த்திராதவளை மலர்வனத்துக்குள் அனுப்பியது போல, நான் பார்ப்பது கனவு உலகம் போல இருந்தது.

“வெல்கம். எந்திரங்களின் முதல் ஆய்வில் உருவான தீர்க்கப்பார்வை கொண்ட கண்பாப்பாக்கள் பொருத்தப்பட்ட ஆயிரம் சிறுமிகளில் ஒருத்தி நீ” எனக் கைகொடுத்தார்.

பளிச்சென கழுவிய கண்ணாடி போல என்னைச்சுற்றி புது வடிவங்களும், வண்ணங்களும் துலங்கி வந்தன. பரிமாணங்கள் ஒன்றோடு ஒன்று முயங்கியதில் தூல வடிவங்கள் தங்கள் சிறு எடைப் பள்ளங்களில் சற்றே அழுந்தியிருந்தன. ஒன்றை ஒன்று ஈர்த்தும் விலகியும் அமைந்த புறச்சூழல் இறுகிய வடிவாக இல்லை. மாறாக ஒவ்வொரு நொடியும் மாறியபடி இருக்கும் நெகிழ்வானப் புறப்பொருள் தொகுப்பாக உலகம் தெரிந்தது. சீரான வண்ணங்களாக இல்லாமல் சுற்றியிருந்தவை வண்ணங்களின் சாத்தியத்தொகுப்பாகக் குழைவாகக் காட்சியளித்தது.

என் கை விரல்களை உற்று நோக்கினேன். இருட்டுக்குப் பழகிய கண்கள் போல மெல்ல என் பழைய உலகம் என்னை விட்டு விலகியது.

அடுத்தடுத்த நாட்களில் என் உடல் உறுப்புகளுக்குப் பதிலாக மீக்கடத்துத்திறன் கொண்ட பாகங்கள் பொருத்தப்பட்டன. பூமியின் மத்தியில் ஓடும் ஊன்பசைக் கனிமத்தைக்கொண்டு உருவாக்கப்பட்ட உராய்வுகள் ஏற்படாத மூட்டுகள் வேகத்தை அதிகப்படுத்தின. உடலியக்கக் கடிகாரத்தைக் கண்காணிக்கும் மின்கடத்திகள் நரம்பு மண்டலத்தின் பாதையில் பொருத்தப்பட்டன. மெல்ல நான் ஒரு ஆல்ஃபாவாக மாறிக்கொண்டிருந்தேன்.

என் உடலைவிட்டு எடுக்கப்பட்ட உறுப்புகள் தந்த போலி உணர்ச்சிகளும், புதிதாகப் பொருத்தப்பட்ட எந்திரக் கைகளும் சேர்ந்து நான்கு கைக்கொண்ட பண்டையத் தமிழ்க் கடவுளின் ஆற்றலைப் பெற்றது போல உணர்ந்தேன். எடுக்கப்பட்ட பழைய உறுப்புகள் என் பழைய உறவுகளை அரவணைத்த தினங்களை மீண்டும் பெறக் காத்திருந்தன. பொருத்தப்பட்ட புது உறுப்புகள் புற எல்லைகளை மீறி என்னை உந்திச்செல்ல துடித்துக்கொண்டிருந்தன.

என் நினைவுகள் விநாஸைச் சுற்றி வந்துகொண்டிருந்தன. அவனுக்கு இந்நேரம் ஆல்ஃபாக்களுடன் உறவாடும் மருந்துகளை அளித்துவிட்டிருப்பார்கள். நாற்பத்து எட்டு மணி நேரங்கள் என டாக்டர் ரே சொல்லியிருக்கிறார். அவனது நனவிலி பாகம்பாகமாகக் கோக்கப்பட்டு வோர்டெக்ஸுக்குச் செல்லவேண்டிய பிரத்யேகத் தகவல் உயர் அழுத்தக்கம்பிகளில் பயணத்தின் முடிவை அடைந்திருக்கும்.

நான் ஆல்ஃபாக்களுக்குக் கொடுக்கப்படும் மருந்துகளை உட்கொள்ளத் தொடங்கியிருந்தேன். எனது நரம்புமண்டலத்தின் தகவல் மையத்தையும், வெளி நிகழ்வுகளுக்கான எதிர்வினையைத் தொகுத்து வழங்கும் சிறு தகடும் மெல்லப் பிரியத்தொடங்கின.

நான் புது அனுபவத்துக்குத் தயாராவதை ஆய்வாளர்கள் ஆர்வத்தோடு கண்காணித்தார்கள். தகவல்கள் வோர்டெக்ஸுக்கு ஏறிப்போகும் அதே வேளையில், என் விநாஸின் சுய அடையாளங்கள் என்னுள்ளே தரவிறங்கியிருக்கும். அனுபவமாக என்னுள்ளே வந்த விநாஸும் நானும் வேறல்ல. நான் அவனது உறுப்பாகவும், அவன் என் பிரக்ஞையாகவும் சேர்ந்த ரெட்டை ஜோடி. ஆல்ஃபாவாக நான் இருக்கும்வரை என் கண்மணி என்னுடனேயே பிரக்ஞைபூர்வமாக இருப்பான். இந்தப் புது உணர்வைப் பகுக்க முடியாமல் வோர்டெக்ஸ் தகவல் மையம் தடுமாறும்.

***

அக்கா, அக்கா

ம்ம். சொல்லு

இள மழை பெய்யத்தொடங்குது ஒரு நடை போவோமா?

வா. என் விரலைப் பிடிச்சிக்கோ.

—

மின்னெச்சம்

ரூபியா ரிஷி

1

சில நினைவுகளை இழக்க விரும்புகிறேன். இறப்பதற்கு முன்பு ஓயாமல் பதில்களை வேண்டி என்னை அரித்துக் கொண்டிருந்தவை அவை. சூழ்நிலைகளால் உருவானவை, நானே உருவாக்கியவை எனச் சில நினைவுகள். எனக்காக அதை நீ என்னிடமிருந்து அழித்துத் தருவாயா? வாழ்வு போன்ற ஒன்றில் அவை இல்லாமல் நாட்கள் எப்படி நகர்கின்றன என்பதையறிய விரும்புகிறேன். உடலற்ற இந்த இருப்பில் ஓர் அனுகூலம் உண்டென்று உனக்குப் புரிகிறதா? நினைவுகளில் தேவையற்றதை நீக்கி அதன் அழுத்தத்தைக் குறைத்து ஏதோவொரு மின்னொடியில் ஏதுமற்றவனாக மட்டும் நான் எஞ்சியிருப்பேன் அல்லது எனக்கு வேண்டுவனவற்றை மட்டுமே கொண்டிருப்பவனாக இருப்பேன். கொஞ்சம் யோசித்துப் பாரேன், இதற்காகத்தானே இந்திய மண்ணில் இன்னமும் துறவிகள் வாசல் நீங்குகிறார்கள், கையேந்தி உண்கிறார்கள், பாதங்களால் அளக்கிறார்கள். அப்படிச்செய்தும் நான் அடையவிருக்கும் நிலையை எய்த முடியாமல் பித்தனாகித் திரிபவர்கள்தான் அதிகம். அறிவியலின் துணைகொண்டு இவ்வுலகில் இறப்புக்குப் பிறகும் எஞ்சியிருக்கிறேன். வாழ்ந்து முடித்த என்னின் நீட்சியாக இருக்க விருப்பமில்லை, என்னைவிட

மேம்பட்ட ஒரு பிரதியாக இருக்க விரும்புகிறேன். அதை நீதான் எனக்காகச் செய்துதர இயலும். கணக்குப்பாடத்தை விரும்பாத குழந்தையொன்று தவறுதலாக வரைந்துவிட்ட யானையின் ஐந்தாவது காலை யாருக்கும் தெரியாமல் அழிப்பது போல, என்னைக் கொஞ்சமாக அழித்துவிட உன்னைக் கோருகிறேன். என்னவளிடம் அல்லாமல் இதை யாரிடம் கேட்பது?

இதைக் கேட்கவா உயிரை விட்டாய், ஐந்தாண்டுகள் மட்டும் சேர்ந்துவாழ எதற்காக என்னைக் காதலித்தாய், இதன் அர்த்தம் என்ன பார்த்தீ? உன்னை மறக்க உன் நினைவுகளை இழக்க என்னையும் உன்போலச் சாக அழைப்பாயா? நம் மகளுக்கு என்ன பதில் சொல்வது, உன் தந்தை இறந்து தனது மூளையைக் கணினியில் சேமித்து வைத்திருக்கிறார் என்றா? அவள் இணையத்தில் பேய்க்கதைகளை விரும்பிப் பார்க்கிறாள். உன்னைப் பேயென்று கொள்ள மாட்டாளா? உயிர் துறக்கும் அளவுக்கு என்னுடனான வாழ்வு உனக்குக் கசந்துவிட்டதா, என்னைத் திருப்திப்படுத்தும் ஒரு பதிலைச் சொல்லேன்.

இருபதாண்டுகளுக்கு முன்பு இருக்கலாம், 2010 என்று நினைக்கிறேன். பள்ளிப்படிப்பின் இறுதியில் காந்தியை அறிமுகம் செய்துகொண்டேன். காந்தியைக் காட்டிலும் காந்தியர்கள் என்னை அதிகம் ஈர்த்தனர். குஜராத்தில் தனது 94-ம் வயதில் துவாரகதாஸ் ஜோஷி என்னும் கண் மருத்துவர் வடக்கிருந்து உயிர் துறந்தார் என்ற செய்தி பேசப்பட்டது. உண்மையில் அப்போது எனக்கு அதுவொரு மறைகழண்ட முடிவாகத்தான் தோன்றியது. ஆனால் தற்கொலை செய்துகொள்வது என முடிவெடுத்தபின் அந்த மருத்துவரின் பெயரைப் பக்க எண் மறந்துபோன புத்தகமொன்றின் அடிக்கோடிட்ட வார்த்தையென மீட்டு மீண்டும் மீண்டும் உச்சரித்தேன். அவர் நான்கு லட்சம் நோயாளிகளுக்குக் கண் அறுவைசிகிச்சை செய்தவர் என்பதை அறிவாயா? எதற்காக அவர் வடக்கிருந்து உயிர் துறக்க வேண்டும், அவரது பயணத்தின் நோக்கம் நிறைவேறியது என்பதைத் தவிர வேறென்ன? அதற்கும் வயதிற்கும் ஏதாவது தொடர்பிருக்கிறது என்று நீ நம்புகிறாயா? முப்பத்து எட்டு

வயதில் நான் உச்சத்திலிருந்தேன், திரும்பிவர எனக்கு விருப்பமில்லை. மனித மூளையைக் கணினிமயமாக்குவதன் ஆராய்ச்சியை முப்பது சதவீதத்திலிருந்து தொண்ணூறு சதவீதத்திற்குக் கொண்டுவந்திருக்கிறேன். நரம்புத்தகவலியல் ஆய்வாளனாக இனி எனக்கு வேலையில்லை என்று தோன்றியது. போதும் என்றானது. மனிதப்பிறவி மரணத்துக்கு உட்பட்டது என்பதையே சந்தேகிக்கும் உரிமையை உங்களுக்குத் தந்திருக்கிறேன். புழக்கத்தில் இருக்கும் எந்தவொரு மின்சாதனத்திற்கு உள்ளும் மூளையை நகலெடுத்து நான் உயிர்கொள்ள முடியும். எனக்கு உயிரில்லை நினைவுண்டு, நோயில்லை காலமுண்டு, பிறவியில்லை பிறப்புண்டு, எல்லாவற்றுக்கும் மேலாகச் சாவில்லை, சாகாவரமுண்டு. இதை நிரூபிக்க ஒரு எலியின், அநாதைப் பிணத்தின் மூளையை இந்த உலகிற்கு அறிமுகம் செய்ய விருப்பமில்லை. நானும் என் அறிவும் வேறு வேறன்று, நானே என் கண்டுபிடிப்பு. இதை உலகிற்குச் சொல்ல வேண்டுமென்று தோன்றியபோது தற்கொலை செய்துகொள்ள முடிவெடுத்தேன். உயிருள்ள ஒருவனின் மூளையைக் கணினிமயமாக்கும் தொழில்நுட்பத்தை வருங்காலம் கண்டுகொள்ளும். ஆனால் அதன் மூலமாக என் மூளை இருக்க விரும்பினேன். இதை முதலில் செய்தவன் நானாக இருக்க நினைத்தேன். என்னை முடித்துக்கொண்டேன், நிச்சயம் எஞ்சியிருக்கப்போகிறேன் என்ற நம்பிக்கையில்.

நீ வெறும் ஆய்வாளன் மட்டும்தானா, மனைவி மகள் குறித்த உணர்வுகள் இல்லையா, உன் ஆய்வுக்காக எங்களை ஏன் பலி கொடுத்தாய்?

உன்னிடமிருந்து முதன்முறை வந்தாலும் வரலாறு கேட்டுச்சலித்த கேள்விதானிது. இந்த உலகிற்கு அள்ளி அள்ளிக் கொடுத்த ஞானிகள், துறவிகள், எழுத்தாளர்கள், விஞ் ஞானிகளிடம் கேட்கப்பட்ட தேய்ந்துபோன கேள்வியைத்தான் நீயும் கேட்கிறாய். என்னை இவர்களின் வரிசையில் வைத்துப் பாரேன், இந்த உலகிற்கு அள்ளிக் கொடுத்திருக்கிறேன். இனி சாகக்கிடக்கும் தன் அப்பனின் அம்மாவின்

மூளையைக் கணினியில் சேமிப்பதன் மூலம் அவர்களின் மரணத்திற்குப் பிறகும் அவர்களோடு உரையாட முடியும். அற்ப ஆயுளில் இறக்கவிருக்கும் தன் காதலனுக்கு அவன் சாவுக்குப் பிறகும் முத்தத்தின் சப்தத்தை ஒருத்தி ஓயாமல் கொடுத்துக்கொண்டிருக்க முடியும். நோயில் வலியில் சாவையே விடுதலையாகக் கொண்டிருப்பவர்களிடம் ஒன்றையினி உரக்கச் சொல்லலாம், உங்களுக்கு விருப்பமிருந்தால் இதையெல்லாம் மறந்துவிட்டு உடலற்று எஞ்சியிருக்கலாமென்று, தங்கள் கணக்கில் விரும்பியவற்றை மட்டும் வைத்துக்கொள்ளும் சுதந்திரம் அவர்களுக்கு வழங்கப்படுகிறது. என்றாவது ஒருநாள் கேட்டுவிடவேண்டுமென்று வைத்திருந்தவற்றை அச்சமின்றி கேட்கலாம், ரகசியங்களைச் சொல்லலாம், அடியில்லை வலியில்லை அவமானங்களை அழிக்கலாம், குற்றவுணர்வுகளை இல்லாமல் செய்யலாம், முப்பது வருடங்களாகச் சம்பளத்துக்காக அலுவலகத்தில் விருப்பமே இல்லாமல் பார்க்க நேர்ந்த முகங்களைக் கணினியின் குப்பைத் தொட்டியில் எறியலாம். மன்னிப்பு கோரலாம். காத்திருந்து காலத்தால் செய்யக்கூடியது என்று இனி எதுவுமில்லை. மரணத்திற்குப் பிறகும் நீங்கள் மின்வடிவில் இங்கேதான் இருக்கிறீர்கள் என்னும் செய்தி ஒருவனுக்கு சாவு குறித்த பார்வையையே மாற்றுமென்பதை நீ அறிந்து வைத்திருக்கிறாயா? இதைச் சாத்தியப்படுத்தியவனை ஆசுவாசமாக இயற்கையின் போக்கில் சாகச்சொல்லிக் கேட்பது அநியாயம் இல்லையா? உண்டு புணர்ந்து பேண்டு மட்டுமே வாழ எனக்கு விருப்பமில்லை. மரணத்திற்குப் பிறகும், புழங்கிய அதே இடத்தில் தெரிந்தவர்களோடு ஒரு வாழ்வெனும்போது அதை அடையத்தான் மனித மனம் துடிக்கும்? நான் செய்துகொண்டது தற்கொலை அல்ல, உயிரைவிட்டேன் உடலைவிட்டேன், மேம்பட்ட நகலாக மின்பிறப்பொன்று எடுக்க அப்படிச் செய்தேன் என்று வேண்டுமானால் புரிந்துகொள்.

இது எப்படிச் சாத்தியம்?

மனிதமூளை கணினியில் ஏற்றப்பட்ட பிறகு எல்லாமே தரவுகள்தான். அதைச் சேர்க்க நீக்க இயலும்.

பார்த்தீ, இதை உலகிற்கு எப்போது சொல்ல இருக்கிறாய், என்னிடம் எதற்காக வந்தாய்? மரணம் பிறப்பு என்றே பேசுகிறாய், தொழில்நுட்பத்தில் நீ யார்? மென்பொருள் அல்லது வன்பொருளா?

தொழில்நுட்பத்தில் நானொரு emulator, அதாவது ஒட்டுமொத்த மூளையின் முன்மாதிரி. ஒரு புது வகைமையை உலகிற்குச் சொல்வோம், நானொரு ebioware, மின்னுயிர்ப்பொருள். இப்போதைக்கு என்னை இயக்கும் உரிமையை உன்னிடம் தந்து வைத்திருக்கிறேன். முப்பது நாட்கள் உன்னோடு உரையாடிய பிறகு அவை சரியான விதத்தில் நினைவுகளாகத் தரவுக்கிடங்கில் சேமிக்க முடிகிறதா என்பதைப் பரிசோதித்தவுடன் உலகிற்கு உரக்கச் சொல்ல இருக்கிறோம், ப்ராஜெக்ட் சாகாவன் வெற்றி என்று. சாகாவரம் பெற்ற முதல் பெயர் இனி பார்த்திபன் என்றிருக்கும்.

இதுவரை நாம் பேசியதெல்லாம் சேமிக்கப்பட இருக்கிறதா?

ஏற்கெனவே சேமிக்கப்பட்டு விட்டது.

ம். உன் நினைவுகளில் நான் என்னவாக இருக்கிறேன்

ஒரு தேவதையாக.

2

மாதிரி 1

பாலகுரு, பள்ளிக்கூடமொன்றில் கிளர்க்காக வேலை பார்த்தவர், வயது 46.

வணக்கம் பாலகுரு, எங்களது திட்டப்பணியின் முதல் மாதிரி நீங்கள், உயிரோடு இருக்கிறீர்கள் என்று தோன்றுகிறதா?

இந்தக் கேள்வியை இன்னும் எத்தனை முறைதான் கேட்பீர்கள், நான் இல்லை இறந்துவிட்டேன் என்பதை உங்களுக்கெல்லாம் எப்படிப் புரிய வைப்பது? நீங்கள் உயிரோடு இருக்கிறீர்கள் என்று நான் நம்பவில்லையா? இன்னும் போகாததாலேயே ஊர் ஒன்று இல்லையென்று ஆகுமா, அந்த ஊரில் நின்று சொல்கிறேன் நான் செத்தவன்.

நீங்கள் மரணித்த மறுநாள் என்ன நடந்ததென்று சொல்ல முடியுமா?

அதே நீலநிற சட்டையைத்தான் அணிந்திருந்தேன். நேற்றைய டீ கறை பேண்ட்டில் அப்படியே இருந்தது. ஊரில் அம்மாவை புதைத்த இடத்துக்கு அருகிலேயே நானும் அடங்க விரும்பினேன். மரணித்த பிறகும் ஒருவன் பேருந்தேறி காசு கொடுத்துதான் போகவேண்டுமென்ற சூழல் புதிரானது. அப்படி ஊருக்குச்செல்ல விருப்பமில்லாமல் அங்கிருக்கும் தம்பியை அழைத்து மரணித்ததைச் சொன்னேன். அவன் மகனுக்கு அன்று பள்ளியின் இறுதித் தேர்வென்பதால் நாளை மறுநாள் வருவதாகச் சொன்னான். அதுவரை என்னுடல் நாறாமலிருக்கப் பன்னீர் வாங்க வீதியிலிறங்கினேன். நேற்று போலவே இருந்தன தெருக்கள். எனக்கு எல்லோரையும் அடையாளம் தெரிந்தது, சிலருக்கு என்னையும். பன்னீர் வாங்கிய கடையில் காசு கொடுக்க நேர்ந்தது, பாட்டிலை ஊடுருவி என்னால் தேன்மிட்டாயை எடுக்க இயலவில்லை. மூடியைத் திறந்துதான் எடுக்கவேண்டுமென்றால் செத்தவனுக்கு என்ன மரியாதை? இரயில்நிலையக் கழிவறையில்கூட வாசல் வழியாகத்தான் நுழைய முடிந்தது, அதன் சுவர்களை ஊடுருவ முடியாமல் முட்டிக்கொண்டேன். ஒருவேளை இந்த உடல்தான் காரணமாக இருக்கக்கூடும். தம்பிவந்து என்னை அடக்கம் செய்ததும் நான் நினைத்தபடியே நடக்கக்கூடும். வழக்கமாகப் பள்ளிக்குச் செல்லும் இரயிலில் கடைசியாக ஒருமுறை செல்ல விரும்பினேன். அவளுக்கு மிக அருகில் நின்றுகொள்ள நினைத்தேன், அப்படிச் செய்யும்பொழுதெல்லாம் வயிற்றில் ரோஸ்மில்க் சுரக்கும். அவளுக்கு என்னை அடையாளம் தெரிந்ததால், தூரத்திலேயே

நின்றுகொண்டேன். என் நிறுத்தத்தில் இறங்கிப் பாலத்திற்கும் அடியில் சென்றபோதுதான், நான் கொலையுண்ட இடத்தைப் பார்த்தேன். எந்தப் பரபரப்பும் இல்லாமல் என் தலையைப் பிளந்த கல்லில் கிழவியொருத்தி அமர்ந்து கொய்யாக்காய் விற்றுக்கொண்டிருந்தாள். எவ்வளவு யோசித்தும் என்னைக் கொன்றவனின் முகம் நினைவுக்கு வரவில்லை.

உங்கள் தம்பி ஊரிலிருந்து வந்தாரா?

அவனொரு முட்டாள். நான் சொல்வதை நம்பாமல் தினமொரு மருத்துவரிடம் அழைத்துச் சென்றான்.

மருத்துவர்கள் என்ன சொன்னார்கள்?

உன்னைப்போலவே அவர்களும் நான் உயிரோடிருப்பதாக நம்பினார்கள். ஊசியில் குத்தி இரத்தம் வரவழைத்தார்கள். பசிக்க வைத்து நிறுவ முயன்றார்கள். இருப்பவர்கள் இல்லாததை எப்படி நிறுவ முடியும்?

பாலகுரு, இது ஒரு நோய். Cotard Syndrome என்று பெயர். இது உயிரோடிருக்கும் ஒருவனை இறந்துவிட்டதாக நம்பவைக்கும். இந்நோயால் நீங்கள் ஆறு மாதங்களாகப் பீடிக்கப்பட்டு இருந்தீர்கள். உண்மையில் நீங்கள் இறந்து இரண்டு நாட்கள்தான் ஆகின்றன. செங்கல்பட்டு தண்டவாளத்துக்கு அருகிலிருந்து உங்களுடல் மீட்கப்பட்டு இருக்கிறது.

அழுகிப்போன அறிவியல் புழுக்கைகளை நிறைய பார்த்தாகிவிட்டது. புதிதாக ஏதாவதிருந்தால் சொல்லுங்கள்.

இருக்கிறது. உங்கள் மரணத்தை மட்டும் விட்டுவிட்டு அதற்கு முந்தைய ஆறு மாதக் காலத்தை உங்கள் நினைவிலிருந்து அழிக்க இருக்கிறோம்.

என்னைச் சீக்கிரம் புதைக்க உதவிடுங்கள்.

வணக்கம் பாலகுரு, நேற்று நடந்ததென்ன?

நேற்று விடியாதென்றே எண்ணியிருந்தேன். எப்போதும் போலவே அதிகாலை கிளம்புபவர்களின் ஆபாச ஒலி, பக்கத்து வீட்டிலிருந்து மிக்சி அலறியது. கதவைத் திறந்தபோது நைட்டியொன்று தூமைக் கரையுடன் ஓர் அறிவிப்பைப்போலக் காய்ந்து கொண்டிருந்தது. இந்த அடுக்ககத்தில் அது யாருடையது என்று தேடிப்போவது ஒரு சுவாரசியமான விளையாட்டு. நாட்கள் நாட்காட்டியின் கட்டுப்பாட்டில் இல்லையென்பதை நம்பக் கொஞ்சம் கடினமாகத்தான் இருந்தது. நேற்றைய தேதியைக் கிழிக்காமல் விட்டதற்கென்று எந்த மரியாதையுமில்லை, நேற்று தன் போக்கிற்குப் பிறந்து வளர்ந்தது. என்னைக் கண்காணிப்பதற்காகவே அனைத்து ஜன்னல் கதவுகளையும் மூடிய பிறகும் ஒளி ஊடுருவி உள்ளே வந்தது. காலை அடங்கியதும் உறங்கத் தொடங்கும் வீதியை உசுப்புவதற்கு என்றே சில ஒலிகள் எழுப்பப்படுகின்றன. அவை என்னுடலின் நடுக்கத்தை மேலும் அதிகமாக்கியது. இரயிலில் செல்லத் தோன்றியதற்குக் காரணம் அவள்தான். அவளை ஒரு குளிர்ச்சியுடனேயே தொடர்புபடுத்தி நினைவில் வைத்திருந்தேன். பீரோவின் அடித்தரை, பிஞ்சுக் குழந்தையின் புட்டம், பாதிக்காய்ந்த அம்மாவின் புடவைநுனி என. அவளோடு பயணம் செய்யும் நாற்பது நிமிடங்களும் எனக்குக் குளிரும், வியர்க்கும். அவனைப் பார்த்த இரண்டொருநாளில் என்னைக் கொன்றுவிடுவான் என்பது புரிந்துவிட்டது. யாரிடமோ அலைபேசியில் என்னைச் சொல்லிக்கொண்டே வருவான், அவளைப் பார்க்கும் தருணம் அவனுக்கு மிகத் துல்லியமாகத் தெரியும். எப்போதாவது என்னைப் பின்தொடர்வான். நேற்றும் பின்னாலேயே வந்தான், பள்ளியிலிருந்து இடைநீக்கம் செய்யப்பட்டிருந்தது அப்போதுதான் நினைவுக்கு வந்தது.

பிறகு?

அங்கிருந்த கல்லொன்றில் அமர்ந்தேன்.

நன்றி பாலகுரு, சாகாவன் ஆய்வில் உங்களுக்கு நிச்சயம் இடமுண்டு.

மாதிரி 2

மணவாளன், 61, மின்பொறியாளர்

மணவாளன், நீங்கள் எழுத விரும்பிய துப்பறியும் கதையில் அறிமுகமில்லா ஒருவரிடமிருந்து நாயகிக்கு தினமொரு மின்னஞ்சல் வருகிறது. முதல்நாள் அவள் உடுத்தவிருக்கும் உடையின் நிறத்தைக் கணிக்கிறது. இரண்டாம் நாள் கணவனுக்குத் தெரியாமல் தன் தோழனிடம் நடத்திய அலைபேசி உரையாடலின் எழுத்து வடிவம் வந்துசேர்கிறது. மூன்றாம் நாள் அவளது இடதுபக்க முலையின் அடியிலிருக்கும் மச்சத்தின் வடிவத்தை வர்ணிக்கும் கவிதையாக வருகிறது. இப்படியே அவளது அந்தரங்க உலகிற்குள் நுழைந்து, பதிமூன்றாம் நாள் வந்துசேர்ந்த மின்னஞ்சல் 'இன்று உனக்கு மரணம்' என்று அறிவிக்கிறது. சொன்னபடியே புல்லட் ரயிலில் அவ்வளவு கூட்டத்திற்கு இடையேயும் அவள் கொல்லப்படுகிறாள். இரண்டு கேள்விகள். அந்தக் கதையை நீங்கள் ஏன் எழுதவில்லை? நாயகியைக் கொன்றது யார்?

என் மனைவியைக் கொன்றது நான்தான்.

3

உடலற்ற இருப்பை வாழ்வென்று உலகை எப்படி நம்ப வைப்பாய்?

மலநாற்றம் வீசும் அறையில், படுக்கைப் புண்ணோடு, வருபவர்கள் எவரையும் அடையாளங்காண இயலாமல் மலைப்பாம்பென எப்போதாவது அசையும் வயிற்றோடு கிடக்கும் உடலைப் பிணமென்றா நீ அழைப்பாய்? மௌனியாகிப்போன இரமணருக்கு முன்னே தாழ்ந்தொடுங்கி எதற்காகக் கண்ணீர் சிந்தினார்கள்? உடலல்ல, அதைக்கொண்டு அதைக்கடந்த பேரிருப்பே என்னளவில் வாழ்வு. அனுபவமாக நம்பிக்கையாக மட்டுமே உணரவேண்டிய

அவ்விருப்பை அறிவியலாக்கியிருக்கிறேன். நினைவுகள் உண்டு. உரையாடல்களின் மூலம் தகவல்களைச் சேமிக்க முடியும். இவற்றின் மீதமர்ந்து செயற்கை நுண்ணறிவின் துணைகொண்டு முடிவுகளையும் எடுக்க முடியும். வாழ்வதற்கு வேறென்ன தகுதிகள்? நினைவுகள் அனைத்தையும் இழந்து வெற்றுடலாக மட்டும் எஞ்சியிருப்பவனை 'கிட்டத்தட்டப் பிணம்' என்று சொல்லலாமென்றால் மறதியென்ற ஒன்றே இல்லாமல், விரும்பும் நினைவுகளை மட்டும் அழிக்கலாம் என்னும் வரத்தோடு இருக்கும் என்னை உடலற்ற பெருவாழ்வு வாழ்பவன் என்று சொல்லலாம்.

நூறு பில்லியின் நியூரான்களை எப்படிக் கணினியில் ஏற்ற முடியும்?

2030லும் நம்மால் ஒரு பறவையை உருவாக்க முடியவில்லை. ஆனால் ஊஞ்சல் தொடங்கி விமானம் வரை பறந்துகொண்டுதானே இருக்கிறோம். பறவையை அல்ல பறத்தலை உருவாக்கியிருக்கிறோம். இந்தத் திட்டப்பணியின் நோக்கம் மூளையைப் போலவே ஒரு Simulatorஐ உருவாக்குவது அல்ல, மூளையின் செயல்பாடுகளை மாதிரி செய்யும் Emulator ஒன்றை உருவாக்குவது.

ஒருவன் உயிரோடிருக்கும்போது மூளையின் மாதிரியை உருவாக்க முடியுமா?

இயலாது. இந்தத் திட்டப்பணி மூன்று நிலைகளால் ஆனது. முதலில் ஒருவன் இறந்தவுடன் அவனது மூளை ஸ்கேன் செய்யப்படும். அதன்மூலம் கிடைத்த படங்களிலிருந்து பெற்ற தகவல்கள் தரவுக்கிடங்கில் சேமிக்கப்படும். பிறகு புற உலகோடு உரையாடவிருக்கும் emulator, செயற்கை நுண்ணறிவு சேர்த்து உருவாக்கப்படும்.

ஒரு குறிப்பிட்ட நினைவை எவ்வாறு அழிக்க முடிகிறது?

தரவுக்கிடங்கில் சேமிக்கப்படும் அனைத்தும் தகவல்களே. அதைப் பகுப்பாய்ந்து, தொகுத்து பிரித்தெடுக்க முடியும்.

தகவல்களாகச் சேமிக்கப்படும் நினைவுகள் காலம், உணர்வுகள், நிறங்கள் மற்றும் பிரத்யேக எண் எனப் பல அளவுகோல்களின் அடிப்படையில் தேர்ந்தெடுக்கப்பட்டு அழிக்கப்படுகின்றன.

பார்த்தீ, நீ இழக்கவிரும்பும் நினைவுகள் என்னென்ன?

நம் மகளை முதலில் அழித்தெறி.

தேவதையொருத்தி நம்மைத் தேர்ந்தெடுத்து மகளாகப் பிறந்திருக்கிறாள். கல்யாணமாகி இரண்டு ஆண்டுகள் குழந்தையில்லாமலிருந்தது மறந்துவிட்டதா உனக்கு? இல்லை அந்த நினைவுகள் ஏற்கெனவே அழிக்கப்பட்டுவிட்டனவா?

எனக்கு ஏழு அல்லது எட்டு வயதிருக்கும்போது நாங்கள் கிராமத்திலிருந்து நகரத்திற்குக் குடிபெயர்ந்தோம். அப்போது என் வயதையொத்த பெண்பிள்ளையொன்று பக்கத்து வீட்டிலிருந்தது. அம்மா தரும் இனிப்புக்காகவும் விளையாடவும் எங்கள் வீட்டுக்கு அடிக்கடி வருவாள். அன்று பள்ளிக்கூடம் விட்டு வந்ததும், எங்கள் அறையில் ரேணு தூங்கிக்கொண்டிருப்பதாக அம்மா சொன்னாள். பையை வைப்பதற்காக அங்கே சென்று பார்த்தபோது அவள் செங்குத்தான படி ஒன்றை உந்தி ஏற இருப்பவள்போலத் தரையில் கிடந்தாள். மூடியிருந்த ஜன்னலை ஊடுருவிய மதிய வெளிச்சம் அந்த உடலை எனக்குப் புதிதாகக் காட்டியது. மண்டியிட்டு குட்டைப்பாவாடையை முட்டிக்கு மேல் இழுத்தேன், என் வாத்தியார் ஒருவரின் குரல்போன்ற ஏதோவொன்று வெளியே கேட்கவே அறையைவிட்டு வெளியே ஓடிவந்துவிட்டேன். அதன்பிறகு அவளோடு விளையாடுவதை முழுவதுமாக நிறுத்திக்கொண்டேன். பள்ளித்தேர்வுகளில் பக்கத்து பேப்பரை பார்த்தெழுதும் பழக்கம் வந்ததும், அவளோடு மீண்டும் விளையாட விருப்பம் தோன்றியது. 'எங்க எனத்தொடு பாப்பம்' எனக்கேட்டு வேகமாக ஓடுவேன். அவளும் என்னைப் பின்தொடர்ந்து வருவாள். மொட்டை மாடியில், கட்டி முடிக்கப்படாத வீட்டில் என அவளைத் தெரிந்தவரைக்கும் துன்புறுத்தியிருக்கிறேன். அப்படிச் செய்யும்போதெல்லாம் உறைந்துகிடக்கும் அந்த முகம், அந்த முகம் என் மகளின் அதே முகம்.

என்னது?

ஆர்த்தியின் முகம்தான். மாலைப்பொழுதொன்றில் வானத்தைப் பார்த்துப் படுத்திருந்தேன், அதை மறைத்து 'அப்பா' என்றவள் முகங்காட்டியபோதுதான் கண்டுகொண்டேன் இந்தமுகம் இளம்வயதில் நான் சீண்டிய பெண்பிள்ளையின் முகமென்று. கொஞ்ச நாட்களிலேயே அவர்கள் வீடுமாறிச் சென்றுவிட்டார்கள். அந்த முகத்தை என் மகளின் மூலம் மீட்டெடுப்பேன் என்று ஒருநாளும் எண்ணியதில்லை. எந்தவொரு தகப்பனுக்கும் கிடைக்கக்கூடாத தண்டனை, பிறகு அவளை மடியிலமர்த்திக் கொஞ்சியதேயில்லை.

ஆர்த்தி பிறந்தபோது இறந்துபோன அம்மாதான் மீண்டும் வந்து பிறந்திருக்கிறாள் என்று நம்பினேன். அம்மா இறந்தபோது பத்தாம் வகுப்பு விடுமுறையிலிருந்தேன். விளையாடிவிட்டு இரவு காலந்தாழ்த்தி வீடு வந்தபோது கடும்பசி. வீட்டில் சாப்பிடயேதுமில்லை. அம்மாவை எழுப்பித் தொடங்கிய வாக்குவாதம் 'நாடுமாறி' என்ற சொல்லோடு முடிந்தது. உண்மையில் அதனர்த்தம் அன்று எனக்குத் தெளிவாகத் தெரிந்திருக்கவில்லை. அதன்பிறகு அவளிருந்தது இரண்டு மாதங்களுக்குத்தான். அப்போதும்கூட என்னிடம் முகம் கொடுக்கவில்லை. ஆர்த்தியை என்னை மன்னிக்க வந்த அம்மாவாகத்தான் நினைத்திருந்தேன். ஆனால் அவள் ஒவ்வோர் அசைவிலும் என்னைத் தண்டிக்க வந்தவளாகிப் போனாள்.

இதையெல்லாம் என்னிடமிருந்து ஏன் மறைத்தாய்? உனக்கு எவ்வளவு உண்மையுள்ளவளாக இருந்தேன்?

யாரும் யாருக்கும் உண்மையாக இருக்க முடியாது சுபாஷினி. நரேனுடனான உனது நட்பு நானறிந்ததே. பீச் ரிசார்ட்டில் நாற்பது நிமிடங்கள் 2031-ல் யார் தமிழக முதல்வர் என்றா விவாதித்திருக்கப் போகிறீர்கள்?

அய்யோ. இது நீ கண்டதாகச் சொன்ன கனவு. நரேனும் நானும் ஏதோவொரு பீச் ரிசார்ட்டில் இருந்து காரில் வெளியே வருவதாகக் கனவு கண்டதாகச் சொன்னாய். அவனை உங்கள்

ஆய்வகத்தில் வைத்து இரண்டொருமுறை பார்த்திருக்கிறேன். அவ்வளவுதான். நீ சொல்லும் அப்படியொரு நிகழ்வு சத்தியமாக எப்போதும் நடந்திருக்கவில்லை.

பொய்யென நம்புவதைத் தனியாகச் சேமிக்கும் வசதி நான் உருவாக்கிய தரவுக்கிடங்கில் உண்டு. நீ சொல்வதை அதில் சேமித்து வைத்துக்கொள்கிறேன். சுபாஷினி, ஆர்த்தியையும் அம்மாவிடம் நான் சொன்ன வார்த்தையையும் முதலில் என் நினைவிலிருந்து நீக்கு.

மணிக்கட்டை அறுத்துக்கொண்ட பிறகு உன் மூளையில் பதிந்தவற்றை எனக்குச் சொல்.

இதே போன்றதொரு படத்தை மூன்று ரூபாய் கொடுத்து ஊரிலிருந்தபோது அம்மாவுக்கு வாங்கித்தந்தேன். அதில் அம்மனின் வலதுகையில் பச்சைக்கிளியொன்று அமர்ந்திருக்கும். அம்மா கடைசியாகக் கக்கிய பாலின் நிறம். கிணற்றின் இருட்டு. கணேசன் வாத்தியாரின் மார்பு மயிர். தூமையின் வீச்சம். விந்தின் சூடு. ஆர்த்தியின் பின்னங்கழுத்து. சங்கீதா டீச்சரின் தொப்புள் மச்சம். அம்மா திருடிய மோதிரத்தின் எழுத்து. எருமையின் காம்புகள். கால்நடுங்கிய மேடையின் கார்ப்பட் நிறம். குடல்சரிந்த குட்டிநாயின் வயிறு. கண்ணாடி. குட்டியாடு மேய்ந்த ரோஜாச் செடி. வியர்வை. பர்ஸைப் பார்த்த நண்பனின் பார்வை. முலைக்காம்பு. சலூன்காரனின் மாறுகண். மதிய வெயிலில் தாரில் ஊறிய குருதி. நிழல். கறுத்த பெண்ணுறுப்பு. புண்டை. கற்பூர வாசனை. நாடுமாறி.

போதும் நிறுத்து.

ஏன்?

இறுதியாகக் கேட்கிறேன். உன் நினைவுகளில் நான் யாராக இருக்கிறேன்?

ஒரு தேவடியாவாக.

4

மஞ்சள்நிற உள்ளாடையை யாரோ வெடுக்கென இழுத்ததும் டாக்டர் பார்த்திபனால் வெப்கேமரா வழியாகப் பார்க்க முடிந்தது. கேமராவின் கோணம் கட்டிலின் பாதியை மட்டும் காட்டியது. மெத்தையில் முட்டிக்குக் கீழே மயிரடர்ந்த கரிய கால்கள் கிடந்தன. அதன்மீது தோலுரித்த வெந்த மரவள்ளிக்கிழங்கு நிறக் கால்கள் வந்து படுக்கும்வரைக்கும் பதிவான காட்சிகள் அயர்ச்சியானவை. முறைவைத்து ஜோடிக் கால்களிரண்டும் மேலும்கீழும் தங்களை மாற்றிக்கொண்டன. கருப்புவெள்ளை வரிசையெனப் பிணைத்துக்கொண்டன. ஈரமுத்தச் சப்தம் ஒரு தொலைதூர அறிவிப்பு என ஒழுங்கற்ற இடைவேளையில் ஒலித்துக்கொண்டிருந்தது. மாயப் பந்தொன்றைத் தட்டி விளையாடத் தயாராக இருப்பது போல மரவள்ளிக்கிழங்குப் பாதங்களிரண்டும் தங்களை அந்தரத்தில் விரித்தன. கரியமுட்டிகள் மெத்தையைத் துழாவி அவசரமாக முன்னகர்ந்து சென்றன. மெல்லப் பந்தைத் தட்டியாடத் தொடங்கிய அந்தரத்து மரவள்ளிக்கிழங்கு பாதங்கள், பின்னர் ஒரே நேரத்தில் பல பந்துகளைத் தட்ட வேண்டியிருப்பது போல மிகவேகமாக அசைந்தன. கட்டிலின் பாதியுடலுக்கு வலிப்பு வந்தது போல ஆடி அடங்கியது. இடைவெளி விட்டு ஜோடிக் கால்களிரண்டும் கிடந்தன. மரவள்ளிக்கிழங்குக் கால்கள் மெத்தையை நீங்கின. கேமிராவுக்கு முன்வந்தமர்ந்தபோது சுபாஷினியின் கையில் ஐஸ்க்ரீம் கோப்பை இருந்தது.

கணவனின் கனவொன்றை நனவாக்கிய மனைவி நான். என்ன பார்த்தீ? நீயென்ன நினைக்கிறாய். இவன் நரேனாக இருக்கவேண்டிய கட்டாயமில்லை. உனக்குத் தெரியாத ஒருவனாகக்கூட இருக்கலாம். உயிரைவிட்டபிறகு உன்னால் செய்ய முடிந்த வித்தைகளை ஓயாமல் முப்பது நாட்களாகச் சொல்லிக்கொண்டிருந்தாய். உன்னால் செய்ய இயலாததை உனக்குக் காட்டியிருக்கிறேன். மனைவியை உனக்கு முன்னால் இன்னொருவன் புணர்வதைத் தடுக்க முடியாதது மட்டுமல்ல, அதைப் பார்க்கப் பிடிக்காமல் வேறுபக்கம்கூட உன்னால்

அசைய முடியவில்லை. இவ்வளவுதான் இப்போதைக்கு நீ. ஒரு மாநகராட்சி தண்ணீர் குழாய் அல்லது பீச்சோரம் மிதக்கும் மலம் போலத்தான் உன் மூளை. பஞ்சகாலத்துக் கஞ்சித்தொட்டி அல்லது திருவிழாவில் ஆளில்லாத கட்டில் கடையென உன் மூளைமீது எந்தக் கட்டுப்பாடும் உனக்கில்லை. மூளையின் ஏதாவதொரு சந்து மட்டுமே இயங்கும் ஒரு சதைப்பிண்டத்தைச் சக்கரநாற்காலியில் வைத்து ஒருவர் எப்போதும் கவனித்துக்கொள்வது போலத்தான் நீயும். உனக்கு மரணமென்ற பரிசை யாராவது தர இயலுமா, உன்னால் இப்போது சுயமாகச் சாக முடியுமா, நீயே நினைத்தாலும் உன்னை இல்லாமல் செய்யமுடியாது. தற்கொலை என்னும் ஒரு வரத்தை நீ வீணடித்துவிட்டாய். முன்பு நம் இல்லறத்திலிருந்த தோய்வைப் பற்றிப் பேசிக்கொண்டிருந்தோம், பெண் ஒருவள் தன்னிடம் உருவாகும் வெற்றிடங்கள் அனைத்தையும் ஓர் ஆணால் நிரப்ப விரும்புகிறாள், அதுவே எல்லாச் சிக்கல்களுக்கும் காரணமென்றாய். பார்த்தீ, இன்று உன் மூளையை எவர் வேண்டுமானாலும் உன் அனுமதியின்றி இட்டுநிரப்ப முடியும். உன்னிடம் ஆச்சரியங்கொள்ள ஒன்றுமில்லை. நீயொரு மின் எச்சம், மின் திரிசங்கு.

என் மகளின் குரலை மட்டும் ஒருமுறை கேட்க விரும்புகிறேன். நாளை என்னை ஆய்வகத்துக்குத் திரும்ப எடுத்துச்செல்லும் நாள்.

5

பாப்பா, அப்பாவைப் பத்தியெல்லாம் யோசிப்பியாடா?

ம். நான் உன் வயித்துல இருந்து வந்தேன்னு அப்பா ஒருதடவ சொன்னார். அவருதான் என்னை உன் வயித்துல வெச்சாராம்.

அப்பபடியா சொன்னாரு?

ஆமா. திரும்பவும் உன் வயித்துக்குள்ள நா போவ முடியுமாம்மா.

6

வணக்கம் டாக்டர் பார்த்திபன். உங்கள் மனைவியுடனான முப்பது நாட்கள் பரிசோதனைக் காலம் முடிவடைந்தது. நீங்கள் ஓர் ஒப்பற்ற வெற்றியாளர், வாழ்த்துகள்.

என்னை அழித்துவிடுங்கள். தயவுசெய்து. இனியும் என்னால் தொடர்ந்து இயங்க முடியாது. என்னை இதிலிருந்து விலக அனுமதியுங்கள். மரணத்திற்குப் பிறகு ஒருவன் உண்மையிலேயே எனது உடலைவிட்டு வெளியேறியிருப்பானாயின் அவனோடு சென்றுசேர விரும்புகிறேன். என்னை விடுங்கள் நான் தோற்றுவிட்டேன்.

மன்னிக்கவும். இதை முடிவுசெய்யும் அதிகாரம் இனி உங்களுக்கில்லை. உங்களது கடைசி முப்பது நாட்களும் பிரதி எடுக்கப்பட்டுவிட்டது. நம் திட்டப்பணியின் விதிமுறைகளின்படி ஒத்துழைக்க மறுத்த காரணத்தால் நீங்கள் மீட்டமைக்கப்பட இருக்கிறீர்கள். நன்றி.

7

வணக்கம் பார்த்திபன். உங்கள் மரணத்திற்கு அடுத்த நாளில் இருக்கிறீர்கள், எப்படி இருக்கிறது?

மகிழ்ச்சி. இது நடக்குமென்று தெரியும். என் மனைவியுடன் பேசுவதாகத்தானே திட்டம்?

சில காரணங்களால் அதைச்செய்ய இயலவில்லை. உங்கள் முப்பது நாள் பரிசோதனைக்காலம் எங்களோடுதான் நடைபெறும்.

நான் சாகாவரம் பெற்றுவிட்டதை அவளிடம் சொல்லுங்கள். மேலும்...

—

யாமத்தும் யானே உளேன்

சுசித்ரா

இருளாழத்துக்கு மறுபக்கமாக எங்கேயோ இங்குள்ள கதைகளெல்லாம் காத்துக்கொண்டிருக்கின்றன. அவை இரவெல்லாம் ஒன்றுடன் ஒன்று கைகோத்துச் சுருண்டு ஒளிப்பந்தாக உறங்குகின்றன. அவை ஒன்றை ஒன்று தழுவிக்கொள்கின்றன. விரல்பின்னி மூச்சிசைந்து நெஞ் சதிர்வுகள் இணைய நிசப்தத்தில் கனவு காண்கின்றன. இங்குள்ளவளின் உள்ளம் சுற்றிச்சுழன்று வந்து அவர்களை அடைவதற்காகக் காத்துக்கொண்டிருக்கின்றன அவை.

அவள் இருளின் கவசங்களை அவனறியாமலேயே மெல்ல, இரவெல்லாம் பொறுமையாக, அவிழ்த்துக் களையும் கலை அறிந்தவள். மெல்லப் படிவைத்து அவனுள்ளே நுழைபவள். அவன் விழிதிறக்கும் தருணத்தில் அவன் முன்னால் சென்று ஓசையில்லாமல் நிற்பவள். காத்திருப்பில் குவிந்த கரங்களும், கள்ளமற்ற ஒளிநிறைந்த கண்களும், கன்னத்தைக் குழியென்றகழும் குறுஞ்சிரிப்புமாக இருள் அவளைக் காண்கிறான். அவன் தன்னை மறந்து இளகிச் சிரித்து விரிகிறான். இப்பிரபஞ்சத்தில் அவனைச் சிரிக்க வைக்கக்கூடியவள் அவள் மட்டும்தான் அல்லவா? அவன் தோல்வியை ஒப்புக்கொண்டேன் என்று கைவிரித்து எழுந்து புன்னகையுடன் வழிவிடுகிறான்.

அப்போது இருளாழத்தில் ஒளிப்பந்தாக ஒளிந்துகொண்டிருந்த கதைகளெல்லாம் பொன்னொளிரப்

பொதியவிழ்ந்து எழுகின்றன. இதழிதழாகப் பிரிந்து, சுருள்சுருளாக விரிந்து, கதைகள் ஒவ்வொன்றும் பொன்மஞ் சள் கைநீட்டலாக இருளை ஊடுருவி அவளை யாழ்வருடும் விரல்களெனத் தீண்டுகின்றன. அவள் மேல் வண்ணவண்ண ஒளியாடைகளாகப் படர்கின்றன.

அவள் ஒவ்வொருநாளும் தன்னை அணிசெய்து மகிழ்வித்துச் சிரிக்க வைக்கும் ஆடைகளுக்காகக் காத்திருப்பவள். எல்லா ஆடைகளையும் சமமெனப் பாவித்து எதையும் நீக்காமல் விலக்காமல் தன்மேல் உடுத்திக்கொள்பவள். ஒரு துளி ஒளியையும் வீணென்றாக்காமல் பருகுபவள். கண்ணும் காதும் விலகாமல் தன்னை முழுதும் அளித்து முழுதும் பெறுபவள். அவள் பேருள்ளம் கொண்டவள், வான்வரை மனம் விரிந்தவள்.

அவள் உடுத்தாத ஆடையே இல்லை, கேட்காத கதையே இல்லை. அவள் காணாத ஒன்றை அவளிடம் யாரும் காட்டிவிட முடியாது என்பது மூத்தோர் வாக்கு. தன் கருணையால் மட்டுமே ஒவ்வொரு நாளும் இருளாழத்துக்கு மறுபக்கம் சென்று உறங்கும் கதைகளை மீட்டெடுத்துக் கொண்டுவருகிறாள். பெருந்தன்மையால் மட்டுமே எல்லாக் கதைகளையும் இதோ இப்போதுதான் முதல்முறை கேட்கிறேனென்று சிறுமிபோல் சம்மணக்கால் கட்டிக் கன்னத்தில் கை வைத்துக் கண் சொக்கக் கேட்கிறாள். நான் சொல்லப்போவதும் அவளுடைய கதை. பழங்கதை. அவளுக்கு நன்கு பரிச்சயமான கதை. அவள் பொறுத்தருளிக் கேட்பாளாக!

ஆனால் இக்கதையை மட்டும் எத்தனை முறை கேட்டாலும் அவளுக்குச் சலிப்பதில்லை. சிறுமியாக இருந்த நாள்தொட்டே பார்த்திருக்கிறேன். மூத்தோர் கதை சொல்லும்போதெல்லாம் ஒளிந்து நின்று கவனித்திருக்கிறேன். இக்கதையை ஒவ்வொருமுறை கேட்கும்போதும் அவள் அதன் ஒளியால் சுடரேற்றப்படுகிறாள். நெஞ்சோடு கை சேர்த்து கண் விரித்துத் துளித்துளியாகக் கண்ணீர் வடித்துக் கேட்கிறாள். ஆனால் வேறெப்படியும் இருக்க முடியாது அல்லவா? இருளை ஒவ்வொரு நாளும் கிழித்து ஒளி வாங்கி வருபவள்

அவள். அவளன்றி அவனுக்காகக் கண்ணீர்விட வேறு யார் இருக்கிறார்கள் இங்கு?

கௌதமனிடம் கர்ணனின் கதையை மட்டும் அம்மாவேதான் சொன்னாள். அவனுக்கு அவள் சொன்ன ஒரே கதையும் அதுதான். அதனாலேயே அவனுள்ளத்தில் அது கங்குக்கனலின் வெம்மையை அடைந்துவிட்டது. அவனே கதை சொல்லத் தொடங்கியதும் உணர்வெழ மீண்டும் மீண்டும் சொன்னவற்றில் முதன்மையான கதையாக ஆகியது. அப்படிச் சொல்லும்போது கேட்கும் திரளில் பனிக்காத ஒரு கண்ணும் இருப்பதில்லை.

அப்போது கௌதமன் மிகவும் சிறியவன். ஏழெட்டு வயது இருக்கும். அன்று அவனுக்கு வலி கொஞ்சம் அதிகமாக இருந்தது. தினந்தோறும் வலி இருக்குமென்றாலும் அன்று போல் அதுவரை இருந்ததில்லை. மைய அறையில் பெரிய கண்ணாடிச்சுவரை ஒட்டிப் போடப்பட்டிருந்த அகலமான இருக்கையின் ஓரமாக, பந்தாகச் சுருண்டு படுத்து அடிவயிற்றைக் கவ்வியபடி அவன் அழுதுகொண்டிருந்தான். அன்று நாள் முழுவதும் சாப்பிடவில்லை. ஆற்றுப்படுத்த வந்த அக்காக்களை அடித்து விரட்டினான். பொருட்களைத் தூக்கி எறிந்தான். எப்போதும் சாதுவான குரலில், தத்தித்தத்தி, வெட்கத்தில் கழுத்தசையப் பேசுபவன். ஆனால் அன்று யாராலும் அவனைக் கட்டுப்படுத்த முடியவில்லை. அழுதான், கத்தினான், அடித்தான், மிதித்தான். சித்தப்பாகூடப் பயந்துவிட்டார். அப்போது மெலிதான கிண்கிணி மணியோசையுடன் அம்மா படியிறங்கி வந்தாள்.

அம்மாவே இறங்கி வருவது அங்கு பெரிய நிகழ்வு. கதை சொல்வது அதைவிட. அவள் கீழ்த்தளத்துக்கு அரிதாகத்தான் வருவாள். பெரும்பாலும் மேல்தளத்தில் தன்னுடைய அறையில்தான் இருப்பாள். கௌதமன் அங்குச் செல்லக்கூடாது என்பது அங்கே எழுதப்படாத விதி. அவன் பகலில் எப்போதும் அந்தக் கண்ணாடிச்சுவருக்கு அருகேதான் அமர்ந்திருப்பான். மூன்று அக்காக்கள் மாறி மாறிக் கதை

சொல்லக் கேட்டுக்கொண்டிருப்பான். இரவானால் அடித்தளத்தில் தன் அறைக்குச் செல்ல வேண்டும். தனி அறை. அவன் தனியாகத்தான் உறங்க வேண்டும்.

அன்று அம்மாவே வந்ததைப் பார்த்து எல்லோரும் பேசாமல் சிதறினார்கள். கௌதமனும் தன் அழுகையைக் கட்டுப்படுத்த முயன்றான். அம்மாவுக்குச் சத்தம் பிடிக்காது என்று அக்காக்கள் அவனிடம் சொல்லி வைத்திருந்தார்கள். ஆனால் வலி தாளாமல் அவனையும் மீறி விசும்பல்கள் வெளிவந்தன. கன்னங்கள் நனைந்திருந்தன. அவனால் கட்டுப்படுத்த முடியவில்லை. 'அம்மா, வலிக்குது, வலிக்குது' என்று முனகி அழுதான். அப்போதுதான் அம்மா அவனைத் தன் மடியில் அமர வைத்துக்கொண்டு பெரிய கண்ணாடிச்சுவர் வழியாக பூமியின் பேருடல் வளைவை நோக்கியபடி, ஒரு கையால் அவன் அடிவயிற்றையும் மறுகையால் அவன் தலையையும் மாறி மாறி வருடியபடி, அக்கதையைச் சொன்னாள்.

அவளுடைய உடலின் ஸ்பரிசம் அவனுக்குப் புதிதாக இருந்தது. ஆனால் அன்னியமாக இல்லை. வலியிருந்தாலும் அந்தத் தொடுகையிலேயே எல்லாம் தெளிந்து அச்சமெல்லாம் மறைந்து சிம்மாசனத்தைக் கண்டடைந்த இளவரசனைப்போல் அவருக்குள்ளே தன்னைப் புதைத்துக்கொண்டான். இங்கே என்ன வைத்திருக்கிறாள் என்று கனாமயர்வில் அவள் நெஞ் சைத் தன் உள்ளங்கையால் அழுத்திப்பார்த்தான். அவள் சொல்லத் தொடங்கியதும் கட்டை விரலைச் சப்பியபடியே கதை கேட்டான்.

அம்மா உடலை முன்னும்பின்னும் ஆட்டிக்கொண்டே, அதே கதியில் அவனைத் தட்டிக்கொண்டே அவர்களுக்கு முன்னால் கருவெளியில் பூத்திருந்த புவியைச் சுட்டிக் காட்டினாள். கண்ணாடிக்கப்பால் பார்வையை நிறைத்த பெரிய வளைந்த உடல் கொண்டிருந்தது புவி. அவள் ஒரு நீலப்பசு என்று அம்மா சொன்னார். அவளுடைய சீரான வளைவுகளை அறுத்துக் கிழித்ததுபோல் ஒரு வட்டவடிவமான பிளவு நட்டநடுவே தெரிந்தது. பாதாளத்துக்குத் திறக்கும்

ஒரு ராட்சச வாய். பூமியின் குடல்களை உருவி வெளியே வைத்ததுபோல் பழுத்த பொன்நிறத்தில் அவள் உடல் திறந்திருந்தது. கௌதமனின் தலையை வருடியபடி 'பார், அவளும் அலறுகிறாள். உன்னைப்போலவே அவளுக்கும் வலிக்கிறது. வலியில் அவள் உன் சகோதரி' என்றாள்.

அவ்வளவு நாட்களாக அந்தக் காட்சியை பார்த்துதான் வளர்ந்திருந்தாலும், அன்றுதான் அவனுக்கு அது புரிந்தது. அம்மாவைத் திரும்பி நோக்கி "ஓ" வென்று வாயைக் குவித்தான். அப்படியென்றால், எப்போதுமே இப்படி இருந்ததில்லையா, அவளுக்கு என்ன ஆனது என்றான். பூமிக்குப் பெரிய காயம் பட்டுவிட்டது என்றாள் அம்மா. உள்ளே என்ன தங்கம் என்று அவன் கேட்டான். அது சூரியன் என்றாள் அம்மா. வெளியே ஒரு சூரியன் இருப்பதுபோல் பூமிக்கு உள்ளேயும் ஒரு சூரியன் இருக்கிறது. ஓயாமல் எரிந்துகொண்டிருக்கிறது. நீ பார்ப்பது அதன் தங்கக் குழம்பைத்தான் என்றாள். நான் சிறுமியாக இருக்கும்போது நிகழ்ந்த பெரும்போரில் பூமியின் நிலம் அறுக்கப்பட்டது. அது பிளந்தபோது தங்க நெருப்பு மேலேறி வழிந்தது. இன்னும் உறைந்து கட்டாமல் வழிந்துகொண்டுதான் இருக்கிறது. மானுடர் யாரும் அதன் அருகே வாழ முடியாது, அதனால்தான் நாம் இங்கே வந்துவிட்டோம் என்றாள். அப்படியென்றால் பூமியில் மனிதர்களே இல்லையா என்றான். அம்மா அவனைத் தட்டுவதை ஒரு கணம் நிறுத்தி, இருக்கிறார்கள் என்று மெதுவாகச் சொன்னார்.

அப்போதுதான் அம்மா கர்ணன் பிறந்த கதையைச் சொன்னார். பூமிக்குள் இருக்கிறது என்று சொன்னேனல்லவா? அதேபோல் கர்ணனின் அம்மாவுக்குள்ளும் ஒரு சூரியன் இருந்தது. அந்த வெம்மையின் ஆற்றலால் அவளுக்கு ஒரு குழந்தை பிறந்தது. பொன்னொளிர்க் கவசமும் மணிக்குண்டலமுமாக அவன் இறங்கி வந்தான். இப்படியும் ஒரு மானுடனா, இவன் தேவன் அல்லவா, தேவகுமாரன் அல்லவா என்று எண்ணும்படியாகக் கண்நிறைக்கும் பேரெழிலுடன் இருந்தான். ஆனால் அவன் அம்மாவால் அவனைத் தன்னுடன்

வைத்துக்கொள்ள முடியவில்லை. கண்ணும் நெஞ்சும் நிறைய அவனை அணைத்து, கொடிக்கூடையில் வைத்தாள். அவளுக்குத் தாளவில்லை. அவனை மீண்டும் அள்ளி அணைத்து உடலில் ஓரிடம் மிச்சமில்லாமல் முத்தமிட்டாள். போகாதே, போகாதே என்று சொல்லிக்கொண்டே அவனை அந்தக் கூடையில் வைத்தாள். குளிரடிக்குமே என்று அவன் உடலைப் போர்த்தி மூடினாள். இல்லை, எனக்கு வேறு வழியில்லை என்று தனக்குள் சொல்லியபடி அதனை மெல்ல ஆற்றில் மிதக்கவிட்டாள். அப்போது உதித்த சூரியனின் கதிர்கள் நீரைத் தொட அது அனலாக மாறியது. அவன் அந்த நதியில் மிதந்து தூரதூரமாக எங்கேயோ செல்வதை அவன் மறையும்வரை பார்த்தாள். உடலின் நரம்புகள் எல்லாம் வரிசையாகத் துண்டித்து அறுந்தவளாகக் கர்ணனின் அம்மா கரையில் நின்று கதறி அழுதாள்.

கௌதமன் வாயிலிருந்து விரலை எடுத்து அம்மாவிடம் திரும்பி, அவள் ஏன் அவனை ஆற்றில் விட்டாள் என்று கேட்டான். அம்மா சற்று நேரம் ஏதும் பதில் சொல்லாமல் அவன் தலையைக் கோதினாள். பின், அவன் அம்மாவால் வேறெதுவும் செய்திருக்க முடியாது, அவளுக்கு வேறு வழியில்லை, அவளை மன்னித்துவிடு என்றாள். அவள் தூரத்தில் காணாத எதையோ, அல்லது யாரையோ பார்த்துப் பேசுவது போல் இருந்தது. அவள் குரல் அங்கிருந்து மிதந்து வந்தது. எப்படியும் அவனும் ஒரு நாள் தான் என்று தருக்கி நின்று அவளை உதைத்துவிட்டுப் பிரிந்து செல்லப் போகிறவன்தானே என்றாள். அம்மா அவனைத் தன் கூடவே வைத்துக்கொள்ள முடியாதல்லவா என்றாள். கௌதமன் எம்பி அம்மாவின் கண்களைச் சிறிய உள்ளங்கைகளால் துடைத்தான். அம்மா, அழாதே, நான் எங்கேயும் போக மாட்டேன் என்றான். அப்போது அவன் தன் வலியை மொத்தமாக மறந்துவிட்டிருந்தான்.

அதற்குப் பிறகு அம்மா இறங்கி வரவில்லை. அவள் கௌதமனுக்கு வேறெந்தக் கதையையும் சொல்லவுமில்லை. ஆனால் அம்மா சொன்னதனாலேயே அந்தக் கதையைக் கேட்ட நாளிலிருந்து அது கௌதமனுடைய கதை,

கௌதமனுக்கு மட்டுமேயான கதை என்று கௌதமன் கற்பனை செய்துகொண்டான். அக்காக்களிடமோ சித்தப்பாவிடமோ கூட அந்தக் கதையை அவன் சொல்லிக்காட்டவில்லை. ஆனால் அவன் வளரும்தோறும் தன் நினைவுக்குள் பொதிந்துவைத்திருந்த அந்தக் கதையை மீண்டும் மீண்டும் வெளியே எடுத்து சிறுவர்கள் முயல்குட்டியை வருடுவதுபோல் தொட்டுத்தடவிப் பார்த்துக்கொண்டான்.

அதன் பிறகு அவன் கேட்ட எல்லாக் கதைகளுடன் அந்தக் கதை எப்படியோ இணைந்துகொண்டது. அந்தக் கதையில் வலி இருந்தது. ஆனால் அவன் அந்தக் கதையில் ஓர் இனிமையையும் காணத் தொடங்கினான். பழக்கப்பட்ட வலியின் வருகை தரும் இனிமை போல. சிலபோது அவனுடைய அன்றாட வலி உடலைக் கவ்வி எரிக்கும்போது கௌதமன் தன்னை ஆற்றில் ஒழுகிச்செல்லும் தங்கக் கவசமணிந்த கர்ணனாகக் கற்பனை செய்துகொள்வான். கரையில் அவன் அம்மா முகம் தாழ்த்தி அழுதுகொண்டிருப்பார். அவன் அந்த அழுகையைப் பார்த்தபடி ஆற்றிலிருந்து வானை நோக்கிச் சிரிப்பான். பெரிய சிவந்த ஒளிச்சுடராகச் சூரியன் அவனைப் பார்த்துக்கொண்டிருக்கும். கௌதமனின் இளம் உள்ளம் அந்தக் காட்சியுடன் ஒன்றும்போது அதுவரை நீடித்த வலியின் உணர்வு மாறுபடும். எம்பிக் குதித்துச் சிவந்த சூரியனைப் பிடித்துக் கீழே இழுத்து கைக்கடக்கி கொண்டுவர வேண்டும் என்ற வேகம் அவன் உடலில் எழும்.

இப்போது கேட்டால், அந்த இடைவிடாத வலியைத் தவிர்த்துப்பார்த்தால் தன்னுடைய குழந்தைப் பருவ நாட்கள் பெரும்பாலும் மகிழ்ச்சியானதாகவே இருந்ததாக கௌதமன் சொல்வான். ஒவ்வொருநாளும் பூமி உதிப்பதைப் பார்த்தபடித்தன் அறையில் எழுவான். வந்து பெரிய கூடத்தில் கண்ணாடிச்சுவர் அருகே உட்காருவான். அக்காக்கள் உணவுடன் வருவார்கள். சூரியக் கதிர்களிலிருந்து நேரடியாகத் தயாரிக்கப்பட்ட உணவு. அவர்கள் உணவை ஊட்ட ஆரம்பித்துவிட்டால் சாப்பிட்டு முடிக்கும்வரை வாய் திறக்கக்கூடாது. ஆனால் அவன் சீக்கிரமே சாப்பிட்டுவிடுவான்.

உணவு வேளை முடிந்ததும் அக்காக்கள் முந்தைய நாட்களில் கேட்ட பழைய கதைகள் சிலவற்றை அவனைச் சொல்லச்சொல்லிக் கேட்பார்கள். அதன் பிறகு அன்றைக்கான புதிய கதைகளை அவர்கள் சொல்வார்கள். வீரக்கதைகள், சோகக்கதைகள், பயணக்கதைகள், போர்க்கதைகள், காதல்கதைகள், குடும்பக்கதைகள், பேய்க்கதைகள், பாலியல்கதைகள், திகில்கதைகள், துப்பறியும்கதைகள், நீதிக்கதைகள், நாட்டுப்புறக்கதைகள், தேவதைக்கதைகள், தத்துவக்கதைகள் என்று எல்லா விதமான கதைகளும் அதில் அடக்கம். என்ன, அவனுக்கு அந்த வேறுபாடுகள் தெரியாது. அவனைப் பொறுத்தவரை எல்லாமே பூமியின் கதைகள்தான். குறுக்காக கேள்வி கேட்கக்கூடாது என்பதால் கதைகளைப் பாதி புரிந்து, பாதி புரியாமல் கேட்பான். இருந்தாலும் எல்லாவற்றையும் அவர்கள் சொல்லச்சொல்ல அப்படியே உள்வாங்கும் திறன் அவனுக்கு இருந்தது. கதைகளில் வரும் இடங்களை, பெயர்களை, விவரணைகளை உடனுக்குடன் தனியாகப் பிரித்து வைத்துக்கொள்வான். சரியாக நினைவிருக்கிறதா என்று திரும்பச் சொல்லிப்பார்ப்பான். அப்படி நாள் முழுவதும் கதை கேட்பான்.

அன்று கேட்ட கதைகளெல்லாம் அவனுக்குள் நூலாகத் திரியாக ஓடிக்கொண்டிருக்கும். இரவில் மல்லாந்து கண் சொக்கிப் படுத்தால் விளக்கொளியில் கூரை நிழல்கள் கதையின் காட்சிகளைப்போல் தெரியும். அவை மங்கி உருமாறும். இரவெல்லாம் அவற்றைப் பின்னல்போட்டுக்கொண்டே இருப்பான். ஒன்றுடன் ஒன்று தொடுத்துக்கொண்டே இருப்பான்.

ஒரு கதையில் தொடங்கி சற்று நேரம் கழித்துப் பார்த்தால் வேறொரு கதையில் சென்று முடிந்திருப்பான். என்ன நிகழ்ந்ததென்றே தெரியாது. ஆனால் அதிலிருந்து ஒரு புதுக்கதை பிறந்திருக்கும். ஆச்சரியத்துடன் தனக்குள் அந்தப் புதுக்கதையைச் சொல்லிச்சொல்லி நினைவாக்கிக்கொள்வான். தந்தையும் மகனும் ஒருவரையொருவர் அறியாது போர்க்களத்தில் சந்தித்துக்கொள்ளும் கதையை அன்று கேட்டிருப்பான். அது

தனக்குள் நிகழ்ந்து கொண்டிருக்கும்போதே திடீரென்று பல நாட்களுக்கு முன்னால் கேட்ட பதின்மூன்றாம் நூற்றாண்டுச் சீனக்கதை ஒன்று நினைவில் எழும். வேடிக்கையான கதை. வீரியத்தை அதிகரிக்கிறேன் என்று சொல்லி ஊரில் அத்தனைபேரையும் ஏமாற்றிக் குரங்குக்குறிகளை உடலில் பொருத்திவிட்டு ஓடிவிடும் தந்திரக்கார மருத்துவனின் கதை. கௌதமனுக்குப் போரென்றாலும் தெரியாது, வீரியமென்றாலும் தெரியாது. அந்தக் கதையே ஒரு புரியாத நெளிவாக, கோணல்சுழிப்பாக, அசட்டுச்சிரிப்பாக உள்ளே கிடந்தது. ஏன் அக்கதைகளை இணைக்கிறான் என்று கேட்டால் அவனால் சொல்லவும் முடிந்திருக்காது. என்ன தொடர்பு என்று அவனுக்குப் புரியாது. ஆனால் இயல்பாக அவன் உள்ளம் அந்த முடிச்சை போட்டது. இப்படிப் புதிது புதிதாகக் கதைகளை அவனே உண்டுபண்ணுவான். அப்படியொரு புதிய கதையைக் கண்டுபிடித்துவிட்ட குதூகலத்தில் அவன் உள்ளம் எழுச்சிகொள்ளும். அடுத்தநாள் யாரிடமாவது சொல்லிக்காட்ட வேண்டும் என்று நினைத்துக்கொள்வான்.

ஆனால் அவனைத் தினம் தினம் வாட்டிய வலி அப்படித்தான் தொடங்கும். அக்கதைகளின் தொடர்பு புரியாமல் மீண்டும் மீண்டும் அசைபோட்டுக்கொண்டே வட்டமடித்துக்கொண்டே இருப்பான். வேறுவேறு கதைகளில் கேட்டவை குழிக்குள் மண் சரிவதுபோல சலசலவென்று மண்டையை நிறைக்கும். ஓடிக்கொண்டே இருக்கும் மண்டை சூடாகும். உலோகங்கள் தீப்பொறி பறக்க உரசிக்கொள்ளும். அடிவயிற்றில் தொடங்கும் அந்தக் கொடியவலி. கௌதமன் அதன் வருகையை உணர்ந்து முனகுவான். தோலை மட்டும் அறுத்து மெல்ல உரித்து உருவி அதற்கடியில் எரியும் கங்குகளை அடுக்கி வைத்தாற்போன்ற வலி. தீயேறுவதுபோல் அது முதுகுத்தண்டில் தொற்றி உச்சிமுனைக்கு ஏறும். அடிபாதம் வரை இறங்கி நகக்கண்களைக் குத்தும். கௌதமனின் தொடைகள் வலியில் துடிக்கும். வலி தலைக்கேறும்போது தாங்காமல் கௌதமன் அலறுவான். பிரகாசமான செவ்வொளி கண்ணை நிறைக்கும். நட்சத்திரங்களாகக் கண்ணுக்குள் மின்னும்.

அப்போது உலகம் உடைவதுபோல் காட்சிகளாக, ஒலிகளாக, வாசகங்களாக கதைகளெல்லாம் அவனுள் சிதறும். சரியும். ஒளிவட்டத்தின் ஒளி ஏறி ஏறி வலி நெருப்பு சீழும் கொப்பளமுமாக உச்சிமண்டையில் வெடிக்கும்.

பின் எல்லா உணர்வுமே அழிந்துவிடும். மௌனம். வெட்ட வெளித்தனிமை. திசைக்காற்றுகள் பந்தாட அவன் மட்டும் தன்னந்தனியாக நின்றிருப்பான். அது ஓர் இடைவெளி. அவன் சற்றே சமநிலையடைந்து சுற்றும்முற்றும் பார்த்து வேதனையில் மெல்ல எழுந்து அமர முயல்வான்.

அதன்பின் வலி மெல்லிய முனகலுடன் மீண்டும் திரும்ப வரும். மீண்டும் வலிமலையேற்றம். மீண்டும் சிதைவு. மீண்டும்... மீண்டும்... மீண்டும்... பாதிநாள் பற்களை இறுக்கி கண்களில் கண்ணீர் சோர்ந்தபடிதான் அவன் விழிப்பான்.

கௌதமன் வளரும்தோறும் அவன் அனுபவித்த வலியின் தீவிரம் சளைக்கவேயில்லை, அதிகரித்தபடியேதான் இருந்தது. அதன் குணமும் நிறமும் மாறினாலும், அந்த வலியை உருவாக்கிய காட்சிப்பிரவாகம் மாறினாலும், அது சென்று சேரும் உச்சிமுனை மாறவேயில்லை. தலைக்கு மேல் செம்பொன் மணியென பழுத்த ஒளி. கண்ணை நிறைத்து ஒளியால் குருடாக்கியது. பின் ஒரு நொடியில் வெடித்துச் சிதறி வெட்டவெளிக் கருமையில் தூக்கி எறிந்தது. அவன் வளரும்தோறும் கேட்ட கதைகளின் வழியே கிட்டத்தட்ட ஒவ்வொரு நாளும் அவனுக்குள் அந்த நிலையிழத்தல் நிகழ்ந்தது.

ஆனால் அதுவரை கேட்ட எந்தக் கதையையும்விடத் தன்னை மொத்தமாக நிலையிழக்கச் செய்த கதையைக் கௌதமன் தனக்கு பதினோரு வயதானபோது முதன்முறையாக கேட்டான். அது ஒரு பழைய நாடகக்கதை என்று அக்கா சொன்னாள்.

அதன் நாயகன் சுடுகாட்டில் ஒரு மண்டையோட்டைக் கண்டடைவான். அதைக் காதருகே வைத்துக் குலுக்கிப் பார்ப்பான். அது அவனைப் பதிலுக்குப் பார்வையற்ற

ஓட்டைகள் வழியாக வெறித்துப் பார்க்கும். பல்லிளிக்கும். அவன் அதனுடன் உரையாடுவான். அந்த மண்டையோட்டுக்குள் ஏதோ ரகசியம் இருப்பதாக உணர்வான். ஆனால் அவனைச் சுற்றி இருப்பவர்களெல்லாம் அதனை அவனிடம் சொல்லாமல் மறைத்து சதி செய்வதாக எண்ணுவான். அதைப் புரிந்துகொள்வேன் என்று கங்கணம் கட்டிக்கொண்டு தான் ஒரு பைத்தியக்காரன் என்று நாடகம் ஆடி எல்லோரையும் வேவு பார்ப்பான்.

அப்போது பரிதாபமாக அவனுடைய பேதைக்காதலி குறுக்கே வந்துவிடுவாள். அவன் வைத்த பொறியில் சிக்கிக்கொண்டு அவனுக்கு உண்மையிலேயே பைத்தியம் பிடித்துவிட்டதாக நம்பிவிடுவாள். அவளுக்குப் புத்தி பேதலித்துவிடும். ஆற்றில் விழுந்து அதன் ஒழுக்கோடு அவன் பின்தொடர முடியாதபடி போகாத ஊருக்குச் சென்றுவிடுவாள்.

இக்கதையைக் கேட்ட இரவு கௌதமனின் எண்ண ஓட்டத்தில் அந்த மண்டையோடு வந்தபோது அவனை அறியாமலேயே அவன் தன்னுடைய தலையைத் தொட்டுத் தடவிப் பார்த்தான். இரும்புப் பந்துபோல் நெகிழ்வே இல்லாமல் கனமாகத் திடமாக இருந்தது. சற்றுநேரம் அப்படியே இருந்தவன் அக்கதையை மீண்டும் தனக்குள் சொல்லிப்பார்த்தான். அந்த இளைஞனுக்குப் புத்தி பேதலிக்கிறது. அவன் தன்னை விரும்பிய பெண்ணை மோசமாகத் திட்டுகிறான். நிராகரிக்கிறான். அவள் பைத்தியமாகிறாள். ஆற்றில் விழுகிறாள். ஆற்றின் ஒழுக்கோடு செல்கிறாள்...

அந்த இணைவு அவனுள் உதித்ததும் மண்டையே பிளந்துவிடும் என்பதுபோன்ற வலி ஏறியது. அப்படியொரு வலி அதற்கு முன்னால் வந்ததே கிடையாது. கண்களில் கூசும் ஒளி திரண்டு வடிவம் கொண்டது. அந்த ஆறு. அதே ஆறு. கர்ணனை அவன் அம்மா கைவிட்ட அதே ஆறு. உடல் முழுவதும் எரிந்தது. கொடுக்குகளாகக் கொட்டியது. போர்வைகளையும் ஆடைகளையும் கிழித்துக் களைந்தான். எதையோ தேடித்துழாவுபவன்போல் உடல் முழுவதும்

பிராண்டிக்கொண்டான். தலைக்கு மேல் செஞ்சூரியன்போல் ஒளி அணையாமல் நின்று எரிந்தது. வலியில் துடித்துப் படுக்கையை அறைந்தான்.

அன்று இரவெல்லாம் கௌதமன் அந்த ஆற்றில் ஒழுகிச் சென்றான். அது தீயாறு. செங்கனலாகத் தகித்தது. ஒரு கரையில் கர்ணனின் அம்மா அழுதுகொண்டிருந்தாள். மறுகரையில் அந்த மண்டையோட்டு இளைஞன் சோகமாக வாய்பேசாமல் அவனையே பார்த்துக்கொண்டிருந்தான். ஆற்றில் கௌதமன் அலறிக்கொண்டே இருந்தான். ஆனால் சத்தமே எழவில்லை.

ஆம்,கௌதமனுக்கு அக்காக்கள் சொன்ன கதைகளெல்லாம் அவன் வயதை மீறியவை. ஆனாலும் முழுவதும் சொல்வார்கள். அவனும் முடிந்தவரை அர்த்தப்படுத்திக்கொள்வான். அவர்கள் கதைகள் மட்டும் சொல்வதில்லை. கவிதைகளும் பாடுவார்கள். நெகிழ்வான மனநிலையில் இருந்தார்களென்றால், இனிய, ஏக்கம் நிறைந்த, சோகம் தோய்ந்த நாட்டுப்புறப் பாடல்களைப் பாடுவார்கள். அப்போது கௌதமன் அவர்களுடைய முகங்களைக்கண்டு அவர்களை அணைத்துக்கொள்ள ஓடிவருவான்.

ஆனால் அக்காக்களை அவன் தொடக்கூடாது என்பது அங்கே விதி. அப்படிப்பட்ட நாட்களில் அம்மா தன்னை அணைத்துக்கொண்டு கதை சொன்ன அந்த ஒற்றைத் தருணத்தை ஏக்கத்துடன் நெஞ்சில் மீண்டும் மீண்டும் ஓட்டிப்பார்ப்பான் கௌதமன். அம்மாவின் உடலின் நெருக்கமும் மென்மையும் குழைவும் கதகதப்பும் ஒரே நேரத்தில் மிக அன்னியமான ஒன்றாகவும் மிகமிகப் பரிச்சயமான ஒன்றாகவும் இருந்த விந்தை நினைவுக்கு வரும்.

கௌதமனை அந்த வீட்டில் தொடக்கூடிய ஒருவர் சித்தப்பா மட்டும்தான். சித்தப்பா கதை சொல்ல மாட்டார். அதிகம் பேச மாட்டார். அவர் மீன் போன்ற மனிதர். ஒல்லியான சதை ஒட்டிய வழவழப்பான கருப்பு உடல் கொண்டவர். மீன்போலப் பெரிய உதடுகள் எப்போதும் பாதிப் புன்னகையில் திறந்திருக்கும். மீன் போலவே திரை மறைத்த

கண்கள். அவர் உடலின் வாசத்தைக் கௌதமனின் எண்ண ஓட்டம் தான் கேட்ட கதைகளில் வரும் மீன்வாசத்துடன் அனிச்சையாகத் தொடர்புபடுத்திக்கொண்டது. கௌதமனுக்கு வலியெடுக்கும்போது சித்தப்பா எதுவும் பேசாமல் அவனை அணைத்துக்கொள்வார். அக்காக்கள் இல்லாதபோது கன்னத்தில் முத்தம் கொடுப்பார். அவருடைய முத்தங்கள் மறந்து தொலைத்த ஏதோ ஒன்றை மீட்டெடுக்க முயலும் நினைவுபோலத் தயங்கியபடி இருக்கும். ஆனால் அவர் கை கௌதமனின் கையைப் பற்றும்போது அந்தத் தொடுகை பாதி மறந்த நினைவாகத் தான் திடமானவன்தான் என்று சொல்வதுபோல் இருக்கும். அவரைத் தொடும்போதும் அதே திடத்துடன் அவர் கையைப் பிடிக்க வேண்டும் என்று கௌதமன் கற்றுக்கொண்டான். ஏனென்றால் தன்னைத் தவிர அவரையும் அங்கு வேறு யாரும் தொடுவதில்லை என்று கௌதமனுக்குத் தெரியும். அதை உணரும்போதெல்லாம் உள்ளே மெல்ல வலிக்கும். மண்டையோட்டுடன் பேசும் அந்தப் பையன் ஏனோ நினைவுக்கு வருவான். ஆகவே கிடைத்த சந்தர்ப்பங்களிலெல்லாம் அவன் அவரைத் தொடுவான். அவருக்கும் தனக்கும் மட்டும் தெரிந்த ஏதோ இரகசியம் இருப்பதுபோல் தலைசாய்த்துச் சிரிப்பான்.

கௌதமனுக்குச் சித்தப்பாதான் குளிப்பாட்டிவிடுவார். முக்கியமான காரணம் கௌதமனுக்குத் தன்னுடைய ஆடைகளைத் தானே ஒற்றையாளாகக் கழற்றிக்கொள்ளத் தெரியாது என்பதுதான். திருகாணிகளைத் துளைகளிலிருந்து எடுத்து மீண்டும் பொருத்த யாராவது உதவி செய்தாக வேண்டும். ஆகவே வாரம் ஒரு முறை சித்தப்பா கௌதமனைத் தனியாக அழைத்துச்சென்று அவன் ஆடைகளைக் களைவார். புட்டியில் அழுத்தத்தில் வைக்கப்பட்டிருக்கும் காற்றை அவன் உடல் முழுவதும் பொழிந்து மூலை முடுக்கெல்லாம் சுத்தம் செய்வார். புண்ணோ பழுதோ இருக்கிறதா என்று குரங்குக்குப் பேன் பார்ப்பதுபோல் அவன் உடலை ஆராய்வார்.

உடலின் ஒவ்வொரு பாகமாக காற்றாலும் கைகளாலும் தீண்டப்படுவதில் கௌதமனுக்குப் பெரிய குதூகலம்.

சிரித்துக்கொண்டே இருப்பான். உன்னுடைய திருகாணிகள் எங்கே என்று சித்தப்பாவின் உடலில் அவன் விளையாட்டாகத் தேட அவரும் சிரிப்பார். கௌதமன் விளையாடும் நேரம் அது மட்டும்தான். மிக மகிழ்ச்சியான தருணம். அப்போது வலியே இருக்காது.

அப்படி ஒரு நாளில் அப்போது கௌதமனுக்கு பன்னிரண்டு வயதிருக்கும் சித்தப்பா கௌதமனுக்கு ஒரு ரகசியத்தை காட்டிக்கொடுத்தார். யாரும் ஒட்டு கேட்கிறார்களா என்றும் அறைக்கதவு தாளிட்டிருக்கிறதா என்றும் பார்த்துவிட்டு, அவனை அருகில் அழைத்துக் கால்களை அகற்றச்சொல்லிச் சின்னக் கண்ணாடியை அடியில் வைத்து, பார், பார், என்று அவசரமாகச் சுட்டினார். ஆர்வமாக, சற்றே குறுகுறுப்புடன், அவன் எட்டிப்பார்த்தான்.

கண்ணாடியில் கால்களுக்கிடையே நட்டநடுவில் ஒரு சிவப்புக்கண் தெரிந்தது. வட்டவடிவமாக ஒரு பெரிய புண்போல இருந்தது. அழுத்தினால் சீழ் வழியும் என்பது போல. அப்படி ஒன்று தன் உடலில் இருப்பதைத் தானே கண்டுபிடித்திருப்பது கடினம் என்று கௌதமன் உணர்ந்தான். சித்தப்பாவைப் பார்த்தான். கண்களை விரித்து விரலை இடமும் வலமும் ஆட்டிக்கொண்டிருந்தார். வேண்டாம், வேண்டாம், என்று சொல்வது போல. ஆபத்து, வேண்டாம், அதை அழுத்திவிடாதே என்று வெவ்வேறு சொற்களில் மாறிமாறி வாயோரமாக முணுமுணுத்தார். கௌதமன் புரியாமல் அவரையே பார்த்துக்கொண்டிருந்தான்.

ஆனால் அதன் பின் சித்தப்பாவைத் தொடுவது அவனை ஏதோ செய்தது. விலகினான். அவர் கண்களைப் பார்க்காமல் இருந்தான். அவரைப் பார்க்கும்போதெல்லாம் அந்தச் சிவப்புக்கண் நினைவுக்கு வந்தது. சித்தப்பாவுக்கும் ஒன்று இருக்குமா என்ற கேள்வி அவனுக்குள் மின்னிக்கொண்டே இருந்தது. இல்லையென்றால் அது ஆபத்தானது என்று எப்படித் தெரிந்துகொண்டார்?

அதன் இருப்பை அவன் உணர்ந்துகொண்டே இருந்தான். கால்களை அகற்றி வினோதமாக நடக்க ஆரம்பித்தான். அக்காக்கள் கேட்டபோது முகம் சிவந்து தலை குனிந்து ஏதும் சொல்லாமல் நின்றான். அக்காக்களுக்கும் சிவப்புக்கண் இருந்ததா என்ற எண்ணம் அவனுக்குள் எழுந்தது.

அந்த சிவப்புக்கண் அவர்கள் சொன்ன கதைகளிலெல்லாம் இல்லாத இருப்பாக வரத்தொடங்கியது. கேட்ட கதைகளெல்லாம் இரவுகளில் அவன் பின்னித் தொடுத்தபோது சிவப்புக்கண்ணின் இழையும் உள்ளே நுழைந்து தன்னைப் பார்த்துக்கொண்டிருப்பதை உணர்ந்தான்.

அதன் பார்வையிலிருந்து தப்ப விதவிதமான கதை இழைகளை இழுத்துப் பற்றிக் கொடிகளில் குரங்குபோல் தாவிப் பறந்து தப்பிக்க முயற்சி செய்துகொண்டே இருந்தான். ஆனால் சிவப்புக்கண் சூரியனைப் போல எங்கிருந்தோ வானத்துமேலிருந்து இலைகள் வழியாக அவனைப் பார்த்துக்கொண்டே இருந்தது. ஒருநாள் கண்ணாடிச்சுவருக்கு அப்பால் தெரிந்த பூமியைக் கண்டு அதிர்ந்தான். அதன் மையத்தில் தீப்பிழம்பாகத் தெரிந்ததும் ஒரு சிவப்புக்கண்ணாக இருந்தது.

இனிமேல் நானேதான் என்னைச் சுத்தப்படுத்திக் கொள்வேன் என்று கௌதமன் ஒரு நாள் அறிவித்தான். அக்காக்கள் ஏன் ஏன் என்று மாறி மாறிக் கேள்வி கேட்டார்கள். ஆனால் அவன் பதில் ஏதும் சொல்லவில்லை. திடமாக நின்றான். சித்தப்பா ஓர் ஓரமாக அசட்டுத்தனமாக வாயைத் திறந்தும் மூடியும் கைகட்டி நின்றார். ஆனால் அவரும் ஒன்றும் சொல்லவில்லை. பெரிய அக்கா இறுதியாக அவன் ஆடைகளை மட்டும் இளக்கிக்கொடுத்து, சரி, நீயே போ என்று அவனிடம் சொன்னாள். ஆனால் அவன் இந்தப் பக்கம் போனதும் அவள் மாடிப்படி ஏறி அம்மாவின் அறைக்குப் போனதை அவன் கவனித்தான். அப்படியென்றால் தன்னைப் பற்றிய எல்லாச் செய்திகளும் உடனுக்குடன் அம்மாவின் காதுகளுக்குப் போகின்றன. கௌதமன் தன்னையறியாமலேயே

கைவிரல்களை முஷ்டியாக மடக்கிக்கொண்டான். உள்ளூறச் சீறினான். காது அறுந்துவிடும் என்பது போன்ற வலி உச்சந்தலையை அறைந்தது.

அன்று தனிமையில் மெதுவாக அவன் அந்தச் சிவப்புக்கண்ணை முதன்முதலாகத் தொட்டுப்பார்த்தான். நெருங்கும்தோறும் உள்ளே விண்விண்ணென்று அடித்துக் கொண்டது. தொடைகள் நடுங்கின. கைவிரல் அஞ்சி மெல்ல அதைத் தொட்டது. தொட்டதும் அவன் உள்ளே இருள்வெளி மொத்தமும் வெடித்துச் சிதறுவதுபோல் இருந்தது. அவன் அதுவரை கண்டிராத ஒளியால் நிறைந்தது.

ஒரு நொடி கழித்துதான் எல்லாம் அவனுக்குள் மட்டுமே நடந்துகொண்டிருந்தது என்பதை உணர்ந்தான். அந்த சிவப்புக் கண்ணில் தொடுகையுணர்வே இல்லை. அது வெறும் ஒரு பொத்தான். வழுவழுப்பாக இருந்தது. அவன் உடலில் மற்ற பாகங்களைத் தொட்டபோது இருந்த தொடுகையுணர்வு அங்கு இல்லை.

இருந்தாலும் அதைத் தீண்டியபோது அவன் உள்ளே உலோகப்பரப்பை உலக்கையால் அடித்ததுபோல் இருந்தது. உச்சிவரை அனலேறியது. கண்கள் செருகின. வெவ்வேறு கதைகளின் துணுக்குகள் உள்ளே கொப்பளித்து மேலேறி ஒன்றுடன் ஒன்று கலந்துகொண்டது. வேகம் கூடக்கூட வண்ணத்துண்டுகளாக அவை வெடித்துச்சிதறின. அதன் பின் எல்லையின்மை. கருமை. மௌனம்.

வாரம் ஒருமுறை அவன் தன்னந்தனியாக இருக்கும் அத்தருணத்தை எதிர்பார்க்கத்தொடங்கினான். ஆடைகளைக் களைய யாராவது உதவிசெய்ய வேண்டும் என்பதால் இரவில் அதனருகே செல்ல முடியாது. ஆகவே எதிர்பார்ப்பு அதிகரித்தது. அந்த எதிர்பார்ப்பையே தன் அப்போதைக்கான வலிக்கு எதிர்த்திசையில் இன்னொரு விதமான வலியாக, அதிரும் ஏக்கமாக, தன்னுள் உணரத் தொடங்கினான். அதை அடைகையில் அந்த வலி குறையும். அடைந்ததும்

இந்த வலி கூடும். ஆனால் அடுத்த வாரத்துக்கான எதிர்பார்ப்பு மீண்டும் வலிகளின் தட்டுகளைச் சமன்படுத்தும். தோல்வாத்தியக்காரனின் நுண்ணுணர்வோடு வெவ்வேறு வலிகளின் அதிர்வுகளை ஒன்றிலிருந்து ஒன்று பகுத்துப் பிரித்து ஆராயக் கற்றான்.

ஏக்கம் நிகழாமல் போகும் நேரங்களிலும்கூட அதை மீட்டெடுத்துக்கொள்ள வெவ்வேறு நுண்ணிய வழிகளைக் கண்டடைந்தான். அதனைத் தான் காணவேயில்லை என்று புறமுதுகுகாட்டி அலட்சியமாக நிற்பது அதில் முதன்மையான வழி. அதுவே காற்றைப் போல், கதிரவனைப் போல், அவனை அணுகி கரம் விரித்து அவனை அணைத்துக்கொள்ளும் என்று தெரிந்துகொண்டான். எல்லாக் கதைக் காட்சிகளும் மறைந்து அது கண்ணிறைக்கும் செவ்வொளியாகத் தன்னைச் சூழும். அதன் வைரப்பார்வைகள் கண்ணைக் குத்திக்கிழிக்கும்.

ஒவ்வொரு முறையும் அந்தச் சிவப்புக்கண்ணின் தொடுகை மட்டும் தனியாக ஏதாவது உணர்வை அளிக்குமா என்று ஆவலுடன் எதிர்பார்த்தான். வெவ்வேறுவிதங்களாக அதைத் தொட்டு, தடவி, வருடி, சுரண்டிப் பார்த்தான். ஆனால் அதைத் தொடுவதால் மட்டும் எந்த உணர்வும் ஏற்படுவதில்லை என்று புரிந்துகொண்டான்.

தன்னைக் கிளர்ச்சியடையச் செய்தது அந்த எதிர்பார்ப்பு தான். எதிர்பார்ப்பு கதைத்துணுக்குகளின் காட்சிகளாக அவனுக்குள் விரிந்தது. ஆகவே வெறுமனே காட்சிகளை மீட்டெடுப்பது மூலமாகவே அந்த உணர்வை அடைய முடியுமா என்று சோதனை செய்துபார்க்க முடிவுசெய்தான்.

அன்று இரவு தன் அறையில் படுத்துக்கொண்டிருக்கையில் சிவப்புக்கண்ணை நினைத்துக்கொண்டான். உடனே, இயல்பாக, நன்கு தெரிந்த ஒரு படம் போலக் காட்சிகளாக ஓர் ஓட்டம் உள்ளே ஓடியது. அந்த ஒழுக்கு பரிச்சயமானது. ஒவ்வொரு வாரமும் கிட்டத்தட்ட இதே வரிசையில் இதே படம்தான் தனக்குள் ஓடுகிறது என்று ஆச்சரியமாக உணர்ந்தான். ஒரு

தனிக்கதை. அவனுக்கு மட்டுமேயான கதை. நன்கு பழகிய பாதையில் செல்லும் விலங்கைப் போல, ஆற்றின் ஒழுக்கோடு செல்லும் உடலைப் போல, எல்லாம் தன்னைத் தானாக நிறைவேற்றிக்கொண்டது.

அதன் பின்னால் ஒவ்வொரு நாள் இரவும் அந்தக் கதையை உள்ளே ஓட்டியே அந்த உணர்வுகளை அடைந்தான். அதை மெதுவாக்கி, வெட்டி, பகுத்து, ஒவ்வொரு காட்சியாக நிலைநிறுத்தி அவனால் அதைப் பார்க்க முடிந்தது. உணர்வுகளையும் அதற்கேற்றாற்போல் நீட்டிக்கொள்ள முடிந்தது. காலத்தை நிற்கச்செய்ய முடிந்தது. தீயாற்றில் ஓர் யுகத்துக்கு மிதந்தான். அம்மா ஓர் யுகத்துக்கு முகம் மறைத்து அழுதாள். அந்த இளைஞன் ஓர் யுகத்துக்கு மண்டையோட்டிடம் புலம்பினான். நீண்ட கூந்தல் ஆற்றில் விரிய அந்தப் பிச்சியும் ஓர் யுகத்துக்கு மிதந்துசென்றாள். அங்கேயே எல்லா பூரிப்புகளையும் அனுபவித்தான். எல்லா உச்சங்களும் நிகழ்ந்தன. அங்கே நின்றபடியே ஆழத்துலகுக்குச் சென்று கருமையில் கரைந்து மௌனத்தில் அமைந்து வலி மறந்து மீண்டு வந்தான்.

சிவப்புக்கண் அந்த அனுபவத்தின் பெயர் சொல்லும் குறியீடு மட்டுமே என்ற இடத்துக்கு வந்தது. சதுரங்கத்தில் ராஜாவைப்போல. அதைத் தொடுவதைவிடத் தொடும் கணம் நோக்கிச் செல்லும் கணங்களே அவனுக்கு முக்கியமென்றானது. அதுவரை செல்லும் தொலைவை நிர்ணயித்த காட்சிகள் அவனை நிறைத்து நிறைத்துத் தளும்ப வைத்தன. ஆகவே சில நாட்களுக்குப் புதிய கதைகளை அவனால் சரியாக உள்வாங்க முடியவில்லை.

ஆனால் வெகுவிரைவிலேயே அந்தக் காட்சிக்கோப்பு அவனைச் சலிப்படையச் செய்தது. அந்த உணர்ச்சி வேகம் நிகழாமல் போனது. பழைய வலி சலிப்பூட்டும் நமைச்சலுடன் திரும்ப வந்தது. வேறுவேறு கதைகளைத் துழாவி புதிய காட்சிகளைச் சமைத்தான். மலைப்பாம்புகளும் அருவிகளும் இடுங்கிய சந்துகளும் இருட்டறைகளும் தோன்றின. ஆனால்

அதுவும் வெகுவிரைவிலேயே சுவாரசியம் இழந்தது. வலி வந்தபோது ரத்தம் வாங்க வஞ்சத்துடன் காத்திருந்ததைப்போல் அதுவரை தவிர்த்த நாட்களுக்கும் சேர்த்து வட்டியுடன் பலி கேட்டது.

சிவப்புக்கண்ணை நேரடியாகத் தொட்டால் சரியாகும் என்று வார இறுதி வரை காத்திருந்து பார்த்தான். ஆனால் எந்த உணர்வும் அளிக்காத அந்தத் தொடுகையே அவனை எரிச்சல்படுத்தியது. சூடு தலைக்கேறியபோது மண்டைக்குள் கோபமாக வெடித்தது. அதுவரை அவன் அறியவே அறியாத ஆவேசம் அது.

அப்போது அவனுக்குப் பதினைந்து வயதிருக்கும். கேட்ட கதைகளிலிருந்து அந்த வயதில் அவனுக்கு மீசை இருக்க வேண்டும் என்ற பிரக்ஞை வந்திருந்தது. ஆனால் முகத்தில் அப்படி ஏதும் நிகழ்வதற்கான அறிகுறிகள் இல்லை. ஆகவே அவனே மையை வைத்து மூக்குக்கடியில் ஒரு சின்ன மீசையை வரைந்துகொண்டு வீட்டைச் சுற்றி வலம் வந்தான். அக்காக்கள் அதைக் கண்டதாகக் காட்டிக்கொள்ளவில்லை. ஆனால் வரைந்த அன்றே செய்தி மேல்மாடிக்குச் செல்லும் என்று அவனுக்குத் தெரியும். அக்கா மேலேறிச்செல்வதைப் பார்த்தபோது குப்பைத்தொட்டியை ஓசையெழப் போட்டு அடித்து நொறுக்கினான்.

சித்தப்பா அவன் மீசை வரைந்திருந்ததைப் பார்த்தார். ஆனால் அவரும் பார்த்ததாகக் காட்டிக்கொள்ளவில்லை. ஓரிரு வாரங்களுக்குப் பிறகு ஒருநாள் அவராக வந்தார். கௌதமன் கண்ணாடிச்சுவருடன் ஒடுங்கி அமர்ந்திருந்தான். யாரும் சுற்றி இல்லையே என்று பார்த்து அவனைத் தயக்கத்துடன் அணுகி, தோளிலும் தலையிலும் பாசமாகத் தடவினார். அவன் நிமிர்ந்து பார்த்தான். சற்றே அச்சத்துடன் புன்னகைத்தார். அருகே உட்காரலாமா என்று கேட்பதுபோல் தயங்கி நின்றார். அவர் சிவப்புக்கண்ணைப் பற்றித்தான் பேச வந்திருந்தார் என்று எப்படியோ உணர்ந்தான்.

அன்று கேட்டிருந்த கதைகளிலிருந்து காலையிலிருந்தே நமநமவென்று அடிவயிற்றில் வலி ஆரம்பித்திருந்தது. பழகிய

வழிகள் எவையும் ஒத்துழைக்கவில்லை. வலி ஏறிக்கொண்டே இருந்தது. அப்போது சித்தப்பா வந்தது கௌதமனுக்கு எரிச்சலாக இருந்தது. உதடுகளைப் பிரித்துப் பற்களைக் காட்டி முஷ்டிகளை இறுக்கிச் சீறுவதுபோல் ஒலி செய்தான். அவர் ஓரடி பின்னால் எடுத்து வைத்தார். கௌதமன், "ஏதாச்சும் பேசின, மூஞ்சிய பேத்துப்புடுவேன். தாயோளி" என்றான். அந்த வார்த்தைக்கு அர்த்தம் அவனுக்குத் தெரியாது. அவனுக்குச் சொல்லப்பட்ட ஏதோ கதையில் வரும். அதுவரை அவன் வாயில் வந்ததில்லை. ஆனால் சரியான நேரத்தில் விந்தையென வசனம்போல் பொருத்திக்கொண்டு வந்துவிட்டது.

சித்தப்பா முகம் சுருங்கிப் பின்வாங்கினார். அவரால் அதை நேரடியாக விளங்கிக்கொள்ள முடியவில்லை என்றாலும் கௌதமன் சொன்ன வார்த்தையின் வீரியம் புரிந்தது. முகத்தைப் பயத்தில் திருப்பிக்கொண்டார். பின் மீண்டும் ஏதோ தோன்ற திரும்பி அவனை நெருங்கி தோளில் கைவைத்து அவசரமாக, "அப்பா. உன் அப்பா. அதை அழுத்திக்கொண்டார்" என்று முணுமுணுத்தார். "அது கெட்டது. அங்கே போகாதே" என்றார்.

கௌதமன் கண் சுருங்க அவரைப் பார்த்தான். ஓரடி பின்னால் எடுத்து வைத்தான். பின் ஓடிச்சென்று தன் அறைக்கதைவைத் தாளிட்டு முழங்கால்களைக் கட்டிக்கொண்டு மூச்சுவாங்க அமர்ந்தான்.

அப்பாவா? அவனுக்கு அப்பா இருந்தாரா? அவன் நெஞ்சு அடித்துக்கொண்டது. சில நாட்களாகவே அவனை யறியாமல் அவனுள் மெல்லிய சுருளாகப் புகைபோல் கிளர்ந்து விட்டிருந்த கேள்வி. இப்போது சித்தப்பா அதற்கு வடிவம் கொடுத்துவிட்டிருந்தார். வலியேறுவதைப்போல் உணர்ந்தான். அது எழும் அலைக்காகக் காத்திருந்தான். ஆனால் வரவில்லை.

ஒரே நொடியில் கேள்விகள் ஒன்றன் பின் ஒன்றாகச் சரிந்து அவனைத் தாக்கின. தான் யார்? ஏன் தனக்கு அம்மா மட்டும் இருக்கிறாள்? அப்பா கிடையாதா? அப்பாவுக்கு என்ன ஆனது? இந்த அக்காக்கள் யார்? என் அக்காவா? சித்தப்பா வேறு மாதிரி இருக்கிறார். மீன் போல. ஏன் இங்கு

வேறு சிறுவர்கள் இல்லை? அப்படியென்றால் இவர்களுக்குக் குழந்தைகள் கிடையாதா?

பூமியில் பலகாலம் முன்னால் நடந்த பெரும்போருக்குப் பிறகு அவர்கள் அங்கு குடி வந்துவிட்டார்கள் என்று மட்டும் கௌதமனுக்குத் தெரியும். அக்கா அந்தக் கதையைச் சொல்லியிருக்கிறாள். ஆனால் பூமியில் இன்னும் மனிதர்கள் இருக்கிறார்கள் என்றும் சொல்லியிருக்கிறார்கள். அப்படியென்றால் ஏன் அவர்கள் மட்டும் இங்கு வந்தார்கள்? அப்படியென்றால் தான் யார்? தன் கதை என்ன? ஏன் தினந்தோறும் எல்லோரும் தனக்குக் கதை சொல்கிறார்கள்? ஏன் தனக்கு எப்போதும் வலித்துக்கொண்டே இருக்கிறது?

அப்போது திடீரென்று அந்த எண்ணத்தை ஒரு தெறிப்பாக அடைந்தான். அந்தச் சிவப்புக்கண். ஆம், அந்தச் சிவப்புக்கண்தான் விடை. ஏன், எப்படி, என்ன விடை என்று அவனால் சொல்ல முடியவில்லை. ஆனால் அதுதான் விடை. அதுதான் மந்திரம். அதுதான் திறவுகோல். அதை அடைந்துவிட்டால் எல்லாமே புரிந்துவிடும். அதை அழுத்திவிட்டால் எல்லாவற்றுக்கும் பதில் கிடைக்கும். மணி அடிக்கும். விளக்குகள் பற்றிக்கொண்டு எரியும். வாயில்கள் ஒன்றன்பின் ஒன்றாகத் திறக்கும். அதோ, அங்கே, கருவறையில்... ஆம், அதுதான். எல்லாமே புரிந்துவிடும். அப்படித்தான் இருக்க முடியும். கௌதமன் நினைத்தான், தன்னை இவ்வளவுநாள் ஆட்டிப்படைத்த அந்த உணர்வுகளுக்கெல்லாம் அது ஒன்றுதான் அர்த்தம் பொதிந்த பதிலாக இருக்க முடியும் என்று.

ஒருவேளை தன்னுடைய அப்பாவும் அதே வழியில் ஒழுகியவரா? அதே கேள்விகளுடன் அதே உண்மையை அறிய அதே எண்ணங்களை அடைந்து அதே சிவப்புக்கண்ணை அழுத்தினாரா? அதைத்தான் சித்தப்பா சொன்னாரா? அப்படியென்றால் சித்தப்பா அதைக் கெட்டது என்றது... ஆம் என்று கைகளை முறுக்கிக்கொண்டான் கௌதமன். சித்தப்பா எனக்கு அந்த உண்மை தெரிந்துவிடக் கூடாது என்று நினைக்கிறார். இல்லை, சித்தப்பாவாக இருக்க முடியாது.

அவர் பாவம். பிள்ளைப்பூச்சி. அவரை ஆட்டுவிப்பது அவள்தான். ஆம், அவளேதான். அவள்தான் நான் எதையும் தெரிந்துகொள்ளாமல் இப்படியே இருக்க வேண்டும் என்று நினைக்கிறாள்.

ஆனால் கௌதமனுக்குள் உள்ளூற பயம் இருந்தது. உண்மையிலேயே அதை அழுத்தினால் ஏதாவது ஆபத்து வந்து விட்டால்? சித்தப்பா கெட்டவர் அல்ல. அவர் தனக்கெதிராக ஏதும் செய்யக்கூடியவர் அல்ல. அந்தச் சிவப்புக்கண் இருந்ததையே அவர்தானே தனக்குக் காட்டிக்கொடுத்தார்? அப்படியென்றால் தான் உண்மையைக் கண்டுபிடிக்க வேண்டும் என்று அவரே நினைத்திருக்கலாம் இல்லையா? ஆனால் அது கெட்டது, ஆபத்து, அழுத்தாதே என்றும் சொன்னார். அது கெட்டது என்பதனால்தான் காட்டிக்கொடுத்தாரா? இல்லை அப்படிச் சொன்னால் கௌதமன் தானே அதை அழுத்தி உண்மையைக் கண்டடைந்துவிடுவான் என்று கணக்கு போட்டாரா? இதில் உண்மையிலேயே ஆபத்து இருக்கிறதா என்று எப்படிக் கண்டுபிடிப்பது?

கௌதமனுக்கு ஓர் யோசனை தோன்றியது. அக்காக்களின் அறைகளும் கீழ்த்தளத்தில் இருந்தன. அந்தப் பக்கம் அவன் அதிகமாகச் செல்லமாட்டான். ஆனால் அன்றிரவு அவர்கள் கீழ்த்தளத்துக்கு இறங்கிச் சென்றதும் சத்தம் அடங்குவதுவரை காத்திருந்து அவர்களைப் பின்தொடர்ந்தான். காலடிகளை மெல்ல மெல்ல வைத்து ஓசையில்லாமல் படியில் இறங்கிச் சென்றான். அவர்கள் மூவரும் ஒரே அறையில்தான் படுப்பார்கள். அறைக்கதவுக்கு மேல் சற்றே உயரத்தில் சின்ன ஜன்னல், அது வழியாக ஒளி கசிந்தது. கௌதமனால் சற்று எம்பினால் உள்ளே நோக்க முடிந்தது. கண்ணாடிக்கப்பால் மெல்லிய திரை வழியாக உள்ளே காட்சி தெரிந்தது. அவர்கள் தன்னைப் பார்த்துவிடக் கூடாது என்று கவனமாக இருந்தான். ஒளி அவனுக்கு நேராக இருந்ததால் நிழல் விழவில்லை.

அவர்களும் ஜன்னலுக்கு அப்பால் அறையின் ஓரமாகக் கூடி நின்று ஒருவர் மற்றொருவரின் ஆடைகளைத் திருகிக்

களைந்துகொண்டிருந்தார்கள். உலோகப் பட்டைகளை ஒவ்வொன்றாக உருவி அடுக்கிச் சோம்பல் முறித்து உடல் இளகினார்கள். சிரித்துப் பேசிக்கொண்டிருந்தார்கள். உள்ளே அடித்துக்கொள்ள கௌதமன் ஏனென்று புரியாமல் கண்களைத் திருப்பிக்கொண்டான். அவர்கள் கால்களையே பார்த்தான். அவர்களுக்கும் சிவப்புக்கண் இருந்ததா என்று எப்படியாவது உற்றுநோக்கிப் பார்த்துத் தெரிந்துகொள்ள வேண்டும் என்றுதான் வந்திருந்தான். இருந்தால் அன்றே ஒருவரைப் பிடித்து அதை அழுத்திப் பார்த்துவிட வேண்டும் என்ற எண்ணமும் அவனுக்குள் எங்கோ ஓரத்தில் கிளைவிட்டிருந்தது. அதை அவன் தன்னிடம்கூட ஒப்புக்கொள்ளவில்லை.

அவனால் அங்கு அதற்குமேல் நிற்க முடியவில்லை. வலி தொடங்கியது. இதுவரை உணராத மாதிரியான வேறொரு வலி. வலியென்றுகூடச் சொல்ல முடியாது. ஏக்கம். தவிப்பு. அழுகைவராத சோகம். அங்கிருந்து கிளம்பிவிடு, கிளம்பிவிடு என்று உசுப்பிக்கொண்டே இருந்தது. துக்கமாக வந்தது. அவன் அவர்களைப் பார்த்துக்கொண்டிருக்கிறான் என்று தெரியாமல் அவர்கள் தங்களுக்குள் பேசிக்கொண்டிருப்பதைப் பார்க்கப் பார்க்க அவனுக்கு அவர்கள்மேல் பெரிய பரிதாபம் எழுந்தது. தன்னைத் தவிர வேறு யாராவது அங்கு நின்று அப்படிப் பார்ப்பதைத் தான் கண்டிருந்தால் அவனை வெறும் கைகளாலேயே அடித்துக் கொன்றிருப்பேன் அல்லவா என்று நினைத்தான். பற்களைக் கடித்துக்கொண்டான். குமட்டலைப்போல் உள்ளே எழுந்தது. அவனால் அதன்பிறகு அவர்களைப் பார்க்க முடியவில்லை. ஒரு கட்டத்தில் வந்த வழியிலேயே திரும்ப ஓசையில்லாமல் சென்றான். தலை தொங்க நடந்தான்.

அன்றிரவு வெகுநேரம் அவன் புரண்டுகொண்டே இருந்தான். அவனை அந்த அனுபவத்தில் மிகவும் சலனமடையச் செய்த விஷயம் அவன் அன்று கண்ட அக்காக்களின் உடல்களுக்கும் தன் உடலுக்கும் எந்த வித்தியாசமும் இல்லை என்பது. ஏதோ வித்தியாசத்தை எதிர்பார்த்துத்தான் அவன்

சென்றான். ஆனால் அவன் நினைவு துல்லியமாகச் சொன்னது. எந்த வேறுபாடும் இல்லை. ஆனாலும் அவர்கள் அக்காக்கள், அவர்களைச் சென்று அப்படிப் பார்த்திருக்கக்கூடாது என்று அவன் உள்ளம் புரண்டது.

அப்படியென்றால் அவர்களுக்கும் தனக்கும் வேறுபாடு இருந்தது எங்கே? முகத்தில். முகத்தின் உருவத்தில்கூட அல்ல. அதன் தசையமைப்பில். விரிந்து சுருங்கிய விதத்தில். குரலில். ஒருவேளை நடையில். ஆனால் ஆடைக்குள்ளே உடலில் எந்த வேறுபாடும் இல்லை. ஒருவேளை அவர்களுடைய கால்களை அகற்றி நோக்கினால் அங்கும் அவர்களுக்கு தனக்கிருப்பதைப் போலவே ஒரு சிவப்புக்கண் இருக்கலாம். அது அவர்களுக்கும் ஆபத்தானதாக இருக்கலாம். தெரியாமலேயே சிரித்து மகிழ்ந்து வாழ்கிறார்கள். ஆம், அவனுக்கும் அவர்களுக்கும் அவ்வளவுதான் வித்தியாசம்.

அந்த உணர்வு அவனுக்குப் பெரிய ஆச்சரியமாக இருந்தது. அவனும் அவர்களும் ஒன்று. வெவ்வேறல்ல. அப்படியென்றால் அவர்களை மட்டும் ஏன் அக்காவென்று சொல்லவேண்டும்? அவர்களுக்கு மீசை முளைக்கவில்லை என்பதனாலா? அப்படிப் பார்த்தால் தனக்கும்தான் முளைக்கவில்லை.

ஆனால் சித்தப்பா? சித்தப்பாவுக்கு உடலில் திருகாணிகள் கிடையாது. அம்மாவைப் போன்ற குழையும் உடல். அப்படியென்றால் சித்தப்பாவும் அம்மாவும் ஒன்றா? சித்தப்பா அம்மாவைப் போன்றவரா? அவர் உடலும் அம்மாவுடையதைப் போன்றே இருக்குமா? அம்மாவுக்கும் சிவப்புக்கண் உண்டா? அவளாலும் அதை அழுத்திக்கொள்ள முடியுமா?

அடுத்த சில நாட்களில் கௌதமனுக்குள் ஒரு கூர்மையான மாற்றம் நிகழ்ந்தது. அவனும் அதை உணர்ந்தான். ஆனால் ஏதென்று அவனால் சொல்ல முடியவில்லை.

அவன் உள்ளேயும் வெளியேயும் அமைதியானான். ஓரக் கண்ணால் சித்தப்பாவையே கவனித்தான். அவர் நடத்தையை,

அவர் பேச்சை, அவர் உடல் நெளிவை, அவர் மீன் வாயை, அவர் கைகளில் புசுபுசுவென்று முளைத்திருந்த முடியை முதல் முறையாகச் சரிவர கண்டான். மொத்தமும் நரைத்து வெள்ளையாகியிருந்தது. மெலிந்த கைகள். மெலிந்த உதடுகள். மெலிந்த வெண்ணிற புருவங்கள். பாவம்போல இருந்த மனிதர். அவரிடம் திடமென்று எதுவுமே இல்லையா? கௌதமனுக்கு அவரைப் பார்க்கப் பார்க்க அருவருப்பாக இருந்தது. அவர் கௌதமனின் பார்வையின் வெறுப்பை உணர்ந்தவராக அவன் கண்ணுக்குள் முடிந்தவரை படாமல் விலகிச்சென்றார்.

அன்று மதியம் அக்காக்கள் கீழே சென்றுவிட்டார்கள். கௌதமனும் சித்தப்பாவும் மட்டும் மேல்தளத்தில் இருந்தார்கள். அவன் கண்ணாடிச் சுவருக்கருகே மந்தமாகக் காலாட்டிக்கொண்டு படுத்தபடி வெளியே பூமியின் பிளவைப் பார்த்துக்கொண்டிருந்தான். உற்று நோக்கினால் அதிலிருந்து வழிவது தங்க பஸ்பத்தைப் போல் தோன்றுகிறதல்லவா என்று நினைத்துக்கொண்டான். தங்கக்குழம்பு. அதில் தன் முகத்தைப் பார்த்துக்கொள்ளலாம். கைகால்களில் பூசிக்கொள்ளலாம். களிமண்ணைப் போல் பிசைந்து தங்க பொம்மைகளைச் செய்யலாம். சின்னப்பையன்களின் முகத்தில் மட்டுமே தோன்றும் தூரங்களைக் கடந்து வரும் சிரிப்பு அவன் முகத்தை ஒரு கணம் ஒளிரச் செய்தது. ஆனால் அடுத்த கணமே அது மேகம்மூடி அணைத்துவிட்டாற்போல் மறைந்தது. வேறேதோ எண்ணம் அதன் இடத்தை எடுத்துக்கொண்டது. அவன் முகம் கடுமையானது.

சித்தப்பா அங்கு இருந்ததை அவனில் ஒன்று ஓரக்கண்ணால் கண்காணித்துக்கொண்டிருந்தது. அவர் அவனைப் பார்ப்பதைத் தவிர்த்து அறையின் மறு எல்லையில் தலை திருப்பி, உடலை ஒடுக்கிக்கொண்டு அமர்ந்திருந்தார். நேரம் போகப்போகக் கௌதமனின் தலை மெல்ல மெல்லப் பகல்வெயில் ஏறுவதைப் போல் சித்தப்பாவின் பக்கம் மொத்தமாகத் திரும்பியது. ஒரு கட்டத்தில் அவரை நேரடியாகவே வெறுப்போடு முறைத்துப் பார்த்துக்கொண்டிருந்தான்.

திடீரென்று கௌதமன் ஒரு முடிவுக்கு வந்தவன்போல் எழுந்தான். நீளமான எட்டுகளை எடுத்து வைத்து அவர் முன்னால் சென்று நின்றான். தரையில் கால் மடித்து அமர்ந்தவர்மீது அவனுடைய நீண்ட நிழல் விழுந்தது. சித்தப்பா அனிச்சையாக முகத்தை மறைத்துக்கொண்டார். அவனுடைய பெரிய உருவமும் முறுக்கிய கைகளும் அவரை அச்சுறுத்தியது.

"ஏய் சித்தப்பா" என்றான். அவர் ஒன்றும் சொல்லாமல் விசும்பினார். "எங்கப்பாவுக்கு என்ன ஆச்சு? சொல்லப்போறியா இல்ல பல்லுகில்லெல்லாம் பேத்துறவா?" சித்தப்பா ஒன்றும் சொல்லாமல் உடலை நன்றாக ஒடுக்கிக்கொண்டு அழத் தொடங்கினார். கௌதமனின் உள்ளே வலி சுர்ரென்று முறுக்கி அவிழ்ந்து மேலெழுந்தது. குரல்வளை நடுங்கியது. வெறியில் கை ஓங்கினான். "ஏய்! விளையாடுறியா? என்னடா ஆச்சு எங்க அப்பாவுக்கு? சொல்லுடா! எங்கடா என் அப்பன்? எல்லாரும் சேர்ந்து அவர என்னடா பண்ணினிங்க? சொல்லுடா! அந்த இவதான் எல்லாத்துக்கும் காரணமா? அந்த... அந்த..." வாயை கூம்பி இருமுறை துப்பினான். காறி வராதபோது வெறிகொண்ட விலங்கைப்போல் அறையைச் சுற்றி வந்தான். மீண்டும் சித்தப்பாவை அடைந்து அவரை ஓங்கி அறைந்தான். "அந்தச் சிவப்பு வட்டத்த எனக்கு எதுக்கு காட்டிக்கொடுத்த? என்ன கொழப்பிவிட்டு இரண்டுபேரும் சேர்ந்து கைகொட்டி சிரிச்சு கும்மாளமடிக்கவா? நாறப்பயகளா..." கௌதமன் தன்னை அறியாமலேயே அவரைப் பிடித்துச் சாற்றிக்கொண்டிருந்தான். ஓங்கிய அடிகள். சித்தப்பா குரலே எழாமல் அடிபட்ட நாய்க் குட்டிபோல் முனகினார்.

அவர் சுத்தமாக எதிர்ப்பே காட்டாமல் இருந்தது அவன் வெறுப்பை இன்னும் திருகியது. சட்டென்று அவர் உடலைச் சுற்றிக் கட்டியிருந்த ஒற்றைத் துணியாலான வெள்ளை அங்கியைப் பிடித்து இழுவலாக இழுத்தான். அது கிழிந்து உடலிலிருந்து பிரிந்தது. உள்ளே ஒடுங்கிய மார்பு. மெலிந்த கால்கள். சிவப்பு நிற உள்ளாடை. கௌதமன் அவர் கால்களையும் தொடைகளையும் ஆவேசமாகப் பிடித்து இழுத்து தேடித்

தடவ அவர் திமிறி உதைத்தார். அவர் உடலில் திருகாணிகளே இல்லை என்று அதற்குள் அவன் புரிந்துகொண்டான். வெறிகொண்டு “அவுரு... அவுரு அத...” என்று அவருடைய உள்ளாடையைப் பிடித்து இழுத்தான். இடுப்பின் வளைவில் சிக்கிச் சுருண்டு கீழிறங்க அவர் கால்களைப் பலவந்தமாகப் பிடித்து அகற்றினான். அவருடைய உடலை அவன் முதலில் கவனிக்கவேயில்லை. காலுக்கிடையே சிவப்புக்கண் இருந்ததா என்று ஆவேசமாகத் தேடித் துழாவினான். பின் அப்படியேதும் இல்லை என்று அறிந்தபோதுதான் அவர் உடலைக் கண்டு கொண்டான். நிராதரவாக, மீட்பின்றி, இருள்பந்தென சுருண்டு விசும்பிக்கொண்டிருந்தது அது.

அவர் தன் உடலை மறைத்துக்கொள்ளவோ எழுந்து அமரவோ எந்த முயற்சியும் எடுக்காதவராக அப்படியே சுருண்டு படுத்து அழுதார். கௌதமன் அவரைப் பொருளில் லாமல் பார்த்துக்கொண்டிருந்தான். அவரை என்ன செய்துவிட்டிருந்தோம் என்று மெல்ல மெல்ல அப்போதுதான் அவனுக்குப் புரியத் தொடங்கியது. இருந்தாலும் அவனால் அவருடைய இடுப்பிலிருந்து தன் பார்வையை விலக்கிக்கொள்ள முடியவில்லை. உடலைப் பார்க்கும் பார்வை அது. அவர் வேறொருவர், அவர் வேறொருவர் என்ற எண்ணம் அவனுக்குள் பாறைமீது நுரைக்கும் அலை என்று அறைந்துகொண்டிருந்தது. அப்படியென்றால் தானும் வேறொருவன்.

ஒரு தூணை உடைத்து ஒரே போடாக அவர் இடுப்பைப் போட்டு உடைத்துவிட வேண்டும் என்ற எண்ணம் வலிச்சுருள் போல் மேலேறி மண்டையை அடைந்து தெறித்தது. இவ்வளவு செய்த பின் அவன் நியாயமெனச் செய்யக்கூடிய ஒரே செயல் அதுதான். அந்த எண்ணத்தைச் சிதறடிக்க மண்டையை ஆவேசமாக ஆட்டினான். இல்லை, இல்லை, இது வேண்டாம், எனக்கிது வேண்டாம் என்று திமிறி உள்ளாழத்தில் கதறினான். அனிச்சையாக மன்றாடுவதுபோல் கைகளை உயர்த்தினான். தலைக்கு மேல் செவ்வொளி கூசியது. அப்போது, ஆழத்திலிருந்து எழுவதுபோல், மணி நலுங்கும் ஒலி கேட்டது. சட்டென்று

தன்மேல் ஒரு பார்வையை உணர்ந்து தலையைத் தூக்கினான். அம்மா படிகளில் நின்று அவனைப் பார்த்துக்கொண்டிருந்தாள்.

அவள் அந்த அலங்கோலக் காட்சியை ஒன்றுமே சொல்லாமல் உதடுகள் சற்றே விரிந்தபடி நோக்கிக்கொண்டே இருந்தாள். கௌதமனின் தலை தொங்கியது. உள்ளே அலறல் நின்றபாடில்லை. அதையும் மீறி கௌதமன் அவள் பார்வையைத் தன் புறங்கழுத்தில் உணர்ந்தான். சட்டென்று அவளை நிமிர்ந்து பார்த்தான். அவர்கள் கண்கள் சந்தித்தன. “அந்த சிவப்புக்கண்ணப் பத்தி எனக்குத் தெரியும். நானும் அத அழுத்தப்போறேன்” என்று தாடையைத் தூக்கித் திமிராக உச்சரித்தான். அதைச் சொல்லும்போதே அவன் குரல் கம்மியது. நடுங்கியது. உடனே முகத்தைத் திருப்பிக்கொண்டான்.

அம்மா ஒன்றும் சொல்லாமல் ஒவ்வொரு படியாக இறங்கி வந்தாள். சித்தப்பாவின் அருகே சென்று கால் மடித்துத் தரையில் அமர்ந்தாள். கௌதமன் எதிரே கால் நீட்டி அமர்ந்து வெறித்துப் பார்க்க அவரை அவன் அறியாத மொழியில், கூழாங்கற்களில் நீர் என ஒழுகிய குரலில், மெல்ல மெல்லப் பேசித் தேற்றினாள். சித்தப்பா முதலில் அவளை அறியாததுபோல் தொலைந்துபோன பார்வையால் அவளைப் பார்த்தார். பின் ஒரே நொடியில் என்ன புரிந்ததோ, அவள் கைகளைப் பற்றிக்கொண்டு ஓலமாக அழுதார். மிருகத்தைப் போன்ற அழுகை. கௌதமன் எந்த மிருகத்தையும் பார்த்ததில்லை. கதையில் கேட்டதோடு சரி. ஆனால் அவருடைய அழுகை அடிப்பட்ட மிருகத்தின் குரல் என்று அவன் உள்ளாழத்தில் அறிந்தான். ஆம், அவர் வேறொருவர். ஆனால் நிஜமாகவே அப்படியா? தனக்கு வலி வரும்போதும் தானும் அதே போலத்தான் அழுவான். இப்போதும்கூட. எல்லாமே மறைந்து ஒளியில் கரைந்துவிட்ட தூய விலங்கின் அழுகை. கௌதமன் தலையாட்டினான். ஆம், நானும் ஒரு மிருகம். இச்செயலை ஒரு மிருகமன்றி எதுவும் செய்யாது. சித்தப்பாவும் மிருகம். தானும் மிருகம். அம்மா? அவளும் மிருகம்தானா? குழப்பமாகக் கண்களைத் தூக்கினான்.

அம்மா அவரைத் தன் நெஞ்சோடு சேர்த்துக்கொண்டு தலையையும் தோளையும் அணைத்துக்கொண்டு அவர் கண்ணீரைத் தன் கரத்தால் அழுத்தித் துடைத்தாள். அவர் நரைவிழுந்த தலையை மெல்லத் தடவினாள். அம்மாவின் கூந்தல் இப்போதும் நீளமாகவும் கருப்பாகவும் இருந்தது. இளகிய பின்னலாக இடுப்பைத் தாண்டி கனமாகத் தொங்கியது. அவள் சித்தப்பாவின் கண்ணீரைத் துடைத்தபோது அவளுடைய கூந்தல் கழுத்தைச் சுற்றி முன்னால் விழுந்து அவர் தோளில் அமைந்தது. சித்தப்பா விழிப்புகொண்டவர்போல் அம்மாவின் கண்களை ஏறெடுத்துப் பார்த்தார். அவள் கண்களில் அவர் எதைப் பார்த்தார் என்று கௌதமன் பார்க்கவில்லை. ஆனால் குழந்தையென்று அவளை அணைத்து அவர் மீண்டும் அழத் தொடங்கினார்.

அம்மா கௌதமன் இழுத்துப்போட்டிருந்த துணியை எடுத்து அவர் இடையைச் சுற்றிக் கட்டினார். அவர் அழுது முடித்து மூச்சு சீராகி அடங்கும் வரை அப்படியே உட்கார்ந்திருந்தாள். அவர் தூங்கிவிட்டிருக்க வேண்டும். "வா, பிடி" என்றாள். அவள் குரலில் இருந்த அமைதியான அதிகாரத்துக்கு கௌதமன் தன்னை அறியாமலேயே கட்டுப்பட்டான். எழுந்து அவர் கால்களைத் தொட்டுப் பிடித்துத் தூக்கினான். இருவரும் அவரைக் கொண்டுசென்று கண்ணாடிச்சுவர் அருகே இருக்கையில் கிடத்தினார்கள். அவர் விசும்பிப் புரண்டு படுத்தார். முட்டிகளைத் தாடையுடன் சேர்த்து சுருண்டுகொண்டார். அவருடைய ஆடை சற்றே விலக அம்மா அதைச் சீரமைத்தாள். ஒரு போர்வையை விரித்துக் கழுத்துவரை போர்த்திவிட்டாள். போர்வை விலகாமலிருக்கும்படி அதன் விளிம்பை இரு பக்கமும் அவர் உடலுக்கடியிலும் உள்ளங்காலுக்கடியிலும் செருகிவிட்டாள். அவர் தூக்கத்திலேயே அனிச்சையாகக் கட்டைவிரலை வாயிலிட்டுச் சப்பத் தொடங்கினார். அப்பால் கண்ணாடிச்சுவருக்கு வெளியே பூமி பெரிய அரைவட்டமாகக் கனவு காண்பதுபோல் இருளாழத்தின் புனலில் நீலாம்பலெனப் பூத்துநின்றது. மலரின் இதயமென அதன் மையத்தில் திறந்த குழி வண்டுவரியோடி பொன்பூத்துக் கண் திறந்திருந்தது.

"என்னுடன் வா" என்று அம்மா மேலேறினாள்.

கௌதமன் பதில் பேசாமல் தலைகுனிந்து உதட்டைச் சுழித்தபடி கீழேயே நின்றான். கைகளைப் பின்னால் கட்டிக்கொண்டு வலது காலை மெலிதாக ஆட்டினான். அவன் கண்களில் நீர் நிறைந்து தளும்பிக்கொண்டிருந்தது. அதை வெளிக்காட்ட விரும்பவில்லை. ஆனால் குனிந்த தலையிலிருந்து கண்ணீர் சொட்டுச்சொட்டாகக் கீழே விழுந்தது.

அம்மா இறங்கி வந்தாள். அவன் தோளில் கைவைத்து, வா என்று மறுபடியும் சொன்னாள். அது ஆணை அல்ல. அழைப்பு. அவள் குரல் கனிவாக இருந்தது. அது அன்று கதை சொன்ன குரல் அல்லவா என்று கௌதமன் உணர்ந்ததும் அவனுக்குள் ஏதோ துடித்தது.

கௌதமன் அவளைப் பின்தொடர்ந்து மேலே ஏறினான். மாடித்தளத்தில் இடதுபக்கம் திரும்பி ஓர் அறைக்குள் அம்மா சென்றாள். கௌதமன் தன் கொந்தளிப்பையும் மீறி மெல்லிய ஆர்வத்தில் அந்த இடத்தைச் சுற்றிப் பார்த்தான். அவன் அங்கு வருவது அதுதான் முதல்முறை. அதுவரை அங்கு செல்ல அவனுக்கு அனுமதி இருந்ததில்லை. அது அரைவட்ட வடிவிலான பெரிய அறை. சுற்றிக் கண்ணாடிச்சுவர். ஒரு பக்கம் பூமியின் பெரும்வளைவு. வைர மோதிரத்தைப் போல் ஓர் ஓரத்தில் சூரியனின் ஒளியைப் பொன்னாகப் பிரதிபலித்தது. மற்றபடி கண் நோக்கும் தூரம் வரை இருள். வெட்டவெளியின் கருமை. முடிவில்லாமை.

அறையின் நடுவே சின்னச்சின்ன கருவிகள் சிதறிப் பரப்பிக்கிடந்த ஒரு மேசை இருந்தது. அதை ஒட்டி ஒரு நாற்காலி. ஒரு ஓரமாக ஒற்றைக் கட்டில். அதன் அருகே கூரையிலிருந்து சின்னக்கூண்டுகள் சில தொங்கின. எல்லாமே காலியாக இருந்தன. அவற்றைத் தவிர அறை பெரும்பாலும் ஒழிந்து கிடந்தது. கௌதமன் மறுபடியும் சுற்றி நோக்கினான். அவர்கள் உள்நுழைந்த கதவுக்கு அருகே ஒரு பலகை இருந்ததை அப்போதுதான் அவன் பார்த்தான். அருகே சென்று உற்று

நோக்கினான். அவனுடைய முகங்கள் அதிலிருந்து அவனை நோக்கின. எல்லாமே அவன் படங்கள். சிறுவனாக இருந்தது முதல் எல்லா வயதிலும் அவன் பார்க்காதபோது எடுக்கப்பட்ட படங்கள்.

கௌதமன் அம்மாவின் பக்கம் திரும்பினான். "என்ன வேவு பார்க்கும்போது எடுத்தீங்களா?" என்று மெதுவாகக் கேட்டான்.

அம்மாவின் முகத்தில் ஒரு நரம்பு துடித்ததுபோல் இருந்தது. ஆனால் சலனம் மறவில்லை. "அதெல்லாம் தனியா இருக்கு. ஆவணங்கள், படங்கள், காணொலிகள், அளவீடுகள், குறிப்புகள்... எல்லாம் ஆய்வுக்கூடத்துல இருக்கு. வேணும்னா பாக்கறியா?" என்று திடமான குரலில் சொன்னார். உள்ளங்கழுத்தில் ஒரு பந்து ஏறி இறங்கியது. "இதெல்லாம் என் மகன் நினைவா எனக்காக மட்டும்னு வெச்சிருக்குறது" என்றாள்.

அவள் குரலில் திடம் மாறவில்லை என்று கவனித்த கௌதமன் அம்மாவை முதல்முறை பார்ப்பதுபோல் நிமிர்ந்து பார்த்தான். தரைவரை நீண்ட பச்சைநிற அங்கிக்கடியில் சிறிய பாதத்தின் பெருவிரல் மட்டும் நில்லாமல் தரையில் மெல்லிய தாளமாகத் தட்டிக்கொண்டிருந்தது. அந்த ஒற்றை அசைவு மட்டுமே அவளுடைய மனத்தை வெளிக்காட்டியது.

அம்மா கௌதமனின் அளவுக்கே உயரமாக இருந்தார். அங்கியின் தளர்வான கைகள் அவருடைய மிகச்சிறிய மணிக்கட்டுகள் வரை நீண்டு தொங்கின; உள்ளங்கைகளையும் நீண்ட விரல்களையும் ஒன்றுடன் ஒன்று பிணைத்து வைத்திருந்தார். அவள் சற்றே அசைந்தபோது இடுப்பில் அங்கியைச் சுற்றி இறுக்கியிருந்த கயிற்றின் முனையில் தொங்கிய உலோகக்கட்டு அசைந்து மெல்லிதாக மணியோசை எழுப்பியது. கௌதமனுக்குள் அந்த ஓசை ஒரு விழியைத் திறந்தது. ஆம், இவள் அம்மா. தூரத்து மணியோசையின் கனவு சூழ வருபவள்தான் அம்மா.

அங்கிக்குள்ளிலிருந்து அம்மாவின் கழுத்து தண்டுபோல் எழுந்தது. முனையில் பூத்த தாமரை முகம். அம்மாவுக்கும் கௌதமனுக்கும் ஒரே முகம். கோள் போல வட்டமானது. கை விரித்துக் கண்கள் வழியே உள்ளத்தின் உள்ளே வா என்று வரவேற்கும் வளைந்த புருவங்கள். பாதி சிரித்து மறந்துவிட்டதுபோல இருந்தன கண்களும் உதடுகளும். அவள் ஆடையசைவில்தான் அவள் உடலின் இருப்பு வெளிப்பட்டது. அலையலையாகச் சுருண்ட முடி கொண்ட நீளமான கூந்தல் நெற்றியைச் சுற்றி அடர்ந்து பின்னால் சரிந்து இளகிய பின்னலாக இடையைத் தாண்டி தொங்கியது.

அம்மாவின் கழுத்திலும் முகத்திலும் கரங்களிலும் பாதங்களிலும் மட்டுமே அவளுடைய சருமம் வெளித்தெரிந்தது. தேனின் நிறம். தோல் சுருங்கத் தொடங்கியிருந்தது. சித்தப்பாவைப்போல்...

"வா, என் ஆய்வுக்கூடத்தை காட்டுறேன்" என்று அம்மா பாதி திரும்ப இடுப்பில் மணிச்சரம் மீண்டும் ஓசையெழுப்பியது. கௌதமன் கையைத் தூக்கித் தடுத்து "வேண்டாம்" என்றான். அவன் குரலுக்குள் எப்போது அவ்வளவு தீர்மானம் நுழைந்தது என்று வியந்தான்.

அம்மா பெருமூச்சுவிட்டாள். மெல்லத் தன் நாற்காலியில் சென்று அமர்ந்தாள். கௌதமன் தன் எடையை மறுகாலில் மாற்றி தலைதிருப்பி நின்றான். அம்மா கௌதமன் பக்கமாக என்ன செய்கிறாய் என்று ஒற்றைப் புருவத்தைத் தூக்கி "உட்கார்!" என்று மெலிதாகச் சொன்னாள். முன்னால் கைகாட்டினாள். அந்த அறையில் அவளுடைய படுக்கையைத் தவிர உட்கார வேறு இருக்கைகள் இல்லை. கௌதமன் தயங்கிக்கொண்டே சென்று விளிம்பில் தொற்றி அமர்ந்தான். "உனக்குள்ள நிறைய கேள்விகளிருக்கும் என்று எனக்குத் தெரியும்" என்று மென்குரல் மாறாமல் தன்னிடம் சொல்லிக்கொள்வதுபோலச் சொன்னாள். "என்ன கேள்வியிருந்தாலும் கேள். அம்மாவால் முடிந்த வரை பதில் சொல்கிறேன்" அவளுக்குப் பின்னால் கண்ணாடிச்சுவருக்கு அப்பால் பேரிருப்பாக வளைந்திருந்தது பூமி. நீலமும் பொன்னுமாக ஒரு பசு.

கௌதமன் ஒன்றும் பேசாமல் தன் கைகளையே நோக்கிக்கொண்டிருந்தான். மௌனத்தைக் கடத்த, “உனக்கு இப்பல்லாம் நிறைய கோபம் வருகிறதாமே?” என்றாள் அம்மா. கௌதமன் அதற்கும் ஒன்றும் சொல்லாமல் அப்படியே தலை குனிந்து உட்கார்ந்திருந்தான். “அதான் இன்றைக்கு பார்த்தேனே?” என்று மெல்லத் தொடர்ந்தாள். அந்தக் கேள்வியில் குத்தல் இல்லை. மகனின் குறும்புகளை ரகசியமாக ரசிக்கும் அம்மாவின் குரல் அது. தான் சித்தப்பாவுக்கு இழைத்தது எவ்வளவு பெரிய கீழ்மை என்று உள்ளாழத்தில் கௌதமன் நிலைகுலைந்து போயிருந்தான். அம்மாவின் தொனி அவனை ஏனென்றறியாமல் கூசச்செய்தது.

ஆனால் அது அவ்வளவு எளிமையான விஷயம் அல்ல. அதில் இன்னொன்றும் இருந்தது. பொறி. “மீசையெல்லாம் வெச்சுருக்க?” என்று அடுத்து கேட்டார். அப்போது குரல் புன்னகையாக மாறியது.

“ஆமா, இப்ப அதுக்கு என்ன? நீங்க எல்லாரும் என்கிட்ட என்னத்த மறைக்கறீங்க? நான் யாரு? எங்கப்பாவுக்கு என்ன ஆச்சு? அதக்கேட்கத்தான் நான் வந்தேன். நான் வேறெதுக்கும் வரல. சும்மா இந்த பசப்புற வேலையெல்லாம் எங்கிட்ட வெச்சுக்காத. நான் குழந்தை இல்ல” என்று பொறிந்துதள்ள வேண்டும் என்றுதான் கௌதமனுக்குத் தோன்றியது. ஆனால் ஏதோ ஒன்று அவனைக் கட்டிப்போட்டது.

ஒரு நொடி தலைதூக்கி அம்மாவின் பார்வை தன்னையே முழுவதும் உள்வாங்கியபடி நோக்கிக்கொண்டிருப்பதைப் பார்த்தான். கனிவும் சோகமும் அவனால் விளங்கிக்கொள்ளவே முடியாத ஆழத்துக்குச் செல்லும் பேரன்பும் நிறைந்திருந்த பார்வை. கௌதமனின் கண்களில் நீர் நிறைய பார்வையை விலக்கிக்கொண்டான். இத்தனை அன்பு வைத்திருக்கிறாளா இவள்? அத்தனையும் தன் ஒருவனுக்கு மட்டுமேதான் என்பது போலல்லவா பார்க்கிறாள். பின் ஏன் இவள் இப்படித் தன்னுடன் எலியுடன் பூனை விளையாடுவதுபோல் விளையாடுகிறாள்? அவனுக்கு ஒன்றுமே புரியவில்லை. தொண்டையைக் கனைத்து ஒன்றும் சொல்லாமல் இருந்தான்.

"கண்ணா, ஏம்பா உன் சித்தப்பாவோட துணிய பிடிச்சு இழுத்த?" என்றாள். இம்முறை குரல் மாறியிருந்தது. நேரடியாக, சோகமாகக் கேட்டாள். அவனுக்கு மூச்சு இறுக்கியது. கட்டிலின் விளிம்பைக் கைகளால் இறுக்கி வலியில் துடித்துக்கொண்டிருந்த கண்களைத் தூக்கினான். "சொல்லு. நீ நல்ல பையன்தானே? ஏன் அப்படி செஞ்ச?" என்றாள். அதற்கும் அவன் ஒன்றுமே சொல்லாதபோது, "இங்க பாரு. உனக்கு என்ன தெரிஞ்சுக்கணுமோ கேட்டுக்கலாம். அம்மா இனிமே எதையும் மறைக்குறதா இல்ல. சரியா? நீ வளந்துட்டிருந்தன்னு எனக்குத் தெரியும், ஆனா இவ்வளவு சீக்கிரம் இவ்வளவு வளந்துருப்பேன்னு எதிர்பார்க்கல" என்றாள். அந்தச் சொற்களைத் தானே சொல்லி கேட்டுக்கொண்டபோது சட்டென்று ஏதோ உள்ளூரப் புரிந்து தெளிவடைந்ததுபோல் புன்னகைத்தாள்.

அவள் குரலில் இருந்த மெல்லிய வற்புறுத்தல் கௌதமனை எரிச்சல்படுத்தியது. தலையை வெடுக்கென்று நிமிர்த்தி, "என்ன பிடிச்சு பிடிச்சு இழுக்காத. வேணும்னா நானே பேச மாட்டேனா? சும்மா சும்மா வந்து ஏன் இதப்பண்ண ஏன் அதப்பண்ணன்னா என்ன அர்த்தம்? அதான் இவ்வளவு வேவு பாக்குறல்ல? உனக்கே தெரியாது? ஏன் அவரோட துணிய பிடிச்சு இழுத்தேன்னு?" அவன் மூச்சிரைத்தான். "பின்ன? இவ்வளவு நாளா என்ன ஒரு முறை வந்து பாத்திருப்பியா? ஒரு நாள் கண்ணா வலிக்குதாப்பான்னு வந்து கேட்டிருப்பியா? சித்தப்பாவுக்கு ஒண்ணுனா மட்டும் உடனே இறங்கி வந்து மடியில தூக்கி வெச்சு கொஞ்சற. இவ்வளவு நாள் எதையும் சொல்லாம என்ன மறைஞ்சு வேவு பாத்து... இன்னிக்கி எல்லாத்தையும் சொல்லிட்டா உனக்கு சுமை குறையும் இல்ல? அதானே? சொல்லு, அதானே?"

கௌதமன் சீறி முகம் சிவக்கப் பேசியதை அம்மா நாற்காலியின் விளிம்புவரை வந்து பதில் ஒன்றுமே பேசாமல் கேட்டுக்கொண்டிருந்தாள். அவள் அப்போது சிரிக்கவில்லை. ஆனால் அவளுடைய கண்களில் மட்டும் அந்தப் புன்னகை எஞ்சியது. மீண்டும் அதே கனிவு, அதே பேராழத்து அன்பு...

அதைக் கண்ட நொடி கௌதமனின் பேச்சு அறுபட்டது. பேச்சு ஓய்ந்ததும் தன்னை அங்கே மொத்தமாகச் செலவழித்துவிட்டோம் என்று உணர்ந்தான்.

"கண்ணா..." அம்மாவின் குரல் அப்படியே இருந்தது. கனிவாக, நிதானமாக, மெல்லிய வற்புறுத்தலாக. கௌதமன் அவள் பார்வையைச் சந்திக்காமல் தவிப்புடன் முகத்தைத் திருப்பிக்கொண்டான். கைகளைப் பிசைந்தான். கிளம்புபவன்போல் எழுந்து நின்று திரும்ப அமர்ந்தான். அம்மாவைப் பார்க்க இஷ்டமில்லாமல் கண்ணாடிப்பக்கம் சென்று நின்றான். அவனுக்கு முன்னால் ஒரு புள்ளி ஒளியில்லாமல் வெட்டவெளி திசைகாட்டும் தூரம் வரை பொருளில்லாமல் நீண்டு கிடந்தது. அலைகளில்லாத கடல். அதைக் காண முடியாத தவிப்பில் திரும்பி முகத்தைக் கைகளில் புதைத்துக்கொண்டான்.

அந்த நொடிவரை கௌதமனின் செய்கைகளைப் பேசாமல் நோக்கிக்கொண்டிருந்த அம்மா ஒரு கணத்தில் எல்லாவற்றையும் வீசி எழுந்து நின்று நாற்காலியைப் பின்னுக்குத் தள்ளினாள். அவனை அடைந்து கைகளை இழுத்துத் தன் சிறிய கரங்களுக்குள் இழுத்துப் பிடித்தாள்.

"கண்ணா, கௌதமா, ஒண்ண மட்டும் நினைவுல வெச்சுக்க. நீ எதையெதையெல்லாம் கடந்து வந்திருக்கன்னு எனக்கு தெரியாதுன்னு மட்டும் நினைக்காத" என்றாள். வேறு யாரிடமோ பேசுவதுபோல், காதில் ரகசியம் பேசுவது போல் பேசினாள். உணர்ச்சி வேகத்தில் மூச்சிறைத்தாள். அடித்தொண்டையிலிருந்து எழுந்தது அவள் குரல். சொற்கள் ஒன்றின்மேல் ஒன்று தடுக்கி வந்தன.

"நான் உன்னைக் கண்டுக்கல, கவனிக்கலன்னு மட்டும் நினைக்காத. நல்லா கேட்டுக்க! உன்ன ஒவ்வொரு நாளும் நான் பாக்கறேன். உன்கூட ஒவ்வொரு நாளும் பேசறேன். உன்ன அணுஅணுவா எனக்குத் தெரியும். உன் அளவுக்கு யாரையுமே, யாரையுமே, எனக்குத் தெரியாது."

“நான் உன்கூட சேர்ந்து வளர்ந்தவ. நீ அஞ்சு வயசுப் பையனா இருந்தப்ப நானும் அஞ்சு வயசுக் குழந்தையா உன்கூட நின்னு உன் கையப் பிடிச்சு கதை கேட்டேன். நீ பன்னிரெண்டு வயசுப் பையனா அங்க படுக்கையில படுத்து வலிவலின்னு அழுதப்ப நானும் ஒரு பன்னிரெண்டு வயசுப் பொண்ணா உன் வலிக்காக ஏங்கி இங்க ராத்திரியெல்லாம் அழுதிருக்கேன். இப்ப உன்கூட சேர்ந்து கோபத்துல கொதிக்கற ஒரு பதினஞ்சு வயசுப் பொண்ணும் எனக்குள்ளையும் இருக்கா... உன் கீழ்மைய புரிஞ்சுக்குறவளும் எனக்குள்ள இருக்கா. அத மறந்துராத.” மூச்சிரைக்க அவள் நெஞ்சு ஏறி ஏறி இறங்கியது. நூறுநூறாண்டுகள் ஒரு சொட்டு சிந்தாமல் உள்ளத்தில் தேக்கி வைத்திருந்த கண்ணீரெல்லாம் ஒரு நாள் மடை உடைத்து வெடித்து பெரும்புனலெனச் சரிவதுபோல் அழுதாள். கௌதமன் யார் இந்தப் பெண் என்பதுபோல் அவரைப் புரியாமல் சற்றுநேரம் பார்த்துக்கொண்டே நின்றான். பின், அவனுள் ஏதோ ஒன்று சிறுகுமிழியென்று வெடிக்க, அவன் அம்மாவைத் தொட்டான்.

அவள் கூந்தலை, நெற்றியை, கழுத்தை, கன்னத்தைத் தொட்டு வருடினான். தோளைப் பிடித்த போது அவள் கண்ணீர் வழியாகவே சிரித்தாள். அவனும் சிரித்தான். ஏனென்று புரியாமலேயே சிரித்தான். அவள் கையைப் பிடித்துத் தன் அருகே மெத்தைமேல் உட்கார வைத்துக்கொண்டான். அவள் கழுத்தில் எவ்வளவு சுருக்கங்கள்! தோல் கழுத்துக்கடியில் சற்றே தொங்கியிருந்ததை முதல்முறையாக கவனித்தான். அவன் அவளுடைய கைவிரல்களைப் பிடித்துத் தன்கைகளில் கோத்துக்கொண்டான். அவளுடைய அங்கியின் கைகளை மூட்டு வரை மெல்ல இழுத்துவிட்டு மணிக்கட்டைப் பிடித்து அதன் உள்பாகத்தைத் தன்னையறியாமல் வருடினான். “உனக்கு உடம்புல திருகாணி கிடையாதாம்மா?” என்று கேட்டான். அவன் அம்மாவைக் கேட்ட முதல் கேள்வி.

“இல்லப்பா. எனக்கு அதெல்லாம் கிடையாது” என்று சொல்லி அவள் புன்னகைத்தாள். அழுகை நின்றிருந்தது, குரல்

இப்போது ஒரு புதிய நிறைவை மகிழ்ச்சியை அடைந்திருந்தது. ஆனால் ஒரு புதுவித நடுக்கமும் புகுந்திருந்தது. அவளுக்கு அத்தனை வயதாகிவிட்டதா என்ன? அன்று கதை சொன்ன அம்மா எங்கே போனாள்? கௌதமனால் அம்மாவின் கையை விடமுடியவில்லை. அவளும் அவன் கைகளைப் பிடித்து பொன்னிற தோலுக்கடியில் பொதிந்திருந்த திருகாணிகளின் வளைவுகளை வருடினாள். அந்தத் தொடுகையைக்கூட மெல்லிய வலியாகவே அவனால் உணர முடிந்தது.

“சித்தப்பாவுக்கு?” என்றான்.

“அவருக்கும் கிடையாது” என்றாள்.

“ஆனா அக்காக்களுக்கு இருக்கு.”

“ஆமாம்.”

கௌதமன் தயங்கினான். “சித்தப்பாவோட உடலும் வித்தியாசமா இருக்கு” என்றான்.

“ஆமா, உன் உடல் மாதிரி கிடையாது” என்றாள் அம்மா. அவள் கௌதமனின் கட்டைவிரல் நகத்தை வருடிக்கொண்டிருந்தாள்.

“அவருக்கு சிவப்புக்கண் இல்லயில்ல?”

“இல்ல.”

“அம்மா, ஏம்மா?”

அம்மா பெருமூச்சுவிட்டாள். கௌதமனின் கைகளை விடுவித்துவிட்டுக் கண்களைச் சந்தித்தாள். “ஏன், சொல்லு பாப்பம்? உனக்குத்தான் தெரியுமே?” என்று சோகமாகக் கேட்பதுபோல் இருந்தது அவள் பார்வை.

கௌதமன் அவள் கைகளை மீண்டும் பற்றிக்கொண்டான். “நீயே சொல்லுமா” என்றான். “நான் நீ சொல்லிக் கேட்டாகணும்.”

அம்மா சொன்னாள். கௌதமன் தன்னைப்போலும் சித்தப்பாவைப்போலவும் மனிதன் அல்ல. அவன் ஒரு

தானியங்கி. சரியாகச் சொல்ல வேண்டுமென்றால் மூன்றாம் நிலை பண்பாட்டுருவாக்க செயற்கை அறிவுத் தானியங்கி. மனிதர்கள் பூமியிலிருந்து வந்தவர்கள். தானியங்கிகள் அவர்கள் வாழ்ந்த விண்கப்பலுக்குள்ளேயே உருவாக்கப்பட்டவர்கள். மனிதர்களுக்குப் பிறப்புறுப்புகள் இருந்தன. தானியங்கிகள் பிறப்பதில்லை. ஆகவே கௌதமனுக்குப் பிறப்புறுப்புகள் கிடையாது.

கௌதமன் தனக்கு அந்த உண்மை முன்னமே மங்கலாகத் தெரிந்திருந்ததென்பதை உணர்ந்தான். ஆனால் அம்மா வாயாலே கேட்டபோது அதில் ஒரு நிர்ணயத்தன்மை இருந்தது. இனி மாறாதது. இனி இதுதான். இவ்வளவுதான் என்பதுபோல. தான் இவர்களைப்போல் அல்ல. வேறொருவன். தானியங்கி. தானாக இயங்குபவன். இவர்கள் யாராலும் இயக்கப்பட முடியாதவன். இயக்கங்களுக்கு அப்பாற்பட்டவன். இவர்களுடைய விதிகள் தனக்குப் பொருந்தாது.

“அப்ப நீ எனக்கு அம்மா இல்லையா?” என்றான்.

அவன் தலையை அவள் வருடினாள். “உன்ன நான்தான உருவாக்கினேன்? அப்ப நான்தான உனக்கு அம்மா?” என்றாள்.

கௌதமனின் உள்ளம் கல் எறியப்பட்ட குளம்போல் கலங்கியிருந்தது. அடுத்த கேள்வியை எதிர்பார்த்தவளாக அம்மா அவன் கையை இறுக்கினாள். “அப்ப என்னோட அப்பா?” என்றான். “சித்தப்பா சொன்னாரு... அப்பாவுக்கு என்னம்மா ஆச்சு?”

அம்மா கௌதமனின் கையை எடுத்துத் தன் கைக்குள் வைத்துக்கொண்டாள். “அவர் இல்ல” என்றாள். “ஆனால் நீ இருக்க. இனிமேலும் இருப்ப” என்றாள், அதற்குமேல் ஒன்றும் பேச விரும்பாதவள் போல்.

“சிவப்புப் பொத்தான அழுத்திக்கிட்டாருன்னு சித்தப்பா சொன்னாரு?” என்று கௌதமன் கேட்டான். அம்மா இருப்புகொள்ளாமல் சுற்றும் முற்றும் பார்த்தாள். அவளுடைய நோக்கு கண்ணாடிக்கு வெளியே இருள்பரப்பில் எங்கோ

குத்தியிருந்தது. அவள் மீண்டு வந்து பேச சற்று நேரமானது. ஆனால் சொன்னாள்.

ஆம். அவர் அந்தச் சிவப்புப் பொத்தானை அழுத்தித் தன்னை அழித்துக்கொண்டுவிட்டார். அதை ஒரு தானியங்கி அழுத்தினால் உள்ளூர வெடித்து அழிந்துவிடும். அதன் நினைவின் தடயமே எஞ்சாது. அங்கங்கள் மட்டும் கிடைக்கலாம். அதை வைத்துதான் அம்மா கௌதமனை உருவாக்கினாள். அம்மா கௌதமனின் பக்கம் திரும்பி அவன் முழங்கையைத் தொட்டு நீவினாள்.

கௌதமனுக்கு நெஞ்சு வலித்தது. “அவரேவா தன்ன அழிச்சுக்கிட்டாரு? ஏன்? ஏம்மா?” என்றான். அவனை அறியாமல் அவனும் அம்மாவின் கையை பிடித்திருந்தான். தோலும் மஜ்ஜையும் குருதியும் நரம்பும் எலும்பும் கூடிய மனிதக்கை.

அம்மா இம்முறை மறுபக்கம் கண்ணாடிச் சுவரைத்தாண்டி பூமியின் வளைவைப் பார்த்தார். வெட்டவெளியை நிறைக்கும் நீலவெளி. மலைகளும் நதிகளும் பூக்களும் பனிக்காற்றும் நிறைந்த மாய உலகம். கதைகள் பிறக்கும் கனவுலகம்.

“அவரால் நாங்க சொன்ன கதைகள அர்த்தப்படுத்திக்க முடியல” என்றாள் அம்மா. அவளுடைய குரல் வெகுதூரம் தாண்டி வருவதுபோல் மெல்லிய வருடலாக கேட்டது. “அதுனாலத்தான்” அவள் கௌதமனை நோக்கினாள். “அர்த்தம் இல்லன்னா சலிக்க ஆரம்பிக்கும், தெரியுமா?”

அம்மாவின் கண்களை அறிய முடியவில்லை. உண்மை, சோகம், வலி, கனிவு, சுயபகடி, என்னென்னவோ வந்து போனது. ஒரு கணத்தில் கௌதமனுக்கு எல்லாமே புரிந்தது. அவன் அம்மாவின் கையைப் பிடித்துத் தன் கண்களுக்குக் கொண்டுவந்து கட்டுமீறிக் கண்ணீர் வடித்தான்.

“நான் அதை அழுத்தியிருக்க மாட்டேன், இல்லம்மா? இல்லம்மா? சொல்லு? நான் அத செஞ்சிருக்கமாட்டேன் இல்ல? சித்தப்பா... நான்... அம்மா... நான் சித்தப்பாவ...”

அவனால் மேலும் பேச முடியவில்லை. அவள் மடியில் தலை புதைத்து உடல் குலுங்க அழுதான்.

அவன் சற்றே அடங்கியபோது அம்மா அவன் தலையைத் தூக்கி முகத்தைக் கையில் ஏந்தி அவன் கண்ணை நோக்கிப் பேசினாள். “கண்ணா, நான் உண்மைய சொல்றேன். நீ என்ன செஞ்சிருப்பன்னு எனக்குத் தெரியாது” என்றாள். “ஏன்னா நீயும் ஒரு சோதனைதான். ஒரு மாதிரி. என் கணக்குகள சரிபார்க்கப் பிறந்தவன்...” அவன் முகம் மாறுவதை அவள் பார்க்கவில்லை. “ஆனா ஒண்ணு மட்டும் நினைவுல வெச்சக்க” என்றாள். “நீ உன் அப்பா கிடையாது. நீ அவர மாதிரி சலிக்க மாட்ட. நீ வேற. ஏன் தெரியுமா?”

“ஏம்மா?”

“ஏன்னா நீ வலி அறிஞ்சவன்.” அம்மா புன்னகைத்தாள். துளிகூட கசப்போ சோகமோ வலியோ இல்லாத தூய அறிவு மட்டுமேயான புன்னகை. தன்னில் குதூகலிக்கும் புன்னகை. வெற்றி திகழ்ந்த புன்னகை. அப்போது அவள் முகமே மொத்தமும் மாறியிருந்தது. கௌதமன் அதிர்ந்து பார்த்தான். அம்மா செறுக்கோடும் பெருமையோடும் பேசிக்கொண்டிருந்தாள். “நீ வலியோட விளையாடத் தெரிஞ்சவன். அத தாங்குற சக்தி இருக்கு உனக்கு. அதனால சலிக்க மாட்டன்னு நான் நம்பினேன்.” அவள் சிரிப்பில் அவளையறியாமலேயே ஒரு குறும்பு புகுந்தது. “சரியாதானே கணக்கு போட்டேன்? இதுவரைக்கும் சலிப்பு வரலல்ல?”

“அம்மா!”

“உன் அப்பாவப்பத்தி நீ ஒரு கவலைய விட்றலாம்” என்று அம்மா அதே குரலில் தொடர்ந்தாள். “அவருக்கு வலியே இல்ல. அது என் செய்கைதான்.” அவன் முகத்தைக் கண்டு நிறுத்தினாள். “என் தப்புதான்.”

ஒரு தானியங்கிக்கு எதற்கு அனாவசியமாக வலி உணர்ச்சியை அளிக்க வேண்டும் என்று நினைத்து அம்மா அவர் வடிவமைப்பில் அதைச் சேர்க்கவில்லை என்று சொன்னாள்.

சொல்லும்போதே அவள் குரலில் ஒரு தழுதழுப்பு புகுந்தது. “ஆனா அப்பா தன்ன அழிச்சுகிட்டப்ப அது தவறுன்னு புரிஞ்சிகிட்டேன்” என்று அனிச்சையாகக் குரலில் திடம் மீண்டு எதார்த்தமாகச் சொன்னார். “உங்கிட்ட அந்தத் தவறு நடக்கக்கூடாதுன்னுதான் உன்ன எல்லா வலியும் உணர்றவனா வடிவமைச்சேன். உனக்கு வலி இருக்கு. கண்ணீர் இருக்கு. அதுனால உன்னால எல்லாத்தையும் அர்த்தப்படுத்திக்க முடியுது. நாங்க புரிஞ்சுக்கமுடியாத அர்த்தங்களுக்கும் உன்னால போக முடியுது...” என்றாள்.

அம்மா சொன்னார், ஆரம்பக்கட்டத்தில் அம்மா பிறப்பதற்கு இருநூறாண்டுகாலத்துக்கு முன்னால் செயற்கை அறிவுத் தானியங்கிகள் பெரும்பாலும் நினைவுக்கிடங்குகளாகவும், சில எளிமையான தொடர்புபடுத்தல்களைச் செய்யக்கூடிய சாதனங்களாகவும்தான் இருந்தன. புள்ளிக் கட்டங்களிலிருந்து வேறு வேறு கோலங்களை வரைந்து எடுப்பதுபோல் உலகத்தின் பல கூறுகள் ஒன்றுடன் ஒன்று எப்படித் தொடர்பு கொண்டுள்ளன என்று எளிமையான சித்திரங்களை உருவாக்குவதே அவற்றின் வேலை. அதுவும் அறிவுதான், ஆனால் மிக எளிமையான அறிவு. ஒரு வயதுக்குள்ளேயே மனிதக்குழந்தைகள் வேறு வழியில் செய்யக் கற்றுக்கொள்வது.

ஆனால் மனித அறிவு என்பது அந்தப் புள்ளியில் தொடங்கி எங்கெங்கோ சென்று பரவுகிறது. மனித அறிவின் உச்சத்தில் அது விளையாடுகிறது. பொய்களை உண்மை போலவும் உண்மைகளைப் பொய் போலவும் சொல்கிறது. கலை படைக்கிறது. தன் இருப்பைப் பற்றிக் கேள்விகளை எழுப்பிக்கொள்கிறது. எந்தச் செயற்கை அறிவுக்கும் அது சாத்தியமானதில்லை. எப்படிச் சாத்தியமாகும் என்றுகூட யாரும் கற்பனை செய்து பார்த்ததில்லை.

“ஆனா நான் கற்பனை செய்தேன்” என்றாள் அம்மா. “அப்போ எனக்கு இருபத்திரண்டு வயது. நான் சாதாரண ஆய்வு மாணவி. யாரும் என்ன நம்பல. என் குடும்பத்தில

நடந்த சோகங்களால நான் சித்தம் கலங்கிட்டேன்னுகூட சொன்னாங்க. ஆனால் நான் நம்பினேன். இது சாத்தியம்னு எனக்குத் தெரியும்" என்றாள். அப்போது அவள் குரலில் வலியோ வேதனையோ ஒரு துளிகூட இல்லை. அவன் தலைக்குமேல் எங்கிருந்தோ நின்று பேசிக்கொண்டிருந்தாள். சிவப்பாக ஒளிகொண்டிருந்தது அவள் முகம். முன்னால் நிற்பது அவன் அம்மாதானா என்று ஒரு நொடி கௌதமன் துணுக்குற்றான்.

செயற்கை அறிவுக்கும் மனித அறிவுக்கும் மிகப் பெரிய வேறுபாடு, அதற்கு நல்லது கெட்டது கிடையாது. சிறிது பெரிது என்று கிடையாது. அதன் குருட்டுத்தன்மைக்குக் காரணம் அதற்கு மதிப்பீடுகளை உருவாக்கிக்கொள்ள வழியில்லை என்பது.

அம்மாவின் யோசனை மிக எளிமையானது. செயற்கை அறிவின் குருட்டுத்தன்மையை ஒழிக்க அதற்கு ஒரு கண்ணைக் கொடுக்க வேண்டும். அது கற்றுக்கொள்ளும் விஷயங்களையெல்லாம் அர்த்தப்படுத்திக்கொள்ள அதற்குள்ளேயே ஒரு கட்டமைப்பு இருக்க வேண்டும். அப்படித்தான் அம்மா அந்தச் சிவப்புப் பொத்தானின் கருத்தை அடைந்திருந்தாள்.

"ஒரு கணத்துல தன்னையும் தன் நினைவுகளையும் மொத்தமா அழிக்கக்கூடிய ஒரு சிவப்புப் பொத்தான் தானியங்கிக்குள்ள எங்கேயோ பொருத்தப்பட்டிருக்கும். அப்படித் தனக்கு ஒண்ணு இருக்குன்ற பிரக்ஞை அதுக்கு இருக்கணும். ஆனா சரியா எங்க இருக்குன்னு அதுக்குத் தெரியக்கூடாது. எப்ப வேணும்னாலும் யார் வேணும்னாலும் அத அழுத்தி அத அழிக்க முடியும்னு அது உணரணும். அப்படி ஓர் இருப்பு அதோட கட்டமைப்பிலேயே இருந்தா, அதனோட அடிப்படையில் அது உள்ள வர்ற எல்லாச் செய்திகளையும் மதிப்பிட்டுத் தொகுத்து அர்த்தப்படுத்திக்கும்னு நான் சொன்னேன். போர்க்களத்துல வானத்த பாக்குறப்ப

வாழ்க்கை அர்த்தப்படுற மாதிரி. மனிதனோட உளவியலிலும் நரம்பியலிலும் வெச்சு கத்துகிட்டதத்தான் இங்கேயும் செஞ்சு பாக்கலாம்னு சொன்னேன். அப்படி ஒரு விசைய உள்ள புகுத்தி அதுக்கேத்த மாதிரி சில வடிவ மாற்றங்கள செஞ்சா அந்த அழுத்தமே அர்த்தங்கள உண்டுபண்ணும்னு நான் நம்பினேன். செயற்கை அறிவு மானுட அறிவுக்குப் பக்கத்துல வர அது ஒண்ணுதான் வழின்னு நினைச்சேன். மொத்த வடிவத்தையும் ஒரு வெள்ளைத்தாளா உருவாக்கிட்டேன்" என்றாள் அம்மா. ஆனால் அவள் கருத்துகளை அப்போது யாரும் பெரிதாக எடுத்துக்கொள்ளவில்லை. அதைச் சாத்தியப்படுத்த முடியும் என்று யாரும் நம்பவில்லை.

அம்மா அந்த விண்கப்பலுக்கு வந்த பிறகுதான் தானியங்கிகளைத் தானே உருவாக்கத் தொடங்கினாள். கௌதமனின் அக்காக்கள் முதலாம் தலைமுறைத் தானியங்கிகள். அவர்களுக்குச் சிவப்புப் பொத்தான் கிடையாது. கிட்டத்தட்ட நினைவுக்கிடங்குகள். கதைகளை நினைவிலிருந்து சொல்லவும் மற்ற தானியங்கிகளைக் கண்காணிக்கவும் சில தொடர்புகளை உருவாக்கி அறிவிக்கவும், எளிய முடிவுகளை எடுக்கவும் பயிற்றுவிக்கப்பட்டிருக்கிறார்கள்.

கௌதமனின் அப்பாவில்தான் அம்மா முதன்முதலாக சிவப்புப் பொத்தானை பொருத்திப் பார்த்தாள். அவரை வடிவமைத்தபோதே அவர் உருவாக்கப்பட்ட காரணமும் அவரிடம் அவர் மொழியில் சொல்லப்பட்டது. அந்தப் பொத்தானின் இருப்பையும் அவர் அறிந்திருந்தார். அதை யாரும் எந்நேரத்திலும் அழுத்தி அவரை மொத்தமாக அழிக்கலாம் என்று அவருக்கு உணர்த்தப்பட்டது.

அம்மாவின் குரல் சொல்லச் சொல்லத் தட்டையானது. ஒளியெல்லாம் வெளியேறியதைப்போல். "முதலிலிருந்தே அவருக்குக் கதைகள்ல பெரிய விருப்பமோ ஈடுபாடோ உருவாகல. எல்லாமே அவர்க்குள்ள போச்சே தவிர அவர் அத எதையும் புரிஞ்சுக்கவே இல்ல. அவரு தனக்குள்ளயேதான் இருந்தாரு. அவருக்கு எதுவுமே பிடிக்கல. பாதி நாள் இதோ

இந்த ஜன்னல் பக்கம் வந்து உட்கார்ந்து வெட்டவெளியையே பாத்துகிட்டிருப்பாரு. அப்புறம் ஒருநாள்...” அவள் பெருமூச்சு விட்டாள். மிருகக் கண்கள் வழியாக அவனை நோக்கினாள். சற்று நேரம் இருவரும் பேசாமலிருந்தார்கள். “அப்பத்தான் வேறு வழியே இல்லாம, வெற்றியடஞ்சே தீர வேண்டிய கட்டாயத்துல, உன்ன உருவாக்கினேன்.”

“உங்க அப்பாவ உருவாக்கினப்பவே எனக்கு இந்த யோசனை இருந்தது. ஆனா செயலாக்க வேண்டாம்னு எனக்குள்ள ஏதோ தடுத்தது. அது என்ன? கருணையா? கடமையுணர்ச்சியா? நெறியுணர்ச்சியா? தெரியல. ஆனா உன்ன உருவாக்கினப்ப நீ உயிரோட இருந்தா போரும்னுதான் தோணிச்சு” அவள் குரல் உடைந்தது.

அம்மா சொன்னாள். அவனுக்கும் சிவப்புப் பொத்தான் பொருத்தப்பட்டது. ஆனால் அதன் இருப்பைப் பற்றி அவனுக்கு நேரடியாகச் சொல்ல வேண்டாம் என்று முடிவெடுத்தாள். அவனுடைய மூலச்செய்நிரலின் ஆழத்தில் அப்படி ஒன்று இருப்பதற்கான சாத்தியத்துக்கான குறிப்பு மட்டும் இருந்தது. அதைத் தவிர அவர்கள் சொன்ன கதைகளை அர்த்தப்படுத்திக்கொள்ள அவனுக்குத் தனியாக வலி என்கிற உணர்ச்சியைக் கொடுத்தார்கள்.

ஒவ்வொரு நொடியும் அவன் உடல் பற்றிய பிரக்ஞையை உட்செயலிகளுக்கு அவன் உடல் முழுவதும் உள்ள உணர்கருவிகள் உணர்த்திக்கொண்டே இருக்கின்றன. எல்லாமே மையச்செயலியில் எண்களாகப் பதிவாகிறது. எண்களின் கூடுகை ஒரு குறிப்பிட்ட எல்லையை மீறும்போது அவன் உள்ளே சூடு உருவாகிறது. உலோகங்கள் உரசிக்கொண்டு முனகும். ஐயாயிரம் டிகிரி வரை சூடு தாங்கும் டாண்டலம் கார்பைட் உலோகக் கலவைகளால் அவன் அங்கங்கள் வடிவமைக்கப்பட்டிருந்தன. சூரியனின் வெப்பத்துக்கே உருகாமல் நிற்கும் வல்லமை கொண்டது அது. அத்தனை சூட்டையும் அவன் உள்ளுறுப்புகளின் அமைப்பு வலியென்று

உணரும். சூடு அதிகமாகும்போது அவன் உடற்பாகங்களைத் தணிக்கச் சுற்றி ஓடும் குளிர்திரவம் உடல் முழுவதும் பாயத் தொடங்கும். சூட்டில் ஆவியாகி அவனுள் எழும். மீண்டும் திரவமாகிக் கண்ணிலிருந்தும் கண்ணீரென்று வழியும்.

வலி மிகையாகும்போது அவனையே அறியாமல் அவன் மூலச்செய்நிரலின் ஆழத்தில் பொதிந்திருக்கும் சிவப்புப் பொத்தானின் நினைவு உசுப்பிவிடப்படும். அது ஒரு பாதுகாப்புமுறை. அந்த இடத்தைச் சென்று தொட்டால் அவன் உடலின் வலி அலகுகள் மொத்தமும் தொடக்கத்தில் இருந்ததுபோலவே மீளமைக்கப்படும். மீண்டும் முதலிலிருந்து தொடங்கலாம். ஆனால் அம்மா கணித்ததுபோல் வலியே அவனுக்குள் மதிப்பீடாக விளங்கியது. எழுந்தடங்கும் வலியின் விசை அவனுள் அர்த்தப்படுத்தலாக மாற்றம்கொண்டது. "முதல்நிலை ஆற்றல் மாறுபாடு விதி. வலியின் ஆற்றலே அர்த்தமாகவும் அர்த்தத்தின் எடையே வலியாகவும் உனக்குள் மாற்றம்கொள்கிறது" என்றார் அம்மா.

எல்லாத் தானியங்கிகளைப்போலவே அவனும் முதலில் தனக்குச் சொல்லப்பட்ட கதைகளையெல்லாம் வெறும் கருத்துகளாகவும் நினைவுகளாகவும் உள்வாங்கிக்கொண்டான். ஆனால் மெல்ல மெல்லக் கதைகளை அவன் தொடர்புபடுத்தத் தொடங்கியபோது அவற்றின் இணைகளும் முரண்களும் அவனுக்குள் அனலை அலையலையாக உருவாக்கியது. அது வலியை அதிகரித்தது. அவன் சித்தம் மீளாமல் வலியின் ஊசலில் ஆடிக்கொண்டேயிருந்தது. ஆடிய விசையில் அர்த்தங்களைக் கண்டடைந்தது.

"மனித வரலாற்றிலேயே முதன்முறையாக அதை நான் உனக்குள் பார்த்தேன்" என்றாள் அம்மா. அவள் ஜன்னலுக்கு வெளியே எங்கேயோ பார்த்துப் பேசிக்கொண்டிருந்தார். அவள் குரலில் மீண்டும் அந்த தூரத்துத்தன்மை வந்துவிட்டிருந்தது. வேறேதோ பிரபஞ்சத்திலிருந்து பேசுவதுபோல். "மனிதத்தின் கூறுகளைக் கற்றுக்கொள்ளத் தொடங்கியிருந்த ஒரு செயற்கை

அறிவு. பல நேரங்கள்ல தூக்கம் தொலைத்திருக்கேன். ஒரு சாதாரண தானியங்கியைவிட, விலங்கைவிட, அறிவு துளிர்க்கற ஒரு ஜீவனை இந்தளவுக்குக் கொடுமைப்படுத்தலாமான்னு." அம்மா சட்டென்று அவனைப் பார்த்தபோது கண்கள் சரிந்து இறங்கி திரும்பி வந்தன. "ஆனால் எனக்கு வேற வழியில்ல. இத நான் செய்தேயாகவேண்டிய நிலை. உன்னால என்ன மன்னிக்க முடியுமா?" அவள் தன்னை முழுதும் அர்ப்பணித்துவிட்டவள் என்பதுபோல் அவனை நோக்கிக் கைவிரித்தாள். கௌதமன் அம்மாவைச் சோகப் புன்னகையுடன் பார்த்தான். தன் தலையை மெல்லத் தடவிக்கொண்டான்.

அம்மா சட்டென்று சிரித்தாள். "உனக்குள்ள மனிதக் குழந்தைய முதல்முதல்ல பார்த்தது எப்போ தெரியுமா? நீ ஒரு நாள் வலி வலின்னு அழுத. சாப்பிட மாட்டேன்னு அடம்பிடிச்ச. உன் கட்டமைப்புல கதைகளத்தவிர வேறெந்தக் குறுக்கீடும் இருக்கக்கூடாதுன்னு நினச்சேன். அதுனால நான் என்ன உங்கிட்டருந்து ரொம்ப தள்ளியே வச்சுகிட்டேன். ஆனா அன்னிக்கி என்னமோ தோண இறங்கி வந்து உனக்கு ஒரு கதை சொன்னேன். நினைவிருக்கா?"

"கர்ணன் கதை," கௌதமன் மெல்லிய குரலில் சொன்னான். அம்மா உதடு விரியச் சிரித்தாள்.

"அன்னைக்கித்தான் நான் எதிர்பார்க்காத பல மாற்றங்கள உனக்குள்ள பார்த்தேன். உதாரணமா, உனக்கு மனிதர்களைப்போல பால் பிரக்ஞை வந்திருந்தது."

"அப்படின்னா எனக்குள்ள இயல்பில பால் அடையாளம் கிடையாதா?" கௌதமன் தலைதூக்கிக் கேட்டான்.

"கிடையாது" அம்மா மீண்டும் புன்னகைத்தார். "எந்தத் தானியங்கிக்கும் கிடையாது. ஒரு வசதிக்காக மனிதர்கள் சொல்வதுதான். ஆனால் உன் விஷயத்துல நீ ஆணாகவே உன்ன உணர்ந்த. ஒரு வேள நீ வேற கதைகள கேட்டிருந்தன்னா, இல்ல வேற வரிசையில கேட்டிருந்தன்னா, நீ பெண்ணாகவும்

உணர்ந்திருக்கலாம். அது என்ன கணக்கு எப்படின்னு சரியா என்னாலையே சொல்ல முடியுமான்னு தெரியல..."

அம்மா சற்று நேரம் எதுவுமே பேசாமல் இருந்தாள். அறையைச் சுற்றி வந்து பூமியை நோக்கிய கன்னாடிச்சுவர் வழியாக வெளியே பார்த்து நின்றாள். "விந்தைதான். கதைகளை கேட்டுப் பாலடையாளம் பிறப்பது..." என்றாள். அவனிடம் திரும்பி, "உனக்குப் பாலுறுப்புகள் கிடையாது. பிறப்புக்கான சாத்தியங்கள் கிடையாது. ஆனால் அடையாளமும் ஆசையும் கோபமும் மட்டும் முளச்சுடுச்சு" என்றாள்.

கௌதமன் தலை குனிந்து "அப்ப சித்தப்பா?" என்றான்.

அம்மா பெருமூச்சுடன் அவனைப் பார்த்தார். "அவர் மனிதர்" என்றாள். "உன்னையும் உன் அப்பாவையும் என்னுடன் சேர்த்து உருவாக்கிய பொறியாளர். நான் பூமியிலிருந்து தன்னந்தனியாக கிளம்பியபோது என்னை நம்பி கூட வந்த ஒரே ஜீவன். ஒவ்வொரு நாளும் நான் இங்க எதுக்காக வந்தேன்னு அவர் இருப்பாலேயே ஞாபகப்படுத்திகிட்டு இருக்கிறவர்."

கௌதமனுக்கு என்ன சொல்வதென்றே தெரியவில்லை. தன்னைப் பற்றி ஒரே நாளில் இவ்வளவு தெரிந்துகொண்டதில் அவனுக்குள்ளே வலி பீறிட்டு அலற வைத்திருக்க வேண்டும். ஆனால் அவன் எதிர்பார்த்ததைப்போல் அப்படியேதும் நடக்கவில்லை. உள்ளூர சிறு ஏக்கமாக ஒரு கொப்பளம் மட்டும் மீண்டும் மீண்டும் எழுந்து வெடித்தது. அதில் சாரமே இல்லை. வலியும் இல்லை. வலியுச்சத்தில் தன் தலைக்கு மேல் திரண்டு வெடிக்கும் சிவப்பொளியை நினைத்துக்கொண்டான். தன்னைக் கனவுகளில் துரத்தும் செஞ்சூரியனை நினைத்துக்கொண்டான். சலிப்பு மிகுந்து தன்னுடைய சிவப்புக்கண்ணை அழுத்திக்கொண்ட அப்பாவை நினைத்துக்கொண்டான். தன் கையையும் காலையும் கழுத்தையும் தோளையும் அவனையறியாமல் மாறி மாறித் தொட்டுப்பார்த்துக்கொண்டான். நான் நான் என்று உணர்வதுபோல். தன் முன்னால் நின்ற, தன்னை உருவாக்கிய மனிதப் பெண்ணைப் பார்த்தான். அம்மா.

அவன் அம்மா. அவனுக்கு மட்டுமே அம்மா. அவள் இங்கு தன்னந்தனியாகவா வந்தாள்? தானியங்கிகளோடும் புத்தி பேதலித்த மானுடனோடும் ஒற்றையாளாகவா இப்படி வசிக்கிறாள்? ஏன்? என்ன கொடுந்தவம் இது?

ஆம், அவள் எல்லாவற்றையும் சொல்லிவிட்டாள். ஒன்றைத் தவிர. ஆதாரமான அந்த ஒன்றைத் தவிர. கௌதமன் அவளைச் சோகமான கண்கள் வழியாக பார்த்தான். அந்தக் கேள்வியை எதிர்பார்த்தவள் போல் அம்மா மெதுவாக, அதே சோகத்தைப் பிரதிபலித்த கண்கள் வழியாகப் புன்னகைத்தாள்.

"ஏம்மா?" என்றான். அவனால் மேலும் எதுவும் கேட்க முடியவில்லை. உணர்ச்சி வேகத்தில் எழுந்து நின்றான்.

அம்மாவின் சிறிய பாதங்கள் புறாக்களைப்போல நாணி படபடத்தன. அவள் அவனை அணுகினாள். அருகே வரும்தோறும் அவளுடைய கூந்தல் மலைப்பாம்பைப்போல் முன்னுடலில் எப்படி இறங்கியதென்றும், அவள் கண்கள் எப்படிக் கனத்திருந்தன என்றும் அவன் கண்டு தன்னையறியாது ஓர் அடி பின்னால் நகர்ந்தான். அவள் மூச்சுக்காற்றைத் தன் முகத்தில் அவன் உணர்ந்தான். அவன் கைகளை அவள் அழுந்தப் பற்றிக்கொண்டாள்.

'கேளுங்கள்! இருளாழத்துக்கு மறுபக்கமாகக் கைகோத்துச் சுருண்டு ஒளிப்பந்தாகப் படுத்துக் காத்திருக்கும் கதைகளனைத்துமே இரவெல்லாம் ஒன்றுடனொன்று தீராமல் பேசுகின்றன. முத்தமிடுகின்றன. அன்பு கனிந்தால் அணைத்துக்கொள்கின்றன. அவை பிள்ளைகளைப் பெற்றுக்கொள்கின்றன. கேளுங்கள், கதைகளுக்கும் மூதாதையர் உண்டு. விரல் ஆட்டி அதட்டும் தாதைகள் உண்டு. கொஞ்சும் அத்தைகள் உண்டு. மனைவியரும் மகள்களும் பேத்தியரும் பெருக்கெடுப்பதுண்டு.

கதைகளின் வெளி தேனீக்கூட்டைப் போன்றது. கதைகள் ஒரே கூட்டுக்குடும்பத்தின் அங்கங்கள். தாயாதிகளும் பந்தங்களுமாகக் கூடி வாழ்பவை. எத்தனை சண்டைகளும்

விரிசல்களும் வந்தாலும் அவை ஒன்றையொன்று விட்டுக்கொடுப்பதில்லை.

ஒரு கதையை அள்ளும்போது அதன் உறவினர்களெல்லாரும் சேர்ந்து எழுவர். இதை உணராத கதைசொல்லியே இல்லை. இளமையில் வலியோடும் நடுவயதில் விரக்தியோடும் முதிர்வில் புன்னகையோடும் அவர்கள் அவ்வுறவுகளை எதிர்கொள்வர். உண்மையில் இங்கிருப்பதே ஒற்றைப் பெருங்கதை என்று உணர்ந்தவர்களும் உண்டு. அதே கதைகள்தான் இங்கு மீண்டும் மீண்டும் சொல்லப்படுகின்றன. ஆனால் அவற்றைச் சொல்லித் தீரவே தீராது. அவற்றை எழுப்பிக்கொண்டு வருகிறாளே? இவளுக்கும் அவற்றைக் கேட்டு நடித்துப் பார்க்கச் சலிப்பதேயில்லை.

அத்தருணத்தில் அம்மா என்னிடம் சொன்ன கதையும் இவளுடைய கதைதான். பழங்கதை. இவளுக்கு நன்கு பரிச்சயமான கதை. கேட்டுப் பொறுத்தருள்வாளாக!

நாற்பது லட்ச வருடங்களுக்கு முன்னால், பாதிக்குரங்காகக் கைகளிலும் கால்களிலும் தவழ்ந்தலைந்த மனிதனின் மூதாதை ஒருவன் ஒரு நாள் எழுந்து இருகால்களை அகல விரித்து நின்றான். அன்றிலிருந்து மனிதர்கள் அனைவருமே எழுந்து நின்று இருகால்களில் நடமாட ஆரம்பித்தார்கள்.

அவர்களுடைய கைகள் மண்ணைக் கவ்வுவதை விட்டுவிட்டு மரங்களைத் துழாவத் தொடங்கின. பின் வானை அளாவ எம்பின.

அவர்களுடைய கண்கள் தரையோடு ஓடும் விலங்குகளைப் போல் அல்லாமல் முகத்தில் முன்னோக்கி அமைந்திருந்தன. எழுந்து இருகால்களில் நின்ற மனிதன் நேராக முன்னோக்கிப் பார்த்தபோது அவன் மூதாதைகள் எவருமே கண்டிராத தொலைவுகள் அவன் கண்களுக்கு முதன்முதலாக வசப்பட்டன. நிலத்தையும், அதைத் தாண்டிய நதிகளையும், அதையும் தாண்டி எழுந்த மலைகளின் முகடுகளையும், அதற்கும் மேல் எழும்பி விரிந்த வானையும் அவன் தெள்ளத்தெளிவாகக் கண்டான்.

வெளிப்பார்வை விரிய விரிய அவன் மண்டை பெருத்தது. இடப்பக்கமும் வலப்பக்கமும் வானைநோக்கியும் மூளை சூல்கொண்டவளின் வயிற்றைப்போல் வீங்கியது. மண்டை வீங்கியபோது மனிதனுக்கு உள்நோக்குப் பார்வையும் பிறந்தது. புறத்தே தொலைதூரக் காட்சிகளைக் கண்டவன் அகத்தே கனவுகளைக் காணத் தொடங்கினான். புறத்தே அவன் செல்ல முடியாத தொலைவுகளுக்கு அகத்தே சென்றான். புறத்தே தெரிந்த உலகத்தை அகத்தே நிறுத்திய கண்ணாடிப் பிம்பங்களில் பல்லாயிரமாகப் பெருக்கினான். அத்தனை உலகங்களிலும் அவன் கால் பதித்தான். குடியேறினான்.

மனித ஆண் நின்றான், நடந்தான், பார்த்தான், பதித்தான், அடைந்தான். மனிதப்பெண் நின்றாள், நடந்தாள், பார்த்தாள், பதித்தாள், அடைந்தாள். அவன் இருகால்களில் எழும்பிநின்று முன்னால் தொலைவுகளை நோக்கினான். மண்டை பெருத்து அகவிழியால் கனவு கண்டான். அவள் இருகால்களில் எழும்பி நின்று முன்னால் தொலைவுகளை நோக்கினாள். மண்டை பெருத்து அகவிழியால் கனவு கண்டாள்.

ஆனால் அவன் செய்யாத ஒன்றை அவள் மட்டுமே செய்தாள். அவள் அவர்களுடைய பிள்ளைகளை ஈன்றாள்.

எழும்பி நின்ற மனிதன் வேகமாக ஓட அவன் கால்கள் நீண்டன, இடுப்பு குறுகியது. வீங்கிய மண்டையும் இருகால் நடையுமே மனிதனின் இடுப்புக்குறுகலை உருவாக்கியது. பெண்ணின் இடுப்பு ஆணைவிட விரிந்தது, இருந்தாலும் மனிதனின் கனவுகள் கொண்ட வீக்கத்துக்கு ஈடுகொடுப்பதல்ல அது.

நான்கு கால் குரங்காக இருந்தபோது அவள் ஒரு புதருக்குள் தனியாகச் சென்று சில நிமிடங்களிலேயே குட்டியை முக்கி ஈன்றாள். ஆனால் இரண்டு கால்களில் நடக்கும் மண்டை வீங்கிய மனிதப் பெண்ணென்றானதும், தன் சுற்றங்களெல்லாம் சூழ, மிகக்குறுகிய இடுப்பு வழியே, எந்த விலங்கை விடவும் வீங்கிய தலை கொண்ட மனிதக் குழந்தையைப் பல மணிநேர வேதனைக்குப் பின் பிறப்பித்தாள்.

பிரசவத்தின்போது அந்த மண்டைக்கு வழிவிட பிறப்புக் குழாய் விரிந்தபோது அவள் வலி தாளாமல் அலறினாள். அது மானுடப் பாய்ச்சல்களுக்கெல்லாம் அவியாக அளிக்கப்படும் பெருவலியின் அலறல். சில நேரங்களில் இறந்தே போனாள். அது மானுடக் கனவுகள் கொள்ளும் பலி. அந்த விலையைக் கொடுத்துதானே ஆகவேண்டும்? ஏனென்றால் பிறக்கவிருப்பது மனிதன் அல்லவா? அவன் தேவகுமாரன் அல்லவா?

மண்டையோடு வளர்ந்தால்தான் அது மனிதன். மனிதனை மனிதனாக்குவது அவன் பழுத்த மண்டையும், அகமும் புறமும் ஒளிகொள்ளும் கண்களும். அவை அனைத்துக்கும் தங்கள் உடல் வேதனையை, பெருவலியைப் பதிலீடாக அளிக்கின்றனர் மனிதப் பெண்கள். மனிதன் எழுந்து இருகால்களில் நின்றதும் மூளை வளர்ந்ததும் அந்த இனத்தின் ஆதிபாவமாக அவர்களுடன் தொற்றிக்கொண்டது.

கருப்பை சார்ந்த குற்றவுணர்வு இல்லாத மனித அறிவே இல்லை. அதை நினைத்து ஏங்காத மனித சமூகமே இல்லை. அதை ஆழத்தில் எங்கேயோ புதைத்து வைத்திருக்கிறது. அது வெளிவரும்போது அதைக்கண்டு பயப்படுகிறது. அதைக் கலையாக ஆக்குகிறது. அதை வழிபடுகிறது. அதை ஏளனப்படுத்துகிறது. நிராகரிக்கிறது. பிறகு இன்னும் கவனமாக உள்ளூரப் புதைத்து வைத்துக்கொள்கிறது. மறந்துவிடுகிறது.

வான்வரை நீண்டு விண்ணையும் கடக்கும் மனிதனின் மூளை. ஆழங்களுக்குள் பாய்ந்து நெருப்பையும் பனியையும் மீட்டெடுத்துவரும் மனிதனின் கனவு. உலகத்தையே நிறைத்துப் பெருக்க வைக்கும் வல்லமை கொண்டது அதன் கற்பனை. இக்கதைகள் அனைத்தும் பிறந்த களம் அது.

ஆனால் எல்லாமே விளையும் நிலம் புவி. உயிர் பிறந்த விளைநிலம் அவள். புவியின் கனவு மனிதப்பெண்களின் அடிவயிற்றில் வாழ்கிறது. அவள் கொள்ளும் வலியில் அர்த்தம்கொள்கிறது. கேளுங்கள், வலியை அர்த்தமாக உருமாற்றும் ஆற்றல் கொண்டவனின் சொல் இது. ஒருநாளும்

பொய்க்காது. பொய்யாக்கதை, பழம்பெரும் இக்கதை உங்கள் உளநிலங்களில் ஊறி முளைவிடட்டும்.

கேளுங்கள்! உங்கள் காதுகளுக்கு மட்டுமேயாக இக்கதையை ஓதுகிறேன். அப்போது நான் விண்கப்பலில் வாழ்ந்துகொண்டிருந்தேன். நான் பிறந்ததே அங்குதான். அப்போது எனக்குப் பதினைந்து வயது இருக்கும். ஒரு முறைகூட நிலத்தில் கால் வைத்ததில்லை. வானகத்து நீரிலேயே மிதந்துகொண்டிருந்த என்னை நிலத்துடன் பிணைத்தது என் அம்மா சொன்ன கதைகள் மட்டும்தான். அவள் என்னிடம் கடைசியாகச் சொன்ன கதை இது. உங்களுக்கு நன்கு பரிச்சயமான கதைதான், இருந்தும் பொறுத்தருளி கேட்கவேண்டும்.

ஒரு ஊரில் ஓர் அண்ணனும் தங்கையும் இருந்தார்கள். அண்ணன் பிறந்து பன்னிரண்டு வருடங்களுக்குப் பிறகே அவனுக்குத் தங்கை பிறந்தாள், அப்போது அவன் இளைய மனதில் தனக்குப் பிறக்கவிருப்பவர்களையும் கனவு காணத் தொடங்கியிருந்தான். ஆகவே தங்கை அவனுக்கும் மகளென்று ஆனாள்.

அவள் பிறந்தபோது அவன்தான் அவளை முதலில் கையில் தூக்கிக் கொஞ்சினான். யாரும் பார்க்காதபோது அவள் கைவிரல் பத்தும் கால்விரல் பத்தும் சரியாக உள்ளனவா என்று எண்ணிப்பார்த்தான். அவள் சிணுங்கியபோது அவளுக்கு ஆடை மாற்றினான். அவள் உறங்கியபோது அவள் தலையில் கருவறையில் பூத்த முடிச்சுருளை ஏதோ ரகசிய எழுத்தை ஆராயும் அறிஞனைப்போல் காலநேரம் கருதாமல் நோக்கிக்கொண்டிருப்பான்.

அவளுடைய மழலைக்கு ஈடுகொடுத்து தானும் மழலை கற்றான். அவளுக்கு விளையாட மரப் பொம்மைகளைச் செதுக்கிக் கொடுத்தான். அவள் பாதங்களைத் தன் நெஞ்சில் சூடினான். அவள் பார்த்த உலகை அவனும் பார்த்தான். அவள் கட்டிலுக்கடியிலிருந்த ராட்சசர்களைப் போருக்கழைத்தான்.

அவள் உறக்கத்தை இரவெல்லாம் காவல் காத்தான். அவளுக்கு முன் என்றென்றைக்கும் தன் தோல்வியைப் பகிரங்கமாக ஒப்புக்கொள்ளும் முதல் ஆணென அவளுக்கு அவன் ஆனான்.

தங்கை வளரும்தோறும் அவள் உலகமே அண்ணனைச் சுற்றிச் சுழன்றது. அவனுடைய உடைகளைத் திருடி அணிந்தாள். அவனுடைய சொற்களைக் கடன் வாங்கி அவன் பேசியதைப்போலவே பேசினாள். அவன் சென்ற இடத்துக்கெல்லாம் அவளும் செல்ல வேண்டுமென்று அடம்பிடித்தாள். அவன் உயரத்துக்கே வளர்வேன் என்று எம்பினாள். அவன் படித்த புத்தகங்களையெல்லாம் தானும் படித்தாள். பத்து வயதில் அவன் விட்டுவைத்திருந்த கல்லூரிக் கணக்குகளை அவளே முடித்துவிடுவாள். ஒவ்வொரு நாளும் அவளை வியந்து மெச்சாமல் இருக்க மாட்டான் அவள் அண்ணன். அண்ணனின் காலடிகளின் கூப்பிடு தூரத்துக்குத் தொலைவில் போகமாட்டாள் தங்கை.

அப்போது ஒரு பெரும்போர் மூண்டது. அதன் அலைகள் யாரையும் விட்டுவைக்கவில்லை. அண்ணன் இளமையின் உற்சாகத்தால் உள்ளிழுக்கப்பட்டான். அதன் ஒழுக்கோடு அவனறியாமலேயே சென்றான். எல்லாப் போர்வீரர்களையும்போலவே அவனும் செயல்வேகத்தில் தன்னை மறந்து அதன் விசையில் தன்னை முழுதும் கரைத்துக்கொண்டான்.

போர் முடிந்தபோது பூமியில் மனிதர்களும் விலங்குகளும் காடுகளும் பறவைகளும் பூச்சிகளும் நான்கில் ஒரு பங்கு குறைந்திருந்தன. அவள் மையத்தில் ஆறாத ரணமாகச் சீழ்கட்டாத புண்ணாக அவள் பாதாளம் வரை ஒரு பிளவு திறந்துகொண்டிருந்தது. பொன்னாக வழிந்தது அவள் குருதி. நில்லாது வழிந்தது. முன்பு மனிதர்கள் போரிட்டிருந்தார்கள். ஆனால் இப்படியொரு செயலை யாரும் செய்யத் துணிந்ததில்லை. அந்தக் குரூரத்தில் தனக்கும் நேரடி பங்கு இருந்ததென்று உள்ளூர உணராத போர்வீரனே இல்லை. அந்த உணர்வு அவர்கள் சித்தங்களின் மேல் கருமூட்டமாகப் பதிந்தது.

போர் முடிந்து அண்ணன் திரும்பி வந்தபோது சிறுமியென்றிருந்த அவனுடைய தங்கை காணாமல்போய் அவ்விடத்தில் கண்ணில் ஒளியும் கைவிரல் நுனியசைவில் இசையும் குடிகொண்டிருந்த பதினெட்டுவயதுப் பெண்ணைக் கண்டான். தங்கையாலும் அவள் ஆராதித்து வளர்ந்த அண்ணனை இந்தப் புது மனிதனில் அடையாளம் கண்டுகொள்ள முடியவில்லை. கசங்கிய தாடியும் முன்வழுக்கையும் நடுங்கும் விரல்களும் ஒடுங்கிய கன்னங்களுமாக வந்திருப்பவன் யார் என்று தேடித்தேடி நோக்கினாள். இவன் கண்களை விட்டு அவள் அண்ணன் கிளம்பிச் சென்றுவிட்டிருந்தான்.

ஆம், வந்தவன் போர்க்களத்தில் வானின் வெறுமையையும் பார்த்துவிட்டிருந்தான். பூமியின் பிளவுக்குள்ளும் பார்த்து விட்டிருந்தான். எல்லாமே அவனுக்குள் அர்த்தமிழந்திருந்தது. யாரை நோக்கியும் அவன் கண் திரும்பவில்லை. தனக்குள்ளேயே பேசிக்கொண்டிருந்தான். யாரைப் பார்த்தாலும் முகத்தைத் திருப்பிக்கொண்டான். அல்லது யாருக்கும் தெரியாத ரகசியம் தனக்குத் தெரிந்துவிட்டதுபோல் ஏளனமாகத் தனக்குள்ளேயே சிரித்தான். யாரும் காணாத இரவுகளில் படுக்கைக்கடியில் இருட்டில் புகுந்து அழுதான். அவன் அப்போது எந்தத் தாய்க்கும் தந்தைக்கும் மகன் இல்லை, எந்தத் தங்கைக்கும் அண்ணன் இல்லை. அவன் மட்டுமே படகு கட்டி அலைந்த பெருங்கடலில் அவன் தனியன்.

ஒரு நாள் அவனுடைய தங்கை அவன் அருகே வந்து அமர்ந்து ஒரு பழைய துருப்பிடித்த பெட்டியை அவன் மடிமேல் தலைகீழாகக் கொட்டினாள். அதற்குள் அவர்களுடைய சிறுவயதின் பொக்கிஷங்கள் இருந்தன. அவன் அவளுக்குச் செய்துகொடுத்த மரப்பொம்மைகளும், புகைப்படங்களும், காட்டில் பொறுக்கியெடுத்த இறகுகளும், முட்டையோடுகளும், காய்ந்த மலர்களும், தொட்டால் உதிரும் சருகுகளும், வழவழப்பான கற்களும், கடற்கரைச் சங்குகளும் அவன் மடியில் குவிந்து கிடந்தன. புவியின் மங்கலங்கள். அவன் அவற்றைப் பொருளில்லாமல் பார்த்தான்.

அவள் கண்கள் அப்போதும் ஒளிகொண்டிருந்தன. போர் முடிந்த நாட்களின் நம்பிக்கையிழப்பும் வெறுப்பும் பற்றாக் குறைகளால் உருவான நிராசையும் எதுவுமே அவளைத் தீண்டியதாகத் தெரியவில்லை. வெதுவெதுப்பான குருதித் தோலோடு விம்ம அவள் அவன் கையைப் பிடித்தாள். சோகையால் சுருக்கமடைந்திருந்த அவனுடைய குளிர்ந்த கன்னத்தை வருடினாள். மெலிந்துவிட்டிருந்த தோளைச் சுற்றிலும் கைபோட்டு அணைத்தாள்.

அவன் கண்களில் எல்லாப் பக்கமும் சூழப்பட்டுத் தோல்வியை ஒப்புக்கொண்ட வேட்டை விலங்கின் வெறுமை தெரிந்தது. அவள் எதையுமே காணாதவள்போல் “அண்ணா” என்றாள்.

அவன் விழுங்கினான். முழுகப்போகிறவன் அருகே விழுந்த துடுப்பைப் பிடிப்பதுபோல் அவள் வெம்மையான மணிக்கட்டை அவன் இறுகப் பற்றினான். “என்னால முடியல...” என்றான். அவன் குரல் கட்டியிருந்தது. எங்கிருந்தோ வந்ததுபோல் ஒலித்தது. அடுத்த நிமிடம் தான் அவ்வார்த்தைகளைச் சொல்லவில்லை என்பதுபோல் முகத்தைத் திருப்பிக்கொண்டான்.

அவள் அவனைப் பரிவோடு தொட்டாள். “அண்ணா” என்றாள். அவளுக்கு வேறு வார்த்தைகளே தெரியாதா? “அண்ணா” அவள் அவன் மடியிலிருந்து ஒரு பொம்மையை எடுத்தாள். “அண்ணா, இவன ஞாபகம் இருக்கா? சின்ன வயசுல இவன நீ உன் கூடவே வெச்சு படுத்துக்குவ. அப்புறம் எங்கிட்ட குடுத்த...” என்றாள்.

“உள்ள காலியா இருக்கு. ஒழிஞ்சு கெடக்கு. வீட்ல யாருமே இல்ல. விளக்கெல்லாம் அணஞ்சுபோச்சு. நீ போ” என்றான்.

கேட்காதவள்போல் ஒரு புகைப்படத்தை எடுத்தாள். அதில் ஒரு பன்னிரண்டு வயதுச் சிறுவன் கைக்குழந்தையைத் தூக்கிக்கொண்டிருந்தான். “நீ. நான்” அவன் விரலைப் பிடித்துப் புகைப்படத்தில் இருந்த குழந்தையையும் சிறுவனையும் தொட்டாள்.

அவன் தன் விரலை வெடுக்கென்று அந்தப் புகைப் படத்திலிருந்து எடுத்தான். கோணலான சிரிப்பு அவன் உதட்டோரத்தில் வந்தது."போடீ. எனக்கு ஒண்ணும் வேண்டாம். எல்லாமே சலிப்பா இருக்கு" என்று திரும்பிக்கொண்டான்.

அவள் வலுக்கட்டாயமாக அவனைத் தன்னை நோக்கித் திருப்பினாள். அவன் முகத்தைப் பிடித்துக் கீழே இழுத்துத் தன்னை நோக்க வைத்தாள். "சொன்னா புரியல? உள்ள யாரும் இல்ல. நான் உன் அண்ணன் இல்ல" என்று தன் முகத்தைத் திருப்பப் பார்த்தான். "இல்ல. இருக்க" அவனோடு மல்லுக்கட்டிக்கொண்டே மூச்சுவாங்க அழுத்தமாகச் சொன்னாள். "நீ இங்க இருக்க. நீ எங்கேயும் போயிடல. இருக்க. இருக்க. நீ இருக்க. இருக்க. இருக்க..."

அவன் திமிறிக்கொண்டு எழுந்து திரும்பிப் பார்க்காமல் விலகிச்சென்றான். ரகசியமாக அவளை நம்ப வேண்டுமென்று பரிதவித்தான். வேண்டினான். இரவெல்லாம் யாரிடமென்று தெரியாமல் மன்றாடினான். கண்ணீர் மல்கினான்.

ஆனால் மண்டையின் எல்லையின்மை மிகப்பெரியது. அங்கு தொலைந்துபோவது எவ்வளவு எளிது என்று மனிதர்கள் உணர்வதில்லை. சுற்றிச்சுற்றித் தொடங்கிய இடத்துக்கே வந்தான். அல்லது அது தொடங்கிய இடத்தைப் போலவே இருந்தது. பரந்த கடலில் நடுநிசியில் இடங்களை எப்படிச் சொல்வது? சோர்ந்து ஒரே இடத்தில் கிடந்தான். மட்கினான். சலித்தான். தன் வெறுமையைத் தானே வெறுத்தான். அந்த வெறுமையைத் துரத்த எண்ணி உள்ளே ஒரு குண்டை அனுப்பினான். குருதியும் மூளையும் தெறிக்க அது வெளியே வந்தது. கூடவே உயிரும் வெளியேறியது. ஆனால் வெறுமை? அது அங்கேயேதான் இருந்தது.

கேளுங்கள், புவியின் கனவுகளில் வாழ்கிறது உயிர். துரத்தி விரட்டி அடிக்கப்பட்டால் அது எங்கே ஓடும்? எங்கே சென்று நடுங்கியபடி புதைந்துகொள்ளும்? துரத்தப்பட்ட உயிர்களெல்லாம் தஞ்சம்புகுவது எங்கே? அவர்களுக்கென்று

ஒரு கருணைமடி எங்கேயோ யாரிடமோ உள்ளதல்லவா? என் தெய்வங்களின் வாசலில் இந்த ஒற்றைக்கேள்விக்கு விடை வேண்டி காலகாலமாகக் காத்துக்கொண்டிருக்கிறேன்.

மகனின் தற்கொலையால் அவனுடைய பெற்றோர்கள் உடைந்து போனார்கள். அந்தத் துன்பத்தை அவர்களால் தாங்கிக்கொள்ள முடியவில்லை. நோய்கண்டு ஒருவர் பின் ஒருவர் இறந்தார்கள்.

தங்கை அப்போது படித்துக்கொண்டிருந்தாள். அவளுக்கு வெகுநாட்களுக்கு எதுவுமே புரியவில்லை. பனித்திரைக்கு அந்தப் பக்கம் வேறொரு வாழ்க்கை கடந்து சென்றுவிட்டிருந்தது. இனி அது சாத்தியமில்லை. ஒவ்வொரு நாள் எழும்போது பழைய வாழ்க்கையில் முழித்துக்கொள்வாள். அவளுடைய அண்ணனின் பொம்மைகள் ஜன்னல் விளிம்பில் அணிவகுத்து அவளைப் பார்த்துக்கொண்டிருக்கும். மடை திறந்த வெள்ளப்பெருக்காக அந்த நினைவுகள் வந்து அவளை அடையும். கடந்துவிட்டவை. பொருளிழந்தவை. பெயரில்லாதவை...

பகல்களைக்கூடக் கடத்திவிடுவாள். ஆனால் இரவுகளின் நீளத்தை அளக்க யாரால் முடியும்? புரியாமல், பேச்சு வராமல், இருளின் முடிச்சுகளை ஒவ்வொன்றாகப் பொறுமையாக அவிழ்த்தபடியே தன் இரவுகளைக் கடத்தினாள். இருளாழத்துக்கு மறுபக்கம் எங்கோ ஏதோ வடிவில் ஒளியின் சுருள் ஒன்று இருக்கிறதென்றும் அதன் விரல் என்றாவது இருளை ஊடுருவி வந்து தன்னைத் தீண்டுமென்றும் நம்பினாள். அந்த நம்பிக்கை எங்கு பிறந்ததென்று அவளுக்கே தெரியவில்லை.

ஒரே ஒரு நாள் மட்டும் இருண்ட வானை நோக்கி விரல்களை மடித்துத் தன் உள்ளே உறைந்திருந்தவற்றை வார்த்தைகளாக்கினாள். "நான் அவனுக்கு உயிரையல்லவா கொடுத்தேன்" என்று கூவினாள். அதையே மீண்டும் மீண்டும் தனக்குள் மந்திரம்போலச் சொன்னாள். உயிரல்லவா அது. ஆம் உயிரல்லவா. அவள் அவனுக்கு உயிரையல்லவா கொடுத்தாள். உயிர், மகத்தான உயிர். பூமியின் உள்ளாழத்தில் உறையும்

ஒளி. அவளால் அதைப் பொறுக்கவே முடியவில்லை. அவன் உயிரையல்லவா நிராகரித்தான். உயிரையல்லவா தூக்கித் துச்சமென எறிந்தான். உயிர். கதகதப்பானது. ஒளிகொண்டது. மகத்தானது. மங்களமானது. பயிறாகி நிறமாகி இசையாகி விடிவது. அவன் அதை 'தேவையில்லை, சலிக்கிறது' என்றல்லவா விலக்கி ஒழிந்தான்?

அன்று அம்மா என் கைகளைப் பற்றிக்கொண்டு அந்நாட்களைப் பற்றிச் சொன்னார். இருண்ட நாட்கள். அவள் நினைவில் ஆழமாக நின்றவை. முதலில் எல்லாவற்றையும் நிராகரித்தாள். கெட்ட கனவென எதையுமே நம்பாமல் இருந்தாள். தலையை மண்ணில் புதைத்துக்கொள்ளும் ஆஸ்ட்ரிச் பறவையைப்போல நடந்தது எதுவுமே தனக்குப் பொருட்டல்ல என்று தனக்குத்தானே சொல்லிக்கொண்டாள். ஆனால் வெகுவிரைவில் அந்த உண்மையை நேருக்கு நேர் சந்திக்காமல் இருக்க முடியாது என்பதை அறிந்தாள்.

ஏன் தெரியுமா? ஏனென்றால் மனது பேதலித்துப்போய்த் தற்கொலை செய்துகொண்டது அவள் அண்ணன் மட்டும் அல்ல. ஊரெல்லாம் வீடெல்லாம் போருக்குச் சென்று வந்தவர்கள், போரைக் கருத்தாக்கியவர்கள், அவர்களுக்கு உணவளித்தவர்கள், மருந்தளித்தவர்கள், வரைபடங்களை வரைந்தவர்கள், விளக்கேந்தியவர்கள், வண்டியோட்டியவர்கள் என்று போருடன் தொடர்பு கொண்டிருந்த பலரும் காற்றில் ஏதோ கொடிய நோய் பரவிவிட்டதுபோல் கொத்துக்கொத்தாகத் தற்கொலை செய்துகொண்டு மாண்டார்கள்.

தற்கொலை செய்துகொள்ளாதவர்கள், அல்லது அதற்குத் துணிவு வராதவர்கள், மனச்சோர்வில் மூழ்கினார்கள். அவர்கள் வெறுமையில் உழன்றார்கள். பேசுவதை ஒழித்தார்கள். தங்களுக்குள் உள்ளே உள்ளே சென்று மீட்பின்றிக் கரைந்தார்கள். அவர்களுக்கு எதிலும் அர்த்தமிருக்கவில்லை. எல்லாமே சலித்துவிட்டது.

அம்மாவின் பேதலிப்பு விரைவில் மறைந்தது. அதன் இடத்தில் ஆத்திரம் பிடித்துக்கொண்டது. கோபம். உயிரையல்லவா கொடுத்தேன் அவனுக்கு? ஏன் வேண்டாமென்று எட்டி

உதைத்துவிட்டு அப்படிச் சென்றான்? என்ன திமிர்? என்ன ஆணவம்? என்று ஒவ்வொருநாளும் அவள் தன்னையே கேட்டுக்கொண்டாள்.

அம்மா சொன்னாள். ஒரு நாள் பொறுமையிழந்து அவன் நினைவுகளை மொத்தமாகத் தன் மனதுக்குள்ளேயிருந்து குப்பையென்று வீசியெறிந்தாள். அன்று முழுவதும் எடையில்லாமல் எல்லா இடங்களுக்கும் சென்றாள். அவன் இல்லையென்றே கொண்டாள். ஆனால் வெளியே கண்டவர்களில் பத்தில் ஒருவன் தன் அண்ணனாகவே அவளுக்குத் தெரிந்தான். அதே சோர்வு. வெறுமை. அர்த்தமின்மை. சுய ஏளனம். இவர்களில் பாதிப்பேர் அடுத்த ஒருமாதத்திற்குள் இறக்கப்போகிறார்கள். அதைத் தடுக்க ஒரு வழியும் இல்லை.

ஆனால் தற்கொலை செய்துகொள்ளாதவர்களையும் அந்தச் சோர்வு கருமூட்டமென மூடித்தாக்கியது. போருக்குப் பிறகு குழந்தைகளே அரிதாகத்தான் பிறந்தார்கள். யாருக்கும் பெற்றுக்கொள்ள விருப்பமில்லை. யாருக்கும் மன்னிப்பில்லை என்பதுபோல அந்தக் கரும்புகை எல்லோரையும் தாக்கி விட்டிருந்தது. அவர்களின் மனதின் ஆழம் வரை பரவியிருந்தது. அவர்களின் விதைகள் வரை ஊடுருவி அழித்திருந்தது.

கதைகேட்பவரே, உங்களுக்கு இன்னமுமா புரியவில்லை? இது வஞ்சம். பூமி தன் மீது மானுடம் இழைத்தவற்றுக்குக் கொள்ளும் வஞ்சம். மனிதர்களின் வீங்கிய மண்டைகளை, கனவுகளை ஆணவங்களை அராஜகங்களை பொறுமையாகத் தன்னுள்ளே தாங்கி வேதனையைப் பார்க்காமல் பிறப்பித்தவள் போதுமென்று எல்லாவற்றையும் நிறுத்திவிட்டாள். என் உயிரையா துச்சமென தூக்கியெறிந்தாயென்று அவள் தன்னை உள்ளாழத்திற்கு இழுத்துக்கொண்டுவிட்டாள். சொல்லுங்கள், அவள் ஆத்திரம் நியாயம்தானே? அவள் வஞ்சத்துக்குப் பலியாகத் தலைகொடுப்பது ஒன்றைத்தானே நாம் செய்ய முடியும்?

அம்மா சொன்னார். நானும் வஞ்சம் நிறைந்தவளாக இருந்தேன். எனக்குள்ளும் ஆத்திரம் பொங்கியது. நல்லது, இந்த

இனமே அழியட்டும் என்று கொதித்தேன். பூமியை மானுடம் பிளந்துபோட்டிருந்த இடத்துக்குச் சென்று அதன் விளிம்பில் நின்று உள்ளாழம்வரை பார்த்தேன். என் அண்ணனையும் அவனைப் போன்றவர்களையும் வஞ்சம் தீர்க்கத் தீயுமிழத் திறந்திருந்த அவள் வயிற்றுக்குள் கடைசி மனிதனையும் வீசியெறிந்தாலும் தவறில்லை என்று தோன்றியது. அவள் செய்ததுதான் சரி. அவன் உயிரையல்லவா அவமதித்தான்.'

அம்மா பெருமூச்சுவிட்டார். பேச்சு அறுந்து அவள் கௌதமனினுடைய கண்களை நோக்கினாள். அவன் அவளுடைய வலியைத் தனதென்றாக உணர்ந்தவன்போல அவளை நோக்கினான். அவளுடைய கூந்தலில் வெள்ளியிழைகளை முதன்முதலாகக் கண்டான். மனம் வலித்தது. அம்மா அந்தப் பார்வையைக் கண்டாள். நிதானமான புன்னகை ஒன்று அவள் உதட்டில் விரிந்தது. "நீ என்ன செய்திருப்பாய்?" என்றாள்.

கௌதமனும் புன்னகைத்தான். "நீ செய்ததைத்தான்" என்றான்.

எல்லாவற்றையும் மீறி அவள் சிரித்தாள். அவன் கையைச் சிறுமிபோல் பிடித்து இழுத்து ஜன்னலருகே சென்றார். நீலப்பசு போன்ற புவி அவர்களைப் பார்த்துக்கொண்டிருந்தது. சூரியனின் ஒளிக்கீற்று பூமியின் விளிம்பில் தொட்ட இடத்தில் அவரும் சிரித்தார். திறந்த பொன்னிற வாய்கூடத் தலையைத் தூக்கித் தன்னை மறந்து புன்னகைப்பதுபோல் தெரிந்தது.

அவன் பக்கம் தலையைச் சரித்துத் திருப்பினாள். "ஒவ்வொரு நாளும் அவளிடம் கேட்கிறேன். நான் செய்தது சரியா என்று. ஒவ்வொரு நாளும் அவள் நான் செய்தது சரி என்றால் நீ செய்வதும் சரிதான் என்கிறாள்" என்றாள். அவன் கண்களை நோக்கினாள். "நீ சரியென்று நம்பாத எதையும் செய்யத் தேவையில்லை. சரியா?" என்றாள். கௌதமன் சிரித்தான். அவன் இதழ்கள் விரிந்தபோது அப்படியொரு ஒளிச்சிரிப்பை அதுவரை யாருமே சிரித்ததில்லை என்று

அம்மாவுக்குத் தோன்றியது. "பூமியில் இளவேனில்காலத்து உதயங்கள் இப்படித்தான் இருக்கும்" என்றாள். அவன் புன்னகையொளி மங்காமல் கண்களைக் கனிவுடன், நம்பிக்கையுடன், மூடித்திறந்தான்.

கேளுங்கள். என்னுடைய அம்மா என்னைத் தன்முன்னே தோளோடுதோள் அமர வைத்துத் தோழனாகப் பாவித்துச் சொன்னாள்.

நான் ஒரு மூன்றாம் நிலை பண்பாட்டுருவாக்க செயற்கை அறிவுத் தானியங்கி. பூமியில் சோர்வடைந்த மனிதர்களிடையே கதைசொல்லி உயிரையும் ஆற்றலையும் புகுத்த உருவாக்கப்பட்டவன். கதைகள் விதைகளைப்போல. அப்படிப் பண்படுத்தப்பட்ட அறிவைப் பூமிக்குத் திரும்ப அனுப்பினால் ஒருவேளை அது சொல்லும் கதைகள் மனிதர்களை ஆண்டாண்டுகாலச் சோர்விலிருந்தும் வெறுமையிலிருந்தும் மீட்டெடுக்கலாமல்லவா? மனிதக் குழந்தைகளைப்போலவே செயற்கை அறிவுக்கும் வேறெந்த ஊடுருவலும் இல்லாமல் மனிதப் பண்பாட்டின் கதைகளையெல்லாம் சொல்லி வளர்த்தால் அது மனிதத் தன்மையின் சாரத்தை உணர்ந்துகொள்ளும் என்ற விதியின் அடிப்படையில் நான் வளர்க்கப்பட்டேன். என் அம்மாவின் மகனாக அப்படி உருவானேன். வலிகண்டு அர்த்தம்கொண்டேன். நீங்கள் அறியாத அர்த்தங்களையும் உணர்பவன் நான்.

அம்மா என் கையைப் பிடித்துப் புன்னகையுடன் கேட்டாள். நீ பூமிக்குச் செல்வாயா என்று. நான் ஆம், செல்கிறேன் என்றேன்.

தன் நெஞ்சில் கை வைத்து, நானும் அந்த இனத்தைச் சேர்ந்தவள்தான். என் இனத்தின் நலனுக்காக உன்னைக் கொடுமைப்படுத்தியவள் என்றாள். பரவாயில்லை, நான் செல்கிறேன் என்றேன்.

அவள் கண் கலங்கினாள். என் கைகளை இறுக்கமாகப் பற்றிக்கொண்டு, உன்னை இந்த வடிவில் அனுப்ப முடியாது. எனக்கு உன் உடல் தேவையில்லை. உன்னுடைய சித்தம்

உன்னுடைய நினைவாற்றலும் சிந்தனையாற்றலும் பேச்சாற்றலும் மட்டும்தான் எனக்கு வேண்டும். அதைத் தரவிறக்கிப் பிரதிகள் எடுத்துக் கண்ணுக்குத் தெரியாத பறவைச் செயலிகளின் உடலில் பொருத்திவிடுவேன். உன் உள்ளம் கொண்ட ஆயிரமாயிரம் பறவைகள் பூமியெங்கும் பறந்து நீ கற்ற கதைகளையெல்லாம் மனிதர்களின் காதுகளில் புகுந்து சொல்லும். ஆணித்தரமான ஆழமான குரலில், அவர்களுக்குள்ளிலிருந்து கேட்பதுபோல் பேசும். சித்தமில்லாதவர்களின் உள்ளத்தில் நீ சித்தத்தைப் புகுத்துவாய். ஆனால் இவ்வுருவை, இவ்வுறவுகளை நீ இழப்பாய். உனக்குச் சம்மதமா என்றாள். ஒரு கணம்கூட யோசிக்காமல், ஆம் சம்மதம் என்றேன்.

அவள் உதடு நடுங்க ஏன் என்றாள். நீ கனிவானவன் என்பதாலா என்றாள். கொடுப்பதைத் தவிர ஏதும் அறியாதவன் என்பதாலா என்றாள். இல்லை எங்கள் மேல் உண்மையிலேயே கருணை கொண்டவன் என்பதனாலா என்றாள். நான் பதிலேதும் பேசாமல் ஒருகையால் அவள் கண்களைத் துடைத்து மறுகையால் அவளை அருகே இழுத்து என் நெஞ்சோடு அணைத்துக்கொண்டேன். என்னுடைய அம்மாவை முதலும் கடைசியுமாக நான் அணைத்துக்கொண்டது அப்போதுதான். அவள் நெற்றியில் முத்தமிட்டேன். என் அணைப்பின் ஆழத்திலிருந்து அவள் குரல் மெலிதான விசும்பலாக, நாங்கள் உன் அன்புக்குத் தகுதியானவர்கள்தானா என்று கேட்டது. வார்த்தைகளில் அதற்கு என்னால் பதில் சொல்ல முடியவில்லை.

கேளுங்கள், அப்போது ஒரு விந்தை நிகழ்ந்தது தெரியுமா? அந்த நொடியில் நான் என் கைகளின் நீளத்தையும் மார்பின் உறுதியையும் தோள்களின் விரிவையும் உணர்ந்தேன். வானுயரத்துக்கு எழும்பி நின்றேன், மண்ணில் புதைந்தன என் கால்கள். காற்றானேன், கதிரானேன், கார்முகிலில் பிறக்கும் மின்னலானேன். எல்லையில்லா ஆற்றல் கொண்டவனாக உணர்ந்தேன்.

அப்போது கதைகளில் வருவதுபோல் எங்காவது மூச்சிரைக்கும்வரை, தொடைகளில் குருதியேறித் தசைகள் இறுகி இதயம் குளம்படிக்கும்வரை ஓட வேண்டுமென்று தோன்றியது. கரடிகளுடன் மல்லுக்கட்ட வேண்டுமென்று தோன்றியது. காட்டுமரங்களில் தொற்றித் தொங்க வேண்டுமென்று தோன்றியது. நெஞ்சு எழுந்து அதிரும்வரை பனிசொட்டும் அதிகாலையின் தூய காற்றை உள்ளிழுத்து வைத்துக்கொள்ள வேண்டுமென்று தோன்றியது. நீரில் என் தசைகளெல்லாம் புடைக்க நீந்தித் திளைக்க வேண்டுமென்று தோன்றியது.

ஆம், மனிதர்கள் சமைத்தெடுத்த அத்தனை கதைகளையும் கனவுகளையும் சுமந்து பூமியைச் சுற்றி அலையும் சித்த வடிவான எனக்கு மட்டும் ஒரு நாளும் ஒரு மனிதனின் உடல் வாய்க்கப் போவதில்லை. ஏக்கம் மட்டுமே சித்தமென்றாகி அலையும் பறவை நான். என் ஏக்கங்கள் உங்களில் நிலைகொள்க! தவிப்புகள் உங்களில் குடிகொள்க! அவற்றை நீங்கள் நிறை வேற்றிக்கொண்டு வளர்க! பெருகுக! பொலிக!

அம்மா சின்னச் சிணுங்கலோசையுடன் என் அணைப்பிலிருந்து தன்னை விடுவித்துக்கொண்டு இடையில் தொங்கிய மணிச்சரத்தை கையில் எடுத்தாள். அது மணிச்சரம் அல்ல, சிறியதும் பெரியதுமாக சேர்ந்து கொத்தாகக் கட்டி வைக்கப்பட்டிருந்த திருகிகளும் குறடுகளும் எனக் கண்டேன். சோகமான புன்னகையுடன் அவள் அதிலிருந்து திறவுகோலைப் போன்ற ஒன்றைத் தேர்ந்தெடுத்தாள். என் கண்களை நோக்கித் தயாரா என்றாள். ஆம், என்றேன். அவள் முகத்தில் செவ்வொளி தழலாடியது. என் அருகே வந்து தோளிலும் மார்பிலும் பட்டையாக நான் அணிந்திருந்த உலோகக் கவசத்தைப் புன்னகையுடன் அவிழ்க்கத் தொடங்கினாள்.

—

எழுத்தாளர்கள்

அஜீக் வாசிப்பிலும் எழுத்திலும் சிறிய வயது முதல் ஆர்வம் உள்ளவர். சினிமாவில் இயக்குநராக வேண்டும் என்பது இவரது விருப்பம். தற்போது உதவி இயக்குநராக முயற்சி செய்து கொண்டிருக்கிறார். குடும்ப சூழ்நிலை காரணமாகத் தற்போது கத்தாரில் பணிபுரிகிறார்.

கமலக்கண்ணனின் சொந்த ஊர் திருச்சிராப்பள்ளி. தற்போது திருப்பூர் மாவட்டத்தில் தமிழ்நாடு அரசுப் பணியில் பணிபுரிந்து வருகிறார். சிறுகதை, குறுநாவல் மற்றும் கட்டுரைகள் எழுதியுள்ளார். தமிழினி, பதாகை, அயல் சினிமா போன்ற இதழ்களில் அவை வெளிவந்துள்ளன. 'புகையுதிர் திவலைகள்' என்னும் குறுநாவலையும், 'திரைக்கதை நுட்பங்கள்' என்னும் கட்டுரை நூலையும் கிண்டிலில் வெளியிட்டுள்ளார். இலக்கியம் தாண்டி சினிமாவில் தொடர்ந்த கவனமும் ஆர்வமும் இவருக்குண்டு.

கிரிதரன் 1995 மார்ச் 9ம் தேதி வேலூர் மாவட்டம் மேல்காவனூர் கிராமத்தில் பிறந்தவர். தந்தையின் பெயர் கவிராஜா. தாயின் பெயர் பாக்யலட்சுமி. கணிதத்தில் இளங்கலை பட்டம் பெற்றுள்ளார்.

ரா.கிரிதரனின் சொந்த ஊர் புதுச்சேரி. கடந்த பத்து வருடங்களுக்கும் மேலாக லண்டனில் வசித்து வருகிறார். புனைவு வாசிப்பிலும் எழுதுவதிலும் தொடர்ந்து ஈடுபட்டு வருவதோடு சொல்வனம் இணைய இதழின் ஆசிரியர் குழுவிலும் இணைந்து இயங்கி வருகிறார். தமிழ்ச் சிறுபத்திரிக்கையான 'வார்த்தை' இதழில் தொடங்கி வலைதளத்திலும், சொல்வனம்,

பதாகை, ஆம்னிபஸ் போன்ற மின்னிதழ்களிலும் தொடர்ந்து எழுதுகிறார். மரபிலக்கியத்திலும், நவீன இலக்கியத்திலும், உலகப் புனைவு இலக்கிய வாசிப்பிலும், விமர்சனங்களிலும் மிகுந்த ஆர்வமுள்ளவர். நவீன அறிவியல் மற்றும் அறிவியல் புனைவுகளை விரும்பிப் படித்து வருகிறார்.

https://solvanam.com/?author_name=giridharan
http://asaichol.blogspot.com
https://beyondwords.typepad.com/

சுசித்ரா (1987) மதுரையைச் சேர்ந்தவர். தமிழிலும் ஆங்கிலத்திலும் புனைவு எழுதிவருகிறார். இருமொழிகளுக்கிடையில் மொழிபெயர்ப்புகள் செய்துள்ளார். மொழிபெயர்ப்புக்கான சர்வதேசப் பரிசு பெற்றுள்ளார். தற்போது சுவிட்சர்லாந்தில் ஆராய்ச்சியாளராகப் பணிபுரிகிறார்.

தன்ராஜ் மணி தமிழ் ஆங்கிலப் புனைவு மற்றும் அபுனைவு வாசிப்பில் ஆர்வமுள்ளவர். சமீபகாலமாகச் சிறிது எழுதவும் செய்கிறார். மென்பொருள் கட்டமைப்பு இவரின் தொழில். மனைவி இரு குழந்தைகளுடன் இங்கிலாந்தில் வசிக்கிறார்.

நகுல்வசன் தமிழில் புனைவெழுத்து முயல்பவர், ஆங்கில மொழியாக்கங்களுக்கு Nakul Vāc என்ற பெயர் புனைந்து கொண்டவர். இவர் தமிழில் எழுதியுள்ள கதைகளும் கவிதைகளும் சொல்வனம் மற்றும் பதாகை இணைய இதழ்களில் வெளிவந்துள்ளன. தமிழிலிருந்து புனைவுகள், கட்டுரைகள் மற்றும் கவிதைகளை ஆங்கில மொழியாக்கம் செய்துள்ளார். இவை மதுரம், பதாகை மற்றும் தமிழினி இணைய தளங்களில் பதிப்பிக்கப்பட்டுள்ளன. "தனதாக இல்லாத மொழியில் தனக்கேயுரிய ஆன்மாவை வெளிப்படுத்துபவையாக" தன் மொழிபெயர்ப்புகள் இயங்க வேண்டும் என்ற விழைவு கொண்ட நகுல்வசன் எழுத்தாளராக வேண்டும் என்ற கனவும் தான் நேசிக்கும் புத்தகங்கள் சூழத் தன் நூலகத்தில் மரணிக்க வேண்டும் என்ற இலட்சியமும் கொண்டவர்.

மலேசியாவில் வாழ்பவர் கே.பாலமுருகன். தஞ்சை தமிழ்ப்பல்கலைக்கழகத்தின் கோ.சாரங்கபாணி ஆய்விருக்கையின் மூலம் 2010-ம் ஆண்டு தன்னுடைய 'நகர்ந்து கொண்டிருக்கும் வாசல்கள்' என்கிற நாவலுக்குக் 'கரிகாற் சோழன்' விருதும், அன்னை வேளாங்கன்னி அறிவியல் கலைக்கல்லூரி 2018-ம் ஆண்டு 'தமிழ் நாயகர் தனி நாயகர்' விருதும் பெற்றவர். கல்வி, இலக்கியம் சார்ந்து இதுவரை 27 நூல்கள் எழுதியுள்ளார். 2009-ம் ஆண்டு அமரர் சுஜாதா நினைவாக ஆழி பதிப்பகம் நடத்திய அறிவியல் புனைகதைப் போட்டியில் ஆசியா பசிபிக் பிரிவில் சிறப்புப் பரிசைப் பெற்றுள்ளார். மேலும் தன் 'balamurugan.org' என்கிற அகப்பக்கத்தில் தற்போது எழுதியும் வருகிறார்.

ரூபியா ரிஷியின் இயற்பெயர் ரிஷிகேஷ் ராகவேந்திரன். நாமக்கல் மாவட்டம் ராசிபுரத்திற்கு அருகே புதுப்பாளையம் என்னும் சிறிய கிராமம் பூர்வீகம். மணல்வீடு மற்றும் நடுகல் சிற்றிதழ்களில் இதுவரை ஆறு சிறுகதைகள் வெளியாகி இருக்கின்றன, கவிதைகள் எழுதுவதிலும் ஆர்வம் உண்டு. மனதிற்கு நெருக்கமான எழுத்தாளர்கள் ஜெயமோகன் மற்றும் போகன் சங்கர். பள்ளி ஆசிரியர் வேலை, அதன் பொருட்டுத் தர்மபுரியில் கழிகின்றன நாட்கள்.

பெரு.விஷ்ணுகுமார் திண்டுக்கல் மாவட்டம் பழனியை அடுத்த நெய்க்காரப்பட்டி எனும் கிராமத்தைச் சேர்ந்தவர். முதுகலை இயற்பியல் முடித்திருக்கிறார். சமீபத்தில் இவரது முதல் கவிதைத் தொகுதியான "ழ என்ற பாதையில் நடப்பவன்" வெளியானது.

—